பென்யாமின்

பென்யாமின் 1992இலிருந்து பஹ்ரைனில் வாழ்ந்து வந்தவர். அபு தாபி மலையாளம் சமாஜம் வழங்கிய முதல் பரிசை இவருடைய சிறுகதைத் தொகுப்பு யூதனேசியா வென்றது. மற்றும் 2009இல் இவரது நாவல் ஆடு ஜீவிதம் (Goat Days) கேரள சாஹித்ய அகாடெமி விருதினை வென்றது.

விலாசினி

சென்னையில் வசித்து வரும் விலாசினி ஒரு சுயாதீனப் பணியாளர். இவர் மொழிபெயர்ப்பில் மூன்றாவது புத்தகம் இது. மொழிபெயர்ப்பு மட்டுமின்றி, பிரக்ஞை என்ற பதிப்பகம் மூலம் பதினைந்து புத்தகங்களைப் பதிப்பித்தவர் என்ற வகையில் அந்த அனுபவம் தன் எழுத்துக்கும் மொழிபெயர்ப்பிற்கும் உதவக்கூடும் என்று நம்புபவர். திரைக்கதை மற்றும் வசனமும் எழுதி வருகிறார்.

நூலுக்கான புகழுரைகள்

'நீங்கள் படிக்கக்கூடிய மிகவும் சுவாரசியமான புத்தகங்களில் ஒன்று'

– தி ஹிந்து

'புலம்பெயர் மற்றும் அடிமைத்தனம் குறித்து மிக அருமையாக எழுதப்பட்ட வேதனை தரும் நாவல்'

– மின்ட்

'உலகளவில் பொருத்தப்பாடு கொண்ட, மிக்க அழகுடனும் வலியுடனும் எழுதப்பட்ட நாவல்'

– இண்டியன் எக்ஸ்ப்ரஸ்

'சுவாரசியமான கதை... புதிய திறப்புகளை உண்டாக்குகிறது'

– ஜடாலிய்யா

'இந்தப் புத்தகத்தில் இடம்பெறும் கதாநாயகன் திகைப்புண்டாக்குபவர்'

– அவுட்லுக்

'நம்பிக்கைக்கான ஒரு நாவல்'

– சண்டே ஸ்டாண்டர்ட்

'மிகச் சிறந்த கல்ஃப் நாவல் என்று ஒன்று இருக்குமானால், பொருளாதார புலம்பெயர் வாழ்வின் இருண்ட பக்கத்தைக் கருணையுடன் புரிந்துகொண்டிருக்கும் ஆடு ஜீவிதம் நாவலே முதலில் இருக்கும். ஆனால் இந்நாவல் அதைக் கடந்து மனிதனிலிருந்து விலங்கைப் பிரிப்பது எது என்றும் கேட்கிறது'

– நிலஞ்சனா ராய், பிஸ்னஸ் ஸ்டாண்டர்ட்

'இந்தியாவின் மிகச் சிறந்த இளம் எழுத்தாளர்களில் ஒருவர்'

– தி இண்டியன் எக்ஸ்ப்ரஸ்

ஆடு ஜீவிதம்

பென்யாமின்

தமிழில்
விலாசினி

எதிர்
வெளியீடு

ஆடு ஜீவிதம்
பென்யாமின்
தமிழில்: விலாசினி

முதல் பதிப்பு: அக்டோபர் 2020
இரண்டாம் பதிப்பு: டிசம்பர் 2021

எதிர் வெளியீடு,
96, நியூ ஸ்கீம் ரோடு, பொள்ளாச்சி – 642 002
தொலைபேசி: 04259 226012, 99425 11302

விலை: ரூ. 300

Goat days
Aadu Jeevitham
Benyamin

Copyright © Benyamin 2012
Translated by Vilasini

English edition Published by Penguin Random House India.
This Tamil edition is published with an arrangement with Penguin Random House India, 2020

First Edition: October 2020
Second Edition: December 2021

Published by
Ethir Veliyeedu, 96, New Scheme Road, Pollachi- 642 002.
email: ethirveliyedu@gmail.com
www.ethirveliyeedu.com

ISBN: 978-81-947340-5-5
Cover Design: Santhosh Narayanan
Printed at Jothy Enterprises, Chennai.

All rights reserved. No part of this book may be reprinted or reproduced or utilised in any form or by any electronic, mechanical or other means, now known or hereafter invented, including photocopying and recording, or in any information storage or retrieval system, without permission in writing from the Publisher.

ดีกว่า

||||||

ஒன்று

தோற்கடிக்கப்பட்ட மனிதர்களைப்போல் ஹமீதும் நானும் பத்தாவிலிருந்த சிறிய காவல் நிலையத்தின் முன்பு சிறிது நேரம் நின்றுகொண்டிருந்தோம். இரண்டு காவலாளிகள் கேட்டின் அருகே இருந்த சென்ட்ரி கூண்டின் வெளியே அமர்ந்திருந்தனர். அதில் ஒருவர் எதையோ வாசித்துக்கொண்டிருந்தார். அவர் அமர்ந்திருந்த விதம், தலையை அசைத்த விதம், கண்கள் பாதி மூடியிருந்த விதம் அனைத்தையும் பார்க்க அவர் புனிதநூல்தான் வாசிக்கிறார் என்று தெரிந்தது. இரண்டாமவர் கைப்பேசியில் பேசிக்கொண்டிருந்தார். அவர் சிரித்து சிரித்துப் பேசியது சாலைவரை கேட்டது. அருகருகே அமர்ந்திருந்தாலும் இருவரும் வெவ்வேறு உலகில் சஞ்சரித்தனர். அவை இரண்டுமே எங்களைக் குறித்துக் கவலைப்படவில்லை.

சென்ட்ரி கூண்டிற்குச் சற்றுத் தள்ளி ஒரு பெரிய எலுமிச்சை மரம் சாலை வரை வளைந்திருந்தது. இரு காவலர்களில் ஒருவர் தங்கள் வேலையிலிருந்து தலைநிமிர்த்தி எங்களைக் கவனிக்கக்கூடும் என்ற நம்பிக்கையில் அதன் நிழலில் நாங்கள் அமர்ந்துகொண்டோம். வெகுநேரம் அதே இடத்தில் அமர்ந்திருந்தோம். இடையில், ஒன்றிரண்டு அரேபியர்கள் நிலையத்திற்குள்ளே வேகமாகச் செல்ல, உள்ளிருந்து குறைந்தது மூன்று அல்லது நான்கு அரேபியர்கள் வெளியேறினார்கள், நாங்கள் இருவரும் யார் கண்ணிற்கும் தெரியவில்லை என்பதுபோல். நிலையத்தின் வளாகத்திலிருந்து ஒரு காவலர் வாகனம் வெளியே வந்தது. எதிர்பார்ப்புடன் எங்கள் கண்களால் அதைத் தொடர்ந்தவாறே நாங்கள் முன்னால் எம்பிக் குதித்தோம். இரண்டு பக்கமும் சாலையில் வேறு வாகனம் வருகிறதா என்று கவனிப்பதற்காக சில நொடிகள் நின்றுவிட்டு

அவ்வாகனம் சென்றுவிட்டது. செய்வதறியாது நாங்கள் மரத்தில் சாய்ந்துகொண்டோம்.

கைப்பேசியில் உரையாடியபடி இருந்த காவலர் தன் அழைப்பை முடித்ததாக நினைத்த ஒவ்வொருமுறையும் நாங்கள் சென்ட்ரி கூண்டு வரை நடந்து சென்றோம். ஒரு நொடிகூட தாமதிக்காமல் அவர் அடுத்த அழைப்பில் மூழ்க, எங்கள் நடை வீணானதுதான் மிச்சம். மற்றொருவர் தன் வாசிப்பில் மூழ்கியிருந்ததால் அவரும் விரைவில் எங்களைத் தலை நிமிர்ந்து பார்ப்பதற்கான எந்த அறிகுறியும் இல்லை.

இரண்டுமுறை அவர்களின் கவனத்தைப் பெறுவதற்காக நாங்கள் வெறுமனே சென்ட்ரி கூண்டுவரை நடந்து சென்று திரும்பினோம். இருந்தும் அவர்கள் எங்களைக் கவனிக்கவில்லை.

அவசரத்திற்கு வீட்டைவிட்டு பதாகா அணியாமல் சென்றுவிட்டு மார்க்கெட்டிலோ மற்ற பொது இடங்களிலோ மசூதிக்கு முன்போ கைதுசெய்யப்பட்ட எத்தனையோ துர்பாக்கியவான்களைக் குறித்து நாங்கள் கேள்விப்பட்டதில்லையா? காய்கறி சந்தையிலும், மீன் சந்தையிலும், பரபரப்பான தெருக்களிலும் எத்தனை முறை கைது செய்யப்படுவோம் என்ற நம்பிக்கையுடன் நாங்கள் நடந்திருப்போம்? நிறைய முத்தவ்வாக்கள் எங்களைக் கடந்து சென்றனர். ஒருவரும் எங்களை நிறுத்தவில்லை. நிறைய காவலர்கள் கடந்து சென்றார்கள், ஒருவரும் எங்களைச் சோதிக்கவில்லை. அவ்வளவு ஏன், மசூதிக்கு முன்பு தொழுகை நேரமாகப் பார்த்துச் சென்று ஆனால் தொழுகைக்கு உள்ளே செல்லாமல் எத்தனை உலாத்தினோம்? நிறைய மசூதிகளின் முன்பு, ஒரு நாளின் வெவ்வேறு தொழுகை நேரம் என்றெல்லாம் முயன்றோம். இருந்தும் யாரும் எங்களைக் கவனிக்கவில்லை. ஒரு நாள் நான் வேண்டுமென்றே ஒரு காவலரின் பாதம் முன்பு விழுந்தேன். என்னைக் கேள்வி கேட்பதற்கு பதில் என்னிடம் மீண்டும் மீண்டும் அல்லாவின் பெயரில் மன்னிப்புக் கூறிவிட்டு என்னை அவர் அனுப்பி வைத்தார். வேண்டுமென்று தவிக்கும்பொழுது துர்பாக்கியம் கூட ஏன் நம்மிடம் வரத் தயங்குகிறது?

வேறு வழியே இல்லாமல் நாங்கள் காவல் நிலையத்தின் முன்பு சென்று நின்றுகொள்ள முடிவு செய்தோம், இருந்தும்

பயனில்லை. சிறிது நேரம் கழித்து நாங்கள் அவ்விரு சென்ட்ரிகளைக் கடந்து காவல் நிலையத்திற்குள்ளே செல்லலாம் என்று முடிவெடுத்தோம். இதைக் கேட்பதற்காகத்தான் இதுவரை காத்திருந்ததுபோல ஹமீதிடமிருந்து இந்த யோசனை வந்த உடனே நான் எழுந்து நடக்கத் தொடங்கினேன். என்னால் இதற்குமேல் காத்திருக்க முடியவில்லை. குறுக்காக இருந்த நீளமான இரும்புக் கம்பியை நாங்கள் கடந்தபொழுது ஓதிக்கொண்டிருந்த சென்ட்ரி கண்களை உயர்த்தி எங்களை அழைத்தார். நாங்கள் அருகே சென்று முதீரைப் பார்க்க வேண்டுமென்று அவரிடம் தெரிவித்தோம். எங்களைப் போகச் சொல்லிவிட்டு அவர் மீண்டும் புத்தகத்தில் ஆழ்ந்தார்.

நாங்கள் காவல் நிலையத்திற்கு உள்ளே நுழைந்து நீண்டுகொண்டே சென்ற படிக்கட்டுகளில், குரான் வரிகளைப் பெரிதாகப் பொறித்திருந்த கதவுகளைக் கடந்து, வேகவேகமாக ஏறினோம். அலங்காரம் செய்ததுபோன்று தாள்களைக் குத்திவைத்திருந்த போர்டிற்குக் கீழே அமர்ந்து சில காவலர்கள் சத்தமாக உரையாடியபடி குபூஸ் உண்டுகொண்டும் காஹ்வா அருந்திக்கொண்டும் இருந்ததைக் கண்டோம். நாங்கள் கவுண்டரின் முன்பு அமைதியாக நின்றோம். எங்களைப் பார்த்ததும் ஒரு காவலர் உரையாடலிலிருந்து விடுபட்டு, உணவருந்தியபடியே புருவத்தை உயர்த்தினார்.

நான் கைகளால் எனக்கு அவர் பாஷை தெரியாது என்று சைகை செய்தேன். மற்றொரு காவலர் கையில் காஹ்வா கின்னத்தை ஏந்தியபடி எங்களருகில் எழுந்து வந்து எங்களது பதாகா எங்கே என்று வினவினார். கடைசியில் அந்தக் கேள்வியை ஒருவர் கேட்டேவிட்டார்! நாங்கள் தயக்கமாக, கையறுநிலையில் ‘இல்லை’ என்று தலையசைத்தோம். அவர் மேஜையில் காஹ்வா கின்னத்தை வைத்துவிட்டு, டிராயரைத் திறந்து காகிதக் கைக்குட்டையை எடுத்து கைகளையும் உதடுகளையும் அதில் துடைத்துக்கொண்டார். அவர் உள்ளே சென்றவாறு எங்களிடம் அவரைப் பின்தொடர சைகை செய்தார்.

எங்களை அவர் முதீர் இருந்த அறைக்கு அழைத்துச் செல்ல, நாங்கள் அறைக்குள்ளே நுழையவும் கணினித் திரையைப் பார்த்துக்கொண்டிருந்த முதீர் எங்களைக் கவனித்தார். எங்களை அழைத்துச் சென்ற காவலர் முதீரிடம் எதையோ கூறிவிட்டு எங்களிடம் எதையோ கேட்டார். எங்களுக்கு எதுவும் புரிந்தமாதிரி நாங்கள் காட்டிக்கொள்ளவில்லை. நான்

நடிக்கத் தேவையிருக்கவில்லை, ஏனெனில் உண்மையிலேயே அந்தக் காவலர் கூறியவைகளோ, முதீர் கேட்ட கேள்விகளோ எனக்குப் புரியவில்லைதான். ஆனால் ஹமீத் நடிக்க வேண்டியிருந்தது. அவன் தெளிவாக அரேபிய மொழியில் பேசி நான் கேட்டிருக்கிறேன். மீண்டும் முதீரும் காவலரும் பேசிக்கொண்டார்கள். அந்நேரம் நான் அந்த அறையை அளந்தேன். அதுவொரு பெரிய அலுவல் அறை. சுவர்களில் குரான் வரிகளும், அரசர்களின் ஓவியங்களும் காபாவின் நிழற்படமும் மாட்டப்பட்டிருந்தன. முதீர் அமர்ந்திருந்த இடத்திலிருந்து அவருக்கு இடதுகைப் பக்கம் ஒரு பெரிய தொலைக்காட்சியும், வலதுகை பக்கம் கணினியும் இருந்தன. கொஞ்சம் தள்ளி சோஃபாவும் டீப்பாயும் இருந்தன. டீப்பாயில் இருந்த பூஞ்சாடியில் ஞெகிழி மலர்கள் வைக்கப்பட்டிருந்தன. அதற்கு எதிர்ப்புற சுவரில் இருந்த ஒரு போர்டில் நிறைய புகைப்படங்கள் குத்திவைக்கப்பட்டிருந்தன. நான் அப்புகைப்படங்களைப் பார்த்தேன். தாடி வைத்து, இறந்த மீன்களைப் போன்ற கண்களுடன் அரேபிய உடையில் இருந்த கருப்பர்கள். அவர்களுக்கடியில் இருந்த அரேபிய எழுத்துகள் அவர்களது பெயராக இருக்க வேண்டும். நான்காவது வரியில் இருந்த மூன்றாவது படத்தைக் கண்டவுடன் என் கண்கள் பனிக்கட்டியைப் போல் உறைந்தன. தலையைக் குலுக்கிக்கொண்டு மீண்டுமொருமுறை கவனமாகப் பார்த்தேன். என் இதயம் கனக்க திடீரென்று என்னை ஒரு பயம் பீடித்துக்கொண்டது. என்ன செய்கிறோம் என்று உணராமலேயே போட்டோ ஒட்டப்பட்டிருந்த போர்டை நோக்கி நெருங்கிச் சென்றேன். இப்ராஹிம் காதிரி! என் நெஞ்சில் கைவைத்துக்கொண்டேன்.

‘என்ன? அவனை உனக்குத் தெரியுமா?’ அந்தக் காவலர் என்னிடம் கேட்டார். பயத்தால் தாக்கப்பட்டதாக உணர்ந்தேன். நான் நடந்துகொண்ட விதம் அப்பட்டமாகத் தெரிந்தது. இருந்தும் இல்லை என்று தலையசைத்தேன். முதீர் என்னை அழைக்கவும் அவர் அருகே செல்ல, அவர் எழுந்து என் செவிளில் ஓர் அறைவிட்டார். ஓ! மற்ற செவிள் வழியாக வலி எப்படி ஊடுருவிச் சென்றது என்று எனக்குத்தான் தெரியும். ‘தெரியலேன்னா எதுக்கு போட்டோ கிட்ட போன?’ முதீர் உக்காரமிட்டார். நான் தலையைக் குனிந்து நின்றேன். அவர் என்னிடம் வேறெதுவோ அராபியில் கேட்டார்.

நான் பதிலளிக்கவில்லை. கடைசியில் மீண்டுமொருமுறை என்னை அறைந்துவிட்டு அவர் நாற்காலியில் விழுந்தார். நான் அழவில்லை. ஆனால் ஹமீத் அழுததால் அவனுக்கு அறை விழவில்லை. முதீர், காவலரிடம் சில கட்டளைகளைப் பிறப்பித்தார். நாங்கள் மற்றொரு அறைக்கு அழைத்துச் செல்லப்பட்டு மற்றொரு காவலரிடம் ஒப்படைக்கப்பட்டோம். அவர் பெட்டியைத் திறந்து கைவிலங்குகளை எடுத்து எங்களைப் பூட்டினார். பின்பு அங்கிருந்த பெஞ்சில் எங்களை அமரவைத்தார்.

எங்களைப் போலவே அங்கிருந்த நான்கைந்து பேர்களும் கைவிலங்கோடு இருந்தனர். ஆனால் கைது செய்யப்பட்டதற்காக நாங்கள் மகிழ்ச்சியடைந்ததுபோல் வேறு யாரும் அடைந்திருப்பார்களா என்பது சந்தேகம்தான். மதியம்போல், கைவிலங்குகள் நீக்கப்பட்டு நாங்கள் சிறிய அறையில் அடைக்கப்பட்டோம். மூன்று பேர்கள் கூட இருக்க முடியாத அறையில் ஆறு பேர் அடைக்கப்பட்டிருந்தோம். அங்கிருந்தவர்களில் குமார் என்ற மலையாளியை எனக்கு ஏற்கெனவே தெரிந்திருந்தது. அவன் வேலை செய்த காய்கறி விற்பனைக் கடையின் உரிமையாளர் அவன் திருடியதாகப் புகார் அளித்ததால் கைது செய்யப்பட்டிருந்தான். மற்றொரு அரேபியரும், இரண்டு பாகிஸ்தானிகளும் என்ன குற்றத்திற்காக கைது செய்யப்பட்டிருந்தனர் என்பது எனக்குத் தெரியவில்லை.

மிக அதிகக் கூட்டம் நிறைந்த ரயில் பெட்டியில் இருப்பதுபோல் நாங்கள் அமர்ந்திருந்ததால் எங்கள் யாருக்கும் அன்றிரவு உறக்கம் வரவில்லை. மேலும், இரண்டு அரேபியர்களும் கால்களை நீட்டி வசதியாக அமர்ந்திருக்க மற்றவர்களுக்கு இன்னும் அசௌகரியமாக இருந்தது. இருந்தும், நான் அனுபவித்ததுடன் ஒப்பிட்டால் இச்சிறிய அறை எனக்கு சொர்க்கமாகத் தெரிந்தது.

அடுத்த நாள் காலை டீ அருந்திய பிறகு மீண்டும் கைவிலங்கு பூட்டப்பட்டு ஒரு வாகனத்தில் கொண்டு செல்லப்பட்டோம். ஏற்கெனவே கைவிலங்கு இடப்பட்டு அங்கு அமர்ந்திருந்த சிலர் ஒருவருக்கொருவர் பழக முயன்றனர். அவர்களுக்கு மத்தியில் ஹமீதும் நானும் அமைதியாகத் தலை கவிழ்ந்து அமர்ந்திருந்தோம்.

நீண்ட பயணத்திற்குப் பிறகு, நாட்டின் மிகப்பெரிய சிறையான சுமேசி சிறையின் உள்வளாகத்தில் வண்டி நின்றது. நாட்டின்

பல்வேறு மூலையிலிருந்து வெவ்வேறு பொழுதுகளில் சிறை வளாகத்திற்குள் வந்தபடியிருந்த ஒவ்வொரு வண்டியிலிருந்தும் நூற்றுக்கணக்கான 'குற்றவாளிகள்' இறங்கினர். கேட்க அபத்தமாகத் தோன்றினாலும், எனக்கு அக்காட்சி என் ஊரில் நான் பார்த்த திருமண அரங்குகளை நினைவூட்டியது. கைதானவர்களைப் பார்க்க, திருமண மண்டபத்தில் உலாத்திக்கொண்டிருந்த மாப்பிள்ளையின் உறவினர்கள் போல் இருந்தது. இப்பொழுது நானும் அந்த உறவுக்காரர்களில் ஒருவனாகிவிட்டேன்.

வாகனத்திலிருந்து இறங்கியபின் நாங்கள் வார்டன் அலுவலகத்திற்கு அழைத்துச் செல்லப்பட்டோம். அவ்வலுவலகம் பரபரப்பாக இயங்கியது. நிறையக் காவலர்கள் வருவதும் போவதுமாக இருந்தனர். வக்கீல்கள் வருவதும் போவதுமாக இருந்தனர். முத்தவ்வாக்கள் வருவதும் போவதுமாக இருந்தனர். அரேபியர்களும் வருவதும் போவதுமாக இருந்தனர். பார்ப்பதற்கு நம் நீதிமன்றங்களின் வளாகத்தை எனக்கது நினைவுபடுத்தியது. வார்டன் அலுவலகம் முன்பு இருந்த மிக நீண்ட வரிசையில் கடைசியாக ஹமீதும் நானும் இணைந்துகொண்டோம். எங்களுடன் வந்த காவலாளி எங்களைவிட்டுச் சற்றுத் தள்ளி வராந்தாவின் நிழலில் அமர்ந்துகொண்டார். ஒவ்வொருவராக உள்ளே அழைக்கப்பட, அடி அடியாக நாங்கள் நகர்ந்தோம். இந்த வரிசை எங்களை சிறையில் அடைக்கப்போகிறது என்பதை நான் அறிந்திருந்தேன். அங்கே உள்ளே என்ன நடக்கப்போகிறது என்பதை நினைக்கக் கவலையாக இருந்தது. ஆனாலும் வாக்குச் சாவடியில் நின்று முதல் முறை ஓட்டுப்போடுபவனின் உத்வேகமும் இருந்தது. ஹமீதிடம் நான் நினைத்ததை ஜாடையாகக் கூறினேன்.

மெதுவாக முன்னோக்கி ஊர்ந்து சென்று இறுதியில் நாங்கள் வரிசையின் முதலில் நின்றோம். அதற்குப் பிறகான மூன்று நிமிடங்கள் காத்திருப்பில் சொல்ல முடியாத ஓர் அமைதியின்மையை நான் உணர்ந்தேன்.

என் பெயர் அழைக்கப்பட என்னுடன் வந்திருந்த காவலரும் எழுந்துகொண்டு என்னைப் பின் தொடர்ந்தார். வார்டனுக்கு முன்பு ஒரு பதிவேடு இருந்தது. என்னுடன் வந்த காவலர் கையளித்த தாள்கள் மற்றும் அவர் வழங்கிய சில தகவல்களிலிருந்து சில குறிப்புகள் பதிவேட்டில் குறிக்கப்பட்டன. அப்பக்கத்தின் கீழே இடதுபுற மூலையில்

கையொப்பமிட நான் பணிக்கப்பட்டேன். மேற்கொண்டு மற்றொரு காவலரிடம் நான் அழைத்துச் செல்லப்பட அவர் என் முன்னங்கையில் ஒருவித மையைக் கொண்டு சில அரேபிய எழுத்துகளைப் பச்சைக் குத்தினார். சிறுவனாக இருந்தபோது நான் மதராஸா சென்றிருந்தபடியால் அவை 13858 என்ற எண்கள் என்று என்னால் சுலபமாக அடையாளம் காண முடிந்தது. ஒருவேளை மதராஸா கல்வியின் ஒரே பயனாக இது இருக்கலாம்.

நான் நுழைந்த வரவேற்பறை சுவாரசியமான இடம். முடி திருத்துபவர்கள் ஒரே வரிசையாக ஒரு மூலையிலிருந்து இன்னொரு மூலை வரை அமர்ந்திருந்தனர். கதவருகில் நின்றிருந்த காவலர் அப்பொழுதுதான் இன்னொருவருக்கு சிரைத்து முடித்திருந்த நாவிதரை என்னிடம் அனுப்பினார். இவர்கள் அனைவரும் நினைத்துப்பார்க்க இயலாத வேகத்துடன் வேலை பார்த்தனர். ஒருவர் தன் தலைமீது கத்தரிக்கும் கருவி ஓடுவதை மட்டுமே உணர முடியும். இரண்டு, மிஞ்சிப் போனால் மூன்று நிமிடங்களில் தன் வேலையைக் கச்சிதமாக முடித்தனர்.

என் நாவிதருக்கு முன்னால் நான் தலைகுனிந்து உட்கார்ந்தபொழுது என்னருகில் தன்னுடைய நாவிதருக்கு முன்னால் தலை கவிழ்ந்து உட்கார்ந்திருந்த ஹமீதை என்னால் பார்க்க முடிந்தது. இருவருக்கும் ஏறத்தாழ ஒரே நேரத்தில் வேலை முடிந்தது. நானும் அவனும் ஒருவர் முகத்தை ஒருவர் பார்த்துக்கொண்டோம். இரண்டு மொட்டைத் தலைகள். நாங்கள் சிரித்தோம். பெருந்துயரத்திற்கு இடையில் உண்டான அரிதான ஒரு சிரிப்பு.

பின்பு நாங்கள் பெரிய சிறை வளாகத்திற்குக் கொண்டு செல்லப்பட்டோம். பொதுவாக பெரிய கட்டடம் என்று நாம் நினைத்திருக்கும் அளவைவிட இது பெரியதாக இருந்தது. மிகப் பிரமாண்டமாக இரண்டு மூன்று கிலோமீட்டர்களுக்கு விரிந்து, பலவித கட்டடங்களால் பிரிக்கப்பட்டிருந்தது. ஒவ்வொரு கட்டடமும் அதன் முடிவைப் பார்க்க முடியாத அளவு நீண்டு கொண்டே சென்றது. ஒவ்வொரு தேசத்தைச் சேர்ந்தவர்களுக்கும் ஒவ்வொரு கட்டடம் - அரேபியர்கள், பாகிஸ்தானிகள், சூடானியர்கள், எதியோப்பியர்கள், ஃபிலிப்பினோக்கள், மொரோக்கர்கள், இலங்கையர்கள், மற்றும் இறுதியில் இந்தியர்கள். பெரும்பாலான இந்தியர்கள்

நிச்சயமாக மலையாளிகளாக இருந்தார்கள். இயல்பாகவே நாங்கள் இந்தியர்கள் இருந்த கட்டடத்திற்கு அழைத்துச் செல்லப்பட்டோம். பெரும்பாலும் வழுக்கையுடனும், முள் முடிகளுடனும் இருந்தவர்களே நிரம்பியிருந்தனர். ஒவ்வொருவரும் அங்கு வந்ததைப் பொறுத்து முள்முடியின் அளவு வித்தியாசப்பட்டது. அக்காட்சியைப் பார்க்க நன்றாகத்தான் இருந்தது. வியாழக்கிழமை சந்தையின் பகுதியாக வழுக்கை மண்டைகளைக் காட்சிக்கு வைத்ததுபோல் இருந்தது. எங்கள் கட்டடம் மிகவும் கூட்டமாகவும் குழப்பம் நிறைந்ததாகவும் இருந்தது. சிறை என்பதற்கான அடையாளங்களான ஒழுங்கு, அமைதி, பயம் போன்றவை இங்கே இல்லவே இல்லை.

ஹமீதும் நானும் பரிச்சயமில்லாத ஒரு புது நகரத்திற்கு முதல் தடவையாக வந்திறங்கிய அந்நியர்களைப்போல் அந்தக் கூட்டத்தில் உணர்ந்தோம். இறுதியாக சிறையில்தான் இருக்கிறேன் என்ற உண்மை உறைக்க எனக்குச் சில காலம் பிடித்தது. குறிப்பிட்ட காரணம் எதுவும் இல்லாமல் சிறிது நேரம் அழுதேன். பல தினங்கள் யோசித்து, பிரதிபலித்து, கணக்கிட்டு முடித்தபிறகு சிறைக்கு வருவது என்று உறுதிகொண்டிருந்தேன். கடினமாக இருந்தாலும் என் நிலைமையிலிருந்து தப்பிக்க சிறையே சிறந்த இடம் என்று முடிவுசெய்திருந்தேன்.

ஆம், வாழ வேண்டும் என்ற ஆசையில்தான் நான் சிறைக்கு வந்திருக்கிறேன்.

தானாகவே சிறையில் அடைப்பட முடிவெடுத்திருந்தேன் என்றால் நான் அனுபவித்த கொடுமைகளை உங்களால் கற்பனை செய்ய இயலுமா?

இரண்டு

குறைந்த காலத்திலேயே சிறைக்குள் வழிகள் எங்களுக்குப் பழகிவிட்டன. முதன் முதலில் நாங்கள் வந்தபொழுது பார்த்த குழப்பமும் கூச்சமும் மதிய உணவு இடைவேளைக்குப் பிறகான செயற்பாடுகள். சிறையின் வேலையாட்கள் சாப்பாட்டுத் தட்டுகளைச் சேகரித்துக்கொண்டிருந்தனர். லுஹர் பிரார்த்தனை முடிந்தவுடனேயே இங்கு மதிய உணவு வழங்கப்பட்டது. அன்று நாங்கள் உணவை இழந்துவிட்டோம். இருந்தாலும் நான் அனுபவித்த துயரங்களுடன் ஒப்பிட்டால் ஒருவேளை உணவை இழப்பது குறித்துக் கவலை கொள்வதெல்லாம் நகைப்பானது.

கைதிகள் மதியம் குட்டித்தூக்கத்திற்கு இடையே சோர்வாக உரையாடினர். உண்ட களைப்பில் நிறையப் பேர் உறங்கினர். அந்தக் கட்டடத்தில் கட்டில்களோ, மெத்தைகளோ, பாய்களோ இல்லை. வெறும் தரையில் ஒரு காலி இடத்தைப் பிடிக்க வேண்டும். சொகுசு பழகியவர்களுக்கு அங்கிருந்த சூடு தாங்க முடியாததாக இருந்திருக்கும். சுவர்களில் நல்ல உயரத்தில் பொருத்தப்பட்டிருந்த மூன்று அல்லது நான்கு குளிர் சாதனங்களின் உறுமல் சற்றே ஆறுதலளித்தது.

எங்கள் கட்டடத்தில் குறைந்தது இருநூற்றி ஐம்பது பேர்கள் இருந்திருக்க வேண்டும். கைதிகள் கிடைத்த இடத்தில் படுத்திருப்பதைப் பார்க்க இயற்கை சீற்றத்திற்குப் பிறகு கிடத்தப்பட்ட உயிரிழந்த உடல்களைப்போல் காட்சியளித்தது. தூங்காதவர்கள் வட்டமாக உட்கார்ந்து பேசிக்கொண்டிருந்தனர். புதிதாக வந்த இருவரையும் பார்த்ததும், மலையாளிகளின் கூட்டத்தில் இருந்த ஒருவர் நிமிர்ந்து, 'கவலப்படாதீங்க. நாங்க பெரும்பான்மை மலையாளிகள்தான். பிடிச்ச குழுவில்

இணைஞ்சுக்கோங்க,' என்பதுபோல் பார்த்துவிட்டு மீண்டும் உரையாடலில் கலந்துகொண்டார்.

ஹமீதும் நானும் ஓர் இடத்தைக் கண்டுபிடித்து எந்தக் குழுவிலும் இணையாமல் தனியாக அமர்ந்துகொண்டோம். நீண்ட பயணம் மற்றும் உறக்கமின்மையால் கிட்டத்தட்ட உடனேயே உறங்கிவிட்டோம். ஆனால் விரைவிலேயே அஸர் பிரார்த்தனைக்கான அழைப்பொலி கேட்டது. இங்கேயும் அங்கேயுமாக கைதிகள் மந்தமாக தொழுகைக்கென்று ஒதுக்கப்பட்ட இடம் நோக்கிச் சென்றனர். நாங்களும் இணைந்துகொண்டோம். மற்றவர்களுடன், நாங்களும் காபா இருந்த திசையில் முகத்தைத் திருப்பிக் கருணையான அல்லாவிடம் தொழுதோம்.

பிஸ்மில்லாஹ் அல் ரஹ்மான் அல் ரஹீம்...

தொழுகையின்போது என் கடந்தகால வேதனைகள் எல்லாம் பிரவாகமாகப் பொழிந்தது. என் துயரத்திலிருந்து என்னைக் காப்பாற்றிய, நீண்ட மணற்பரப்பின் கொடிய பயணத்தில் எனக்கு உதவி புரிந்த அல்லாவின் கருணையை நினைத்து மகிழ்ச்சியில் என் கண்களிலிருந்து கண்ணீர் வழிந்தது.

என் எல்லா மகிழ்ச்சிகளையும் துக்கங்களையும் அல்லாவுக்கு சமர்ப்பித்த பிறகு நான் எழுந்துகொள்ள, மணி அடித்தது. துப்புரவாளர்கள் எழுந்து கட்டடத்தின் மற்றொரு மூலையில் இருந்த வரிசையில் இணைந்துகொண்டனர். எதற்கு என்று தெரியாவிட்டாலும் நாங்களும் கூட்டத்தைப் பின் தொடர்ந்தோம். வரிசை நகர நகர, ஒரு பெரிய தேனீர் பாத்திரம் பார்வையில் விழுந்தது. ஒரு கோப்பையை எடுத்துக்கொண்டு, அதில் தேனீர் நிரப்பி, அடுத்த மேஜையிலிருந்து இரண்டு அல்லது மூன்று பிஸ்கெட்டுகள் எடுத்துக்கொண்டு கிடைத்த இடத்தில் அமர்ந்து அமைதியாகப் பருகலாம். தேனீர் குடித்துமுடித்தவுடன் கோப்பையை நன்றாகக் கழுவி அந்த மேஜையில் வைக்க வேண்டும். இது சிறையில் இருப்பது போலவே இல்லை. ஏதோ பேரழிவுக்காலத்து சீர்திருத்த முகாம் போல் இருந்தது. கட்டடத்தின் உள்ளே ஒருவர் சுதந்திரமாக நடக்கலாம், உரையாடலாம். கடந்த மூன்று நான்கு வருடங்களில் நான் இதற்காகத்தான் எதிர்பார்ப்புடன் காத்திருந்தேன் - ஒருவருடன் உரையாடும் வாய்ப்பு. புதிதாகக் கிடைத்த சுதந்திரத்தை சோதித்துப் பார்க்க, நான் ஹமீதுடன்

அளவளாவிக்கொண்டிருந்தேன். அவன் பேச எந்த வாய்ப்பையும் வழங்கவில்லை. பேராசையுடன் பேசினேன். ஒரு நொடிகூட என் நாக்கு வெறுமனே இருக்கவில்லை. என்னை நன்றாக அறிந்து வைத்திருந்த ஹமீத், நான் பேசுவதை அமைதியாகக் காதுகொடுத்துக் கேட்டான். சொன்ன கதையையே அவனிடம் மீண்டும் மீண்டும் சொல்லிக்கொண்டிருந்தேன். ஆனாலும் திருப்தியடையவில்லை.

மாலையில் அருகிலிருந்த இந்தியர்களுக்கான கட்டடத்திலிருந்து ஒருவர் என்னைச் சந்திக்க வந்திருந்தார். இப்பொழுது அவர் பெயர் எனக்கு நினைவில் இல்லை. என்னைப் பார்த்தவுடன் என் கைகளைக் குலுக்கிப் புன்னகைத்தார். 'அல்லா கருணைமிக்கவர்,' என்று தன்னிடமே கூறிக்கொள்வதுபோல் கூறினார். குஞ்சிக்கா கடைக்கு வந்து சேர்ந்தது நான்தானா என்று வினவினார். ஆமாம் என்று தலையசைத்தேன்.

'எனக்குத் தெரியும். உங்களப் பத்திக் கேள்விப்பட்டப்போ உங்கள சந்திக்க அங்க ஒருமுற வந்தேன். நீங்க தூங்கிட்டிருந்ததால எழுப்பல.' மீண்டும் என் கைகளைக் குலுக்கி, 'அல்லா கருணைமிக்கவர். என்னோட உபயதாரர்கூட சின்ன பிணக்கு, ரெண்டு நாளு முன்னாடிதான் இங்க வந்தேன். பரவாயில்ல. குஞ்சிக்கா என்ன பிணையில வெளிய எடுத்துடுவார்.' அவர் பேசிக்கொண்டே சென்றார். அடிக்கடி என் கைகளைப் பிடித்துக்கொண்டு அல்லாவை நூறுமுறையாவது புகழ்ந்தார். நான் அழத் தொடங்கினேன். ஏன் என்று தெரியவில்லை, அவரும் என்னுடன் அழுதார். பின்பு அல்லாவை மீண்டுமொருமுறை புகழ்ந்துவிட்டு அவர் தன்னுடைய பிளாக்கிற்குச் சென்றுவிட்டார்.

அதற்குப் பிறகு அந்தக் கட்டடத்திலிருந்து நிறைய பேர் என்னைச் சந்திக்க வந்தனர். யாரும் என்னிடம் எதுவும் கேட்கவில்லை. என் கதையை அந்த அந்நியரிடமிருந்து அவர்கள் அறிந்திருந்தனர். அவர்களுக்கு என்னைப் பார்க்க வேண்டும், அவ்வளவுதான். அவர்கள் என்னை ஆச்சரியத்துடன் பார்த்தனர். சிலர் என் கைகளைப் பிடித்து ஆறுதல் கூறினர். என்னைப் பார்க்க வந்தவர்களிடமிருந்து என் பிளாக்கில் இருந்தவர்கள் என் கதையைக் கேட்டு அறிந்தனர்.

அவரவர் குழுவிலிருந்து விலகி அந்தக் கட்டடத்தில் இருந்த நிறைய மலையாளிகள் என்னைச் சூழ்ந்துகொண்டனர்.

அவர்களுள் சிலர் என்னை அந்நியனைப் போலவும், சிலர் அதிசயமாகவும், சிலர் வாயைப் பிளந்து ஆச்சரியத்துடனும், சிலர் பாவமாகவும், ஒருசிலர் சந்தேகமாகவும் பார்த்தனர். சில மணி நேரங்களிலேயே சிறையில் இருந்த மலையாளிகள் அனைவருக்கும் பேசுபொருளாக என் கதை ஆகியிருந்ததை அறிந்தேன். தொடர்ந்த நாட்களில் என்னைச் சந்திக்க வந்த நிறையப் பேர், என்னை நீளமாகப் பேச வைத்தனர். நான் யாரையும் காயப்படுத்தாமல், பேச வேண்டும் என்ற என்னுடைய தீராத பசியைப் போக்கிக்கொண்டேன். என் கதையின் ஒவ்வொரு நொடியையும் ஆயிரம் முறைகள் மீண்டும் மனதளவில் தரிசிக்க, என் பாதமும் மனதும் எரியும் மணல் துகள்களில் நடப்பதுபோல் தீப்பற்றி எரிந்ததை உணர்ந்தேன்.

அன்று மாலை மஃரிப் பிரார்த்தனைக்குப் பிறகு இரவு உணவு உண்ண அமர்ந்தபொழுது அங்கிருந்த அனைத்து மலையாளிகளும் என்னுடன் அமர்ந்தனர். அவர்களது அன்புக்கு பதிலாகத் திருப்பித் தர என்னிடம் எதுவுமில்லை, என் கண்ணீரைத் தவிர.

மூன்று

சிறையில் வெவ்வேறு தொழுகைகளுக்குப் பிறகு உணவு அளிக்கப்பட்டது. விடிகாலை சுபுஹ் பிரார்த்தனைக்குப் பிறகு அனைவருக்கும் ஒரு கிளாஸ் பால். ஒன்பது மணிக்கு டீ தயாராகியது, ஒருவர் காலை சிற்றுண்டியான குபூஸ் மற்றும் பருப்பு கொடுக்கப்படும் வரை எப்பொழுது வேண்டுமானாலும் டீ அருந்தலாம். மதியம் லுஹர் தொழுகைக்குப் பிறகு மதிய உணவு வழங்கப்பட்டது. அரேபிய பிரியாணி வகைகளில் ஒன்றான மஜ்பூஸ் அல்லது கப்ஸாவாகவே அது பெரும்பாலும் இருந்தது. பெரிய தட்டுகளில் குறைந்தது பத்து பேராவது சேர்ந்து உண்ணும் அளவு வழங்கப்பட்டது. அரேபிய பாணியில் தட்டைச் சுற்றி அமர்ந்து நாங்கள் உண்டோம். பிரியாணியில் வெவ்வேறான இறைச்சி வழங்கப்பட்டது; ஒன்று சிக்கன், அல்லது மட்டன் அல்லது ஒட்டகம். மட்டன் இருந்த நாட்களில் நான் அந்த உணவைத் தொடமாட்டேன்.

'நடந்தது நடந்துடுச்சு. எல்லாத்தையும் மறந்துட்டு ஏதாவது சாப்பிடு.' 'ஜெயில் மாதிரி நம்ம உடம்ப கவனிச்சுக்க வேறு இடம் கிடைக்காது. இங்க எப்படி வந்தோமோ அது மாதிரியாவது திரும்ப போகனும். நீ திரும்பப் போகும்போது உன்ன பாத்து உன் மனைவிய புலம்ப வெச்சுடாத. நமக்கு என்ன நடந்துதோ அத நாம மட்டும்தான் அனுபவிக்கனும்.' ஹமீத் இதுபோன்று எதையாவது சொல்லி எனக்கு ஆறுதலளிக்க முயன்றான். அந்தக் கருணை மிகுந்த வார்த்தைகள் எனக்கு சமாதானம் அளிக்கவில்லை. மட்டன் என்ற வார்த்தையைக் கேட்டாலே என் கண்கள் பனித்தன.

ஆரம்ப நாட்களில் என் தட்டில் உணவைத் தொட்டுப் பார்த்தபிறகுதான் அது என்ன இறைச்சி என்று என்னால் அறிய முடிந்தது. தெரிந்தபிறகு கையை உதறிவிட்டு எழுந்துச் சென்றுவிடுவேன். பிறகு, முன்கூட்டியே கேட்டு அறிந்துகொண்டேன். மட்டன் வழங்கப்பட்ட நாட்களில் நான் உணவுக்கு அமர்ந்ததுகூட இல்லை. அஸருக்குப் பிறகு வழங்கப்பட்ட டீ மற்றும் பிஸ்கெட்டுடன் நிறுத்திக்கொண்டேன். இரவிலும் இதேபோல்தான். மஃரிப் மற்றும் இஷா பிரார்த்தனைகளுக்குப் பிறகு வழங்கப்பட்ட குபூஸ் மற்றும் இறைச்சியில் மட்டன் இருந்தால் பின்வாங்கிவிடுவேன். ரொம்பவும் பசித்தால் குபூஸை நீரில் நனைத்துச் சாப்பிடுவேன். கறி இல்லாமல் வெறும் குபூஸை சாப்பிட எனக்குக் கடினமாக இல்லை. என் உணவாகப் பல வருடங்கள் இவைதான் இருந்திருக்கின்றன.

சுமேசி சிறை நாம் அடிக்கடி கேட்டறிந்திருந்த ஜெயிலின் குணாதிசயங்களுடன் இல்லை. வளாகத்திற்குள்ளாக நாங்கள் சுதந்திர வாழ்வை வாழ்ந்தோம். ஒருவேளை மிக மோசமான குற்றங்களை இழைத்தவர்கள் வேறு சிறையிலோ வளாகத்திலோ சிறைப்படுத்தப்பட்டிருந்ததால் நாங்கள் சுதந்திரமாக இருந்திருக்கலாம். செங்கல் வளாகத்தில் விசா இல்லாதவர்கள், விசா காலாவதியானவர்கள், பதாகா இல்லாதவர்கள், தொழுகை நேரம் வெளியில் உலாவிய இஸ்லாமியர்கள் அல்லது ரமலான் நோன்பின்பொழுது உணவு சமைத்தவர்கள், பொது இடங்களில் புகை பிடித்தவர்கள், தாந்திரீகங்களில் ஈடுபட்டவர்கள், அல்லது அரேபியர்களுடன் சின்னச் சின்ன சண்டைகளில் ஈடுபட்டவர்கள் போன்ற வகையினரே இருந்தனர். சில்லறைத்தனமான, சிறிய தண்டனை பெற்றவர்கள் அல்லது நாட்டை விட்டு வெளியேற தண்டிக்கப்பட்டவர்களே இருந்தனர்.

என் வாழ்க்கையில் முன்னெப்போதும் இதுமாதிரி கவலையற்று நான் இருந்ததில்லை. குறிப்பிட்ட நேரத்தில் உணவு உண்டோம், தொழுதோம், தேவைக்கும் அதிகமாக உறங்கினோம், எதையாவது யோசித்துகொண்டிருந்தோம், வேண்டியவரை உரையாடினோம், எதிர்காலம் குறித்துக் கனவு கண்டோம். உலகம் எங்களை அறிந்திருக்கவில்லை. நாங்களும் உலகை அறிந்திருக்கவில்லை. அதுதான் சிறையாக இருந்தது.

குளிப்பதற்குப் போதுமான வசதி இல்லாதது மட்டும்தான் ஹமீதின் புகாராக இருந்தது. ஒரு வாரத்திற்குப் பிறகு உடல்

பிசிபிசுப்பாக துர்நாற்றத்துடன் இருப்பதாக அவன் தனக்குள் முனுமுனுத்துக்கொண்டபோது நான் சிரித்தேன். பிறகு, கை விரல்களால் எண்ணினேன். மூன்று வருடங்கள், நான்கு மாதங்கள், ஒன்பது நாட்கள். இதை நினைத்துப் பார்த்து மீண்டும் மீண்டும் சிரித்தேன். ஒருவேளை ஹமீதிற்கு என் சிரிப்பின் அர்த்தம் புரியாமல் இருக்கலாம்.

சிறைக்கு வந்த அனைவரிடமும் என்னுடையதைப் போல் பகிர ஒரு கதை - வலியும், துக்கமும், கண்ணீரும் அறியாமையும், ஆற்றாமையும் நிறைந்த கதை இருந்தது. ஒருவேளை நீங்களும் இதுபோன்ற ஒரு கதையை வேறு எங்கோ கேட்டிருக்கலாம். மற்றவர்களின் வலியை சிறுமைப்படுத்த நான் விரும்பவில்லை. ஒவ்வொருவருக்கும் அவர் கடந்து வந்த பாதை கடினமானதுதான். ஒவ்வொருவரின் இழப்பும் எதையும் ஈடாகக் கொடுத்துவிட முடியாத இழப்புதான். என் வாழ்க்கையில் எனக்கு ஏற்பட்ட துக்கம் சிலரின் துயரங்களை விடவும் குறைவுதான் என்று உணர்ந்திருக்கிறேன். சொல்லப்போனால், சிலருக்கு நடந்த வலிமிகுந்த கதைகளைக் கேட்டே என் துயரத்திலிருந்து நான் மீண்டு, உங்களுக்கு என் கதையைச் சொல்ல முடிகிறது. இல்லையென்றால், என் துயரத்தின் பளு தாளாமல் நான் தற்கொலை செய்துகொண்டிருப்பேன். நம் துயரங்களிலிருந்து வெளிவரும் ஒரே வழி, நம்மைவிடவும் மிக மோசமான தருணங்களைக் கடந்து வந்தவர்களின் கதையைக் கேட்பதுதான்.

★ ★ ★

ஒவ்வொரு வாரமும் சிறையில் அடையாள அணிவகுப்பு நடந்தது. அந்த நாள் மிகுந்த கண்ணீர் நிறைந்ததாக இருக்கும், ஏனெனில் அன்றுதான் அரேபியர்கள் தங்களிடமிருந்து தப்பித்த வேலையாட்களை அடையாளம் காட்ட வருவார்கள். அன்று காலை சிற்றுண்டிக்குப் பிறகு எங்கள் வளாகத்திற்கு வெளியே வரிசையில் நிற்க வைக்கப்பட்டோம். குற்றமிழைத்தவர்களை அடையாளம் காட்டும் சாட்சிகளைப் போல ஒவ்வொரு அரேபியர்களும் எங்கள் முன்பு நடந்தவாறு எங்கள் முகங்களைக் கூர்ந்து கவனிப்பார்கள். ஒவ்வொரு வாரமும் எங்களுக்கு மத்தியில் அதிர்ஷ்டமற்றவர்கள் இருந்தனர். தங்கள் பணியாளை அடையாளம் கண்டுகொண்டதும் அரேபியர்கள் செய்யும் முதல் வேலை காது ஜவ்வு கிழிவதுபோல் ஓர் அறை விடுவதுதான். சிலர் தங்கள் இடுப்புப் பட்டையைக் கழற்றி

கோபம் தணியும் வரை அவர்களை விளாசுவதும் உண்டு. தூரத்திலிருந்து இவற்றைக் கவனிக்கும் காவலர் இவற்றைக் கண்டுகொள்ளக்கூட மாட்டார். இது தெரிந்திருந்ததால், சில கைதிகள் தங்களது உபயதாரர்களை தூரத்தில் கண்டுவிட்டாலே எல்லா தைரியத்தையும் இழந்து அழத் தொடங்கினார்கள். ஒருவன் அனைத்திலும் நிராதரவாக உணரும்பொழுதுதான் எத்தனை கோழையாக மாறுகிறான் என்பதை அறியமுடியும். அவனைப் பொறுத்தவரையில் தான் அனுபவித்தக் கொடுமைகளிலிருந்து சிறைச்சாலை என்பது நிவாரணம் வழங்கும் ஓர் இடமாக இருந்தது. நிறையப் பேருக்குத் தங்களைத் துன்புறுத்திக்கொண்டிருந்த அரேபியர்களிடம் திரும்பச் செல்வது என்பது நினைத்துப் பார்க்க முடியாதது. சிறைச்சாலையை அடைவதற்கு முன்பு எத்தனையோ அடி, உதைகளை அவர்கள் கடந்து வந்திருக்கலாம்.

ஆனால் அரேபியர்களுக்கு இவை குறித்த கருணையோ அக்கறையோ இருந்ததில்லை. ‘என் பணத்தைத் திருடிக்கொண்டு ஓடிவிட்டான்’, ‘என் மகளை மானபங்கம் செய்ய முயற்சி செய்தான்’, ‘என்னைக் கொலை செய்ய முயற்சி செய்தான்’, என்று எதையாவது சத்தமாகக் குற்றம் சாட்டிக்கொண்டே அவர்கள் சிறைக் கைதிகளை மீண்டும் கூட்டிச் சென்றனர். அப்பொழுது சிறைக் கைதிகளின் முகத்தைப் பார்க்க, வெட்டுவதற்காக இழுத்துச் செல்லப்படும் ஆட்டின் முகம்போல இருக்கும். தான் எந்தக் குற்றமும் செய்யாதவன் என்று அவன் கதறும் குரல் சிறைச்சாலையின் மதில்களைத் தாண்டியும் கேட்கும். பாலைவனத்தில் அழும் குரல் அது. அரேபியர்கள் தங்கள் வசதிக்கேற்ப சட்டத்தைப் பயன்படுத்திக்கொண்டனர். அரேபியர்கள் தங்கள் நாட்டின் சிறைச் சாலைகளில் அனுபவித்த சுதந்திரத்தைக்கூட நாங்கள் வேற்று மண்ணில் சிறைக்கு வெளியே அனுபவிக்கவில்லை. அடையாள அணிவகுப்பு நடக்கும் நாட்களில், தங்களிடம் ஏதோவொரு காவல் நிலையத்தில் பதிவு செய்த புகார்க் கடிதம் இருந்தால் சுமேசி சிறையில் எந்த அரேபியராலும் எளிதாகப் போய்வர முடியும். தப்பித்துப்போன அடிமையை அரேபியரால் கண்டுபிடிக்க முடிந்தால் அவனை இழுத்துக்கொண்டு வார்டன் முன்பு நிறுத்தி அவருடைய புகாரை சமர்ப்பிக்கலாம். வழக்கின் தன்மை மாற்றப்படும். சிறையில் ஏதோ சிறிய குற்றத்திற்காக இருந்த மனிதன் மோசமான குற்றவாளியாக்கப்படுவான்.

பின்பு, ஷரியாப்படியோ சட்டப்படியோ அது அணுகப்படும். அரேபியர்கள் தங்களிடம் கைதிகளை ஒப்படைக்க வேண்டும் அல்லது கைதிகள் நாடுகடத்தப்பட வேண்டும் என்றுகூட கோரிக்கை விடுப்பார்கள். இங்கு நாடு கடத்தப்படுவது என்பது வரம், ஆனால் கைதி ஒருவேளை அரேபியரிடம் திரும்பச் செல்ல வேண்டும் என்று கட்டளையிடப்பட்டால், அவன் விதி முடிந்தது.

எனக்கு ஏற்பட்டிருந்த அனுபவத்தில், ஓர் அரேபியர் தன்னிடமிருந்து தப்பித்து ஓடியவரை என்ன செய்வார் என்று நினைத்துப் பார்க்கவே எனக்கு நடுங்கியது. அந்த துரதிர்ஷ்டமானவர்களுக்காக ஒருவரால் செய்யமுடிந்தது அவர்கள் எந்தவிதத் துயரங்களையும் தாங்குவதற்கான சக்தியை வழங்கவேண்டும் என்று அல்லாவிடம் பிரார்த்திப்பது மட்டும்தான்.

அணிவகுப்பு தினங்களில் கட்டடம் ஒருவித பயங்கர அமைதியுடன் இருக்கும். அதுவரை எங்களோடு இருந்து, உணவருந்தி, பேசிச் சிரித்து, விளையாடி, தாய்நாடு திரும்பும் கனவில் இருந்த நண்பர்களை இழந்ததற்காக நாங்கள் துயரம் கொள்வோம். முதன்மைக் கூடாரத்தையும் அதைக் கடந்தும் கேட்கும் அவர்களின் நீண்ட ஓலங்கள் எங்கள் காதுகளில் ஒலித்தபடி இருக்கும். எங்கள் யாராலும் உணவருந்தவோ நீர் பருகவோ உரையாடவோ உறங்கவோ இயலாது. எங்கள் வலி மறையத் தொடங்குவதற்கு முன்னே மீண்டும் மற்றொரு அணிவகுப்பு தினம் வந்துவிடும். அந்த நாள் இன்னும் சில அப்பாவி மனிதர்களுக்கானது. சிறைச்சாலை என்பது அப்படியொன்றும் மகிழ்ச்சியாக நினைத்துப் பார்க்கக்கூடிய இடமில்லைதான்.

மதிய உணவு வரைக்குமான அந்த இரண்டு மணி நேரத்தில் நூற்றுக்கணக்கான அரேபியர்கள் எங்கள் அணிவகுப்பு வரிசையைக் கடந்துசெல்வார்கள். முதல் சில அணிவகுப்பு தினங்களின்பொழுது ஹமீதும் நானும் வெலவெலத்துப்போவோம். இரண்டுமணி நேரங்கள் வலியுடன் கூடிய பயத்தில் கேடு எந்த நொடி எங்களைத் தேடி வரும் என்று தெரியாமல் தவிப்போம். அது வருவதுபோல் தெரியும் நிழல்கூட எங்களுக்குத் தாங்கமுடியாத பதட்டத்தை வழங்கியது. எங்களுக்குத் தெரிந்த யாரும் வரவில்லை என்று உறுதியானதும்தான் பயம் எங்களை விட்டகலும்.

எங்களைச் சுற்றிலும் இருந்த துரதிர்ஷ்டம் நிரம்பியவர்களின் கண்ணீரில் நீந்தி வந்தாலும் இரண்டு மணி நேரத் தவிப்பு முடிந்தபொழுது நாங்கள் பெரும் நிம்மதியடைந்தோம். என் சுயநலத்தை மன்னியுங்கள், என்னைத் தேடி யாரும் வரவில்லையென்று அறிந்தபொழுது நான் மகிழ்ந்தேன். ஒருவேளை மீண்டும் மீண்டும் நடந்ததினாலா என்று தெரியவில்லை, அணிவகுப்பு தினங்களில் பதட்டம் கொஞ்சம் கொஞ்சமாக மறையத் தொடங்கியது. ஒருவேளை என்னைத் தேடி யாரும் வந்திருக்கக்கூடிய குறிப்பிட்ட காலம் முடிந்துவிட்டது என்ற நம்பிக்கையினாலும் இருக்கலாம்.

தன்னுடைய உபயதாரரிடமிருந்து ஒருவன் தப்பித்தால் அவன் பதினைந்து தினங்களில் காவல் கண்காணிப்பின் வலையில் வந்து விழுவான் என்பது விதி. மிஞ்சிப்போனால் ஒரு மாதகாலம் ஆகலாம். இது நடக்கவில்லையென்றால் அவன் பாதுகாப்பான இடத்தை அடைந்துவிட்டான் என்று பொருள். அதற்குப் பிறகு எந்த அரேபியருக்கும் அவனைக் கண்டுபிடிப்பது இயலாத காரியம் என்று கருதப்பட்டது. நிறையப் பேர்கள் எந்த ஆவணங்களும் இல்லாமல் இருந்தனர். இதை அறிந்திருந்ததால் அரேபியர்கள் ஒன்றிரண்டு மாதங்களில் தங்கள் தேடலைக் கைவிட்டுவிடுவர். காவலரிடம் புகார் பதிவு மூடப்படாமல் இருக்கும். இத்தனைக்குப் பிறகும் அவன் கிடைத்தால் அந்த அரேபியர் அதிர்ஷ்டம் கொண்டவர் என்றுதான் சொல்லவேண்டும்.

ஹமீதும் நானும் அந்தக் காலவரையறையைக் கடந்துவிட்டதால் நிம்மதியடைந்தோம். எங்களைத் தேடி யாரும் எப்பொழுதும் வரப்போவதில்லை. வரிசையில் நிற்பது விளையாட்டாகவும் ஒருவித மாற்றாகவும் இருந்தது. இயல்பாகப் பேசிச் சிரித்து ஜோக்குகள் அடித்து அந்த இரண்டு மணி நேரப் பொழுதையும் கடத்தினோம். சூழ்நிலையை இவ்வாறுதான் சமாளிக்க முடிந்தது - எங்களை ஒரு சமயம் விழுங்கிக்கொண்டிருந்த பயத்துடன் சமரசம் செய்துகொண்டோம். நான்கைந்து மாதங்கள் ஜெயிலில் கடத்த நேர்ந்த யாருமே இப்படித்தான் உணர்ந்தார்கள்.

எங்கள் பிளாக் ரயில் நிலையம் போல மக்கள் வருவதும் போவதுமாக இருந்தது. யாரும் நிரந்தரமாக இல்லை. அனைத்துக் கைதிகளும் ஒரே நேரத்தில் வரவில்லை - தனித்தனியாக, வெவ்வேறு காவல் நிலையங்களிலிருந்து, நாட்டின் வெவ்வேறு மூலைகளிலிருந்து வெவ்வேறு தினங்களில்

வெவ்வேறு பொழுதுகளில் வந்தார்கள். மெதுவாக நிறைய பேர் வந்து சேர்ந்ததைக்கூட நாங்கள் சமயங்களில் உணரவில்லை. ஆனால் சிலருடைய பிரிவுகள் ரயில் வந்ததும் காலியாகும் மேடைகளைப்போல உணரச் செய்தது.

அரேபியர்கள் வந்து பார்த்துச் சென்ற மறுதினம் தூதரகம் செல்ல வேண்டிய தினம். தூதரக அலுவலர்கள் சிறைச்சாலைக்கு தத்தம் நாடுகளைச் சார்ந்த கைதிகளை விடுதலை செய்யத் தேவையான கோப்புகளுடன் வந்தனர். முதல் தினம் கண்ணீரின் தினம் என்றால், மறுதினம் மகிழ்ச்சிக்கானது. அன்றைய தினமும் அனைத்துக் கைதிகளும் வரிசையில் நிற்கவைக்கப்படுவார்கள். தூதரக அலுவலர்கள் 'வெளியேறும் சீட்டு' கொடுக்கப்பட்டிருக்கும் கைதிகளின் பெயர்களை கோப்புகளிலிருந்து வாசிக்க வாசிக்க அவர்கள் முன்னே வருவார்கள். அது ஒருவித தவிப்பைத் தரும் காத்திருப்பு. பிரபஞ்ச அழகிக்கான போட்டி அறிவிப்பு வருவதற்கு முன் காத்திருக்கும் அழகிகளின் தவிப்புடன் இதை இணைத்துப்பார்ப்பது எனக்கு உவகையளித்தது. பட்டம் வென்ற பெண்ணின் பெயரை அறிவித்தவுடன் அவர் முகத்தில் தெரியும் மகிழ்ச்சியைப் போலவே இவர்கள் ஒவ்வொருவரின் பெயரை அழைத்ததும் இவர்களுக்கும் மகிழ்ச்சி ஏற்படும். நீண்ட வலிக்கு ஒரு முடிவை வழங்கியது அப்பெயரழைப்பு. ஆனால் யாரும் அதை வெளிக்காட்டிக்கொள்ளவில்லை. எதிர்பார்ப்பும் ஏமாற்றமும் புடைசூழ இன்னும் பலருக்குக் காத்திருப்புத் தொடர்ந்தது. அழைக்கப்பட்ட பெயர்களில் ஒருவர் தன் பெயர் இல்லையென்று அறிந்தால் அது ஏமாற்றத்தைத் தந்தது. மாதக்கணக்காக காத்திருப்பவர்களின் பெயர்கள் அழைக்கப்படவில்லையென்றால் அவர்கள் சமயங்களில் கண்ணீர் விட்டு அழுதனர்.

பெயர்களை அறிவித்துவிட்டு அலுவலர்கள் சிறைச்சாலை அலுவலகத்திற்குள் கோப்புகள் தயார் செய்யச் செல்லும் அந்த ஐந்து நிமிடங்கள் எங்களது பிரியாவிடைக்கானது. ஒருவருடன் ஒருவர் இணைந்து கழித்த நாட்களைக் கனிவுடன் நினைவுகூர்ந்து ஒருவரின் வலியை மற்றொருவருடன் பகிர்வதற்கான நேரம். இருந்தாலும், அங்கிருந்து விடைபெற முடியாதவர்கள், விடைபெற்றவர்களுக்கு உண்மையான மகிழ்ச்சியுடன் பிரியாவிடை அளித்தனர். நிறையப்பேருக்கு பிரியாவிடை வழங்க இயலாமல்போகும். அதற்குள் போலீஸ்காரரின்

விசில் சத்தம் நகரும் ரயிலுக்காக ஒலிப்பதுபோல் ஒலிக்கத் தொடங்கும். அழைக்கப்பட்டவர்கள் அனைவரும் வெளியே ஓடுவார்கள். சிறையை விட்டுச் செல்லும் தருணம் காவலரின் இடுப்புப் பட்டை தன் முதுகைப் பதம் பார்ப்பதை யார் தான் விரும்புவார்கள்?

நான்கு

நிறைய நாட்கள் இதுபோலவே சிறைச்சாலையில் கழிய என் இதயத்தில் ஓர் ஆழமான பயம் குடிகொண்டது. எங்களுக்கு முன்பு வந்தவர்களும் பின்பு வந்தவர்களும்கூட தாய்நாட்டிற்குத் திரும்பிவிட்டனர். என் கோப்புகள் மட்டும் இன்னும் தயாரிக்கப்படவில்லை. விடுதலை பெற்றவர்களிடம் கடவுச்சீட்டோ மற்ற ஆவணங்களோ இருந்தன என்று எனக்குத் தெரியும். என் விடுதலைக் கோப்புகள் அவர்களுடையதைப் போலவே விரைவில் தயாரிக்கப்படவேண்டும் என்று நினைப்பதில் நியாயமில்லை. இருந்தும் ஒருவருக்கு ஆவணங்களைத் தயார்செய்யவும் ஒரு குறிப்பிட்ட காலவரைதான் தேவைப்பட்டது. நான் சிறைக்கு வந்து நான்கைந்து மாதங்கள் ஏற்கெனவே ஆகிவிட்டன. என்னுடைய ஒரே ஆறுதல் என் துக்கத்தைப் பகிர்ந்துகொள்ள என்னுடன் ஹமீத் இருக்கிறான் என்பது மட்டுமே. அவனுடைய ஆவணங்களும் இதுவரை தயாரிக்கப்படவில்லை.

ஒவ்வொரு வாரமும் தூதரக அதிகாரிகள் வரும்பொழுது பெரிய எதிர்ப்பார்ப்புடனும் அவர்கள் சென்றபிறகு பெரிய ஏமாற்றத்துடனும் இருந்தோம். குஞ்சிக்கா தான் மற்றனைத்தையும் கவனித்துகொள்வதாகக் கூறி என்னைப் போலீஸிடம் சரணடையச் சொன்னதால்தான் நானும் சரணடைந்திருந்தேன். அனைத்தும் கவனித்துக்கொள்ளப்படும். நான் குஞ்சிக்காவை நம்ப வேண்டும். என் அல்லாவே... குஞ்சிக்காவை நம்பவில்லையென்றால் நான் வேறு யாரை நம்புவது? என் துயரத்தின் காரணமாக உங்கள் பெயரில் அவர் எனக்கு இதுவரை செய்திருந்த உபகாரங்களை மறந்து அரை

நொடிதான் என்றாலும் அவரை சந்தேகம் கொண்டதற்காக என்னை மன்னியுங்கள்.

இவை தூதரகப் பிரச்சனைகள். அனைத்தும் அதற்குரிய நேரத்தில்தான் நடக்கும். நான் பொறுமையாக நீண்ட காலம் காத்திருந்தாகிவிட்டது. இன்னும் ஒன்றிரண்டு தினங்கள் காத்திருப்பதில் என்னவாகிவிடப்போகிறது? அல்லாவின் கருணையில் அவர் எனக்காகக் கொடுத்திருக்கும் நேரம் இன்னும் கனியவில்லை. இந்தத் தாமதத்திற்கு இது மட்டுமே ஏற்கக்கூடிய பதில்.

அரேபியர்கள் சிறைச்சாலைக்கு வாரத்தில் ஒருநாள் வரக்கூடிய தினம் அன்று. ஹமீதும் நானும் ஏற்கெனவே சிறையில் அனுபவம் பெற்றவர்களாக இருந்தோம். புதிதாக வந்திருந்தவர்கள் அரேபியர்கள் குறித்து கவலைக்கொள்ள அவர்களைக் கடந்து வரிசையின் இறுதியில் இணைந்த ஹமீதும் நானும் அவர்களுக்கு ஆறுதல் கூறினோம். அதற்குள் நாங்கள் காவலர்களுக்குப் பரிச்சயப்பட்டிருந்தோம். என் கதையைக் கேட்டு அவர்கள் என் மீது கருணை கொண்டிருந்தார்கள் என்று நினைத்தேன். அதனால் புதிதாக வந்திருந்தவர்கள் அளவிற்கு எங்களைக் கட்டுப்படுத்தத் தேவையிருக்கவில்லை. வரிசையில் நின்றிருந்த பொழுது பாரபட்சம் பாராமல் பேசிச் சிரித்து மற்றவர்களைக் குறித்து நகைச்சுவை செய்வது எங்கள் வழக்கமானது.

நான் எதுவோ சொல்லிக்கொண்டிருக்க ஹமீதின் முகம் மாறியது. ஆச்சரியப்பட்டு நான் கேள்வியுடன் அவன் முகத்தைப் பார்த்தேன். சில நொடிகளுக்கு அவன் அப்படியே நின்றவாறிருந்தான். 'ஓ, நஜீப்...' மெல்லிய குரலில் அழுதான். அந்த அழுகையில் பலவித உணர்வுகள் - துக்கம், அச்சம், வேதனை, வலி என்று கலந்திருந்தன. அத்தருணம்தான் ஒரே அழுகையில் இத்தனை உணர்வுகளும் சேர்ந்து ஒன்றாக வெளிவரக்கூடும் என்று நான் அறிந்தேன். உலகில் உள்ள எந்தக் கலைஞனும் படைக்க முடியாத வாழ்க்கையின் நிதர்சனங்களில் ஒன்று அது.

ஹமீத் வேறெதுவும் சொல்லத்தேவையிருக்கவில்லை. அவன் கண்கள் உறைந்துபோயிருந்த இடத்தில் என் பார்வையைத் திருப்பினேன். ஓர் அரேபியர் எங்களை நோக்கி வந்துகொண்டிருந்தார். அவர் எங்களை வந்தடைவதற்கு முன்பே

ஹமீத் அலறினான். அதனாலேயே அந்த அரேபியருக்குத் தன் இரையைத் தேடி வேறெங்கும் பார்க்கத் தேவையிருக்கவில்லை. அவர் தேடிவந்த ஒன்று அவர் கண் முன்னே பெருங்குரலில் அழுது கொண்டிருந்தது.

ஹமீதைப் பார்த்ததுமே சிறுத்தை ஒன்று தன் இரைமீது பாய்வதுபோல் பாய்ந்து அவனைத் தொடர்ந்து தாக்கினார். அவனைத் தன் கைகளாலும், பெல்டாலும், தன் குத்ராவைக் கட்டியிருந்த ஈகாலாலும் அவர் கோபம் தனியும்வரை அடித்தார். அங்கிருந்த மற்றவர்களைப்போல என்னாலும் அதைப்பார்த்து அழத்தான் முடிந்தது.

'எனக்கு வீட்டுக்கு போகனும். என்னால் அங்க ஒரு நொடி கூட இருக்க முடியாது. என்னப் போக விடுங்க... ப்ளீஸ் என்ன விடுங்க... என்ன விடுங்க...' ஹமீத் அலற அலற அந்த அரேபியர் அவனை வார்டன் இருந்த அறைக்கு இழுத்துச் சென்றார்.

அன்றுதான் நான் கடைசியாக ஹமீதைப் பார்த்தது. அவனுக்கு என்ன நடந்தது என்று அறிய விரும்பினாலும் அவன் எங்கிருக்கிறான் என்று தெரியவில்லை. முழுமைபெறாமல் இப்படி எத்தனை எத்தனை வாழ்க்கை முடிந்திருக்கின்றன! இன்னொருவரிடம் தன் கதையைக் கூறக்கூட முடியாமல் தொலைந்துபோகும் பாவப்பட்ட ஜீவன்கள்.

சில நாட்களே பழக்கம், ஆழ்ந்த நட்பு - என்னைப் பொறுத்தவரையில் இவைதான் ஹமீத் எனக்கு. ஒரு பண்ணையில் விடிகாலையிலிருந்து இரவுவரை உழைத்தும் மிகக்குறைந்த கூலிக்கு சித்திரவதைப்படுத்தப்பட்டான். தன்னால் இனி முடியவே முடியாது என்றுணர்ந்தபொழுது அங்கிருந்து ஓடிவிட்டான். சிறையை அடைந்தபொழுது ஹமீத் என்னைவிட நான்கு மடங்கு மகிழ்ச்சியிலிருந்தான். அரசாங்கப் பாதுகாப்பில் வந்துவிட்டால் இனி அந்த அரேபியர் தன்னைத் தேடி வரமுடியாது என்று தீர்க்கமாக நம்பினான். ஆனால் எவ்வளவு சீக்கிரம் உலகம் தலைகீழாக மாறுகிறது! அன்றைய தினம் ஒட்டு மொத்த பிளாக்கும் அமைதியாக இருந்தது. அவனை அனைவருக்கும் பிடித்திருந்தது. ஒவ்வொருவரும் தனக்கு வேண்டப்பட்டவர்கள் என்பதுபோல் அவர்களுடன் பழகினான். நல்ல நகைச்சுவையாகப் பேசினான். அங்கிருந்த பலருக்கு ஓர் அண்ணனைப்போல் இருந்தான். கடைசியில் அவன் கதறுவதை

நாங்கள் பார்த்துக்கொண்டிருக்க இழுத்துச் செல்லப்பட்டான். சமீபத்தில் இத்தனைப் பெரியதாக அழுது தன் அரேபியருடன் செல்ல மறுத்த வேறு யாரையும் நான் அறியவில்லை.

மறுநாள் நடந்ததுதான் இன்னும் அதிகமாக எங்களைக் காயப்படுத்தியது. தூதரக அலுவலர்களால் அறிவிக்கப்பட்ட பெயர்களில் ஹமீதினுடையதுதான் முதலாவதாக இருந்தது. அல்லாவே, இப்பெயர் கடந்த வாரம் அறிவிக்கப்பட நீங்கள் அனுமதிக்கவில்லை. ஒருவேளை அறிவிக்கப்பட்டிருந்தால் இந்நேரம் ஹமீதின் வாழ்க்கையே மாறி மகிழ்ச்சியாக இருந்திருக்கும். இல்லை, உங்கள் தீர்ப்பை நான் சோதிக்கப்போவதில்லை. அதிலிருக்கும் நியாயத்தில் நான் அசையாத நம்பிக்கைக் கொண்டிருக்கிறேன். அவனிடம் பேசி நீங்கள் அவனுக்கு விதித்திருக்கும் துயரக்காலம் இன்னும் முடியவில்லை என்று அவனை நம்பச் செய்ய வேண்டும்.

ஹமீத் போன பிறகு சிறையில் நான் தனிமையாக உணரத் தொடங்கினேன். புதிதாக வந்தவர்களுடன் என்னால் அவ்வளவு நட்புடன் பழக முடியவில்லை. ஒரு மூலையில் சென்றமர்ந்துகொண்டு யாருடனும் அதிகம் பேசாமல் இருந்தேன். சரியாக உணவு உட்கொள்ளவில்லை. சொல்லப்போனால், நிறைய தினங்கள் நான் எதுவும் உண்ணவில்லை. ஹமீதை இழந்தது என் மகிழ்ச்சியையே இழந்தது மாதிரி இருந்தது. தவிப்புடன் காத்திருந்து தூதரக அலுவலர்கள் வரும்பொழுதெல்லாம் குறுகிய காலத்திற்கு ஆசுவாசம்கொண்டேன். அவர்களை அணுகி எங்கள் கோப்புகள் குறித்துக் கேட்கும்பொழுதெல்லாம் அவர்கள் சிலரது கோப்புகளை செயற்படுத்துவதில் இருக்கும் பிரச்சனைகள் குறித்துக் கதைகளாகக் கூறுவார்கள். ஒவ்வொரு முறை அவர்கள் செல்லும்பொழுதும் எங்களுக்கு நம்பிக்கையளிக்கும் வகையில் வரும் வாரம் எல்லாம் தயாராகிவிடும் என்று கூறிச் சென்றனர். இவ்வாறாக என்னை நம்பிக்கையில் இருத்திக்கொண்டும் ஏமாற்றத்தில் கரைத்துக்கொண்டும் வாழ்க்கைச் சுழலைக் கடத்தினேன்.

இவ்வாறாக எத்தனையோ தினங்கள் கழிய மற்றொரு அணிவகுப்பு தினமும் வந்தது. வரிசையில் குறிப்பிடும்படியான பயமோ தவிப்போ இல்லாமல் நின்றுகொண்டிருந்தேன். எங்களைக் கடந்து நிறைய அரேபியர்கள் சென்று கொண்டிருந்தனர். திடீரென்று ஒரு முகம் வரிசையின்

இன்னொரு முடிவில் தெரிந்தது. அந்த முகம் பார்வைக்குள் விழ என்னுள் இடியிறங்கியது. சில தினங்கள் முன்பு ஹமீத் அழைத்ததுபோல் நான் அல்லாவை அழைத்தேன்.

என்னைத் தேடி வரப்போவதில்லை என்று யாரை நான் உறுதியாக நம்பினேனோ அந்த அர்பாப்தான் அது. அர்பாப்! நான்கு வருடங்கள் முன்பு ரியாத் விமான நிலையத்தில் நான் முதன்முறை சந்தித்த அதே அர்பாப். எனக்கு பயத்தில் மயக்கம் வந்தது. கீழே விழக்கூடும் என்ற பயத்தில் வரிசையில் அடுத்து நின்றிருந்தவரின் கைகளைப் பற்றிக்கொண்டேன்.

பாலைவனம்

ஐந்து

வளைகுடா நிலப்பரப்பில் ஈராக்குடனான முதல் போர் கிளப்பியிருந்த கருத்து வேறுபாட்டின் புழுதி ஒருவாறு அடங்கியிருந்தது. குறுகிய காலம் நிலவிய மந்த நிலைக்குப் பிறகு எண்ணெய் சாம்ராஜ்யங்களின் வேலைவாய்ப்புகளில் மீண்டும் ஒரு திடீர் ஏற்றம் தெரிந்தது. கருவட்டாவிலிருந்த நண்பர் ஒருவர் சாதாரணமாக விசா ஒன்று விலைக்கு இருக்கிறது என்று சொல்லப்போக அதுவரை அறிந்திராத ஏக்கம் ஒன்று எனக்குள் எழுந்தது. இன்னும் எத்தனை நாள் இந்த வாழ்க்கையில் போராடுவது? ஒருமுறை வெளிநாடு சென்றால்தான் என்ன? நீண்ட காலத்திற்கு அல்ல. எனக்கு அவ்வளவு பேராசையும் இல்லை. சில கடன்களை அடைக்கும் வரையாவது. வீட்டில் இன்னொரு அறை கட்டுவதுவரை. ஆற்றிலிருந்து மணல் அள்ளுவதற்குத் தடை வரப்போகிறது என்ற செய்தி உலவியது. அதுவும் போனால் எனக்கு வேறு என்ன வேலை கிடைக்கும்? பசியுடன் காலம் தள்ள முடியுமா? கடந்த காலத்தில் தள்ளியிருக்கிறேன். ஆனால் இப்பொழுது நிலைமை வேறு. உம்மாவின் வற்புறுத்தலின் பேரில் இப்பொழுது எனக்குத் திருமணமாகிவிட்டது. என் மனைவி நான்கு மாத கர்ப்பிணி. மணற்குன்றைப்போல செலவுகளும் குவிந்துவிடுகின்றன. நீரில் அதிகம் இருக்கத் தேவையிருப்பதாலோ என்னவோ இப்பொழுதெல்லாம் எனக்கு மீண்டும் மீண்டும் இருமலும் காய்ச்சலும் வருகின்றன. ஜன்னிக்கு பயந்து யாராவது நீரில் குதிக்காமல் இருக்க முடியுமா? இது அல்லாவிடமிருந்து வந்த வாய்ப்பாகத்தான் இருக்க வேண்டும். நான் இதை வீணடிக்கக்கூடாது.

‘யாருக்காவது போக விருப்பமிருந்தா சொல்லு. என்னோட மச்சான் கிட்டேயிருந்து வந்த தகவல். அவன் இங்க லீவுக்கு வந்திருக்கான். பணம் அனுப்பிச்சா ரெண்டு மாசத்துல விசா கிடைச்சிடும்,’ என் நண்பன் கூறினான். சைனுவின் வற்புறுத்தலால் நான் பாஸ்போர்ட்டிற்கு ஏற்கெனவே விண்ணப்பித்திருந்தது நினைவிற்கு வந்தது.

‘ஆமாம். ஒருத்தங்க இருக்காங்க. வேற யாருக்கும் இப்போதைக்கு தர வேணாம்,’ நான் எதிர்ப்பார்ப்புடன் கூறினேன்.

‘அப்ப நாளைக்கு வீட்டுக்கு வா. சேந்தே என் மச்சுனன பாக்கப் போகலாம். மீதியெல்லாம் அவன் கிட்ட பேசிக்க.’

என் நண்பன் சென்ற பிறகு எனக்கு படபடப்புத் தொடங்கியது. நான் செல்ல வேண்டுமா? செல்லக் கூடாதா?

நீண்ட நேரத்திற்கு எனக்குள் போராட்டமாக இருந்தது. என்னால் அதைச் சமாளிக்க முடியாது என்று தெரிந்த பிறகுதான் சைனுவிடம் கூறினேன். எந்தப் பெண்ணும் மகிழ்வதுபோல் அவளும் மகிழ்ந்தாள். ‘இது அல்லா அனுப்பிய வாய்ப்பு, இக்கா. இத வீணடிக்காதீங்க. எவ்ளோ நாளா நான் என் சகோதரங்க கிட்ட சொல்லிகிட்டிருக்கேன். எதுவும் நடக்கலயே.’

அவளுடைய இரு சகோதரர்களும் வளைகுடாவில் இருந்தார்கள்.

‘ஆனா சைனு, இதுக்கு நிறைய செலவாகும். நம்மகிட்ட...?’

‘நாம மனசு வெச்சா எதுவும் நடக்கும் இக்கா. அங்க போற எல்லாரும் முதல்லயே கைல தேவையான பணத்த வெச்சிருந்தாங்களா என்ன? நீங்க தைரியமா கருவட்டாக்கு போயி அவர பாருங்க.’

அவள் அப்படித்தான். அவள் நாக்கு எப்பொழுதுமே விரக்தியாக ஒரு வார்த்தைக்கூட உதிர்க்காது. மோசமான வறுமையில்கூட ஏதோ கொட்டிக்கிடப்பதுபோல் காட்டிக்கொள்வதில் அவள் கெட்டிக்காரி. பெண்கள் அப்படித்தான் இருக்க வேண்டும்; ரகசியமாக இவளைக் குறித்து நான் பெருமை கொண்டேன்.

மறுநாளே என் நண்பனின் மைத்துனனைக் காணச் சென்றேன். அவர் முப்பதாயிரம் கேட்டார்; அதில் இருபதாயிரத்தை அவர் கல்ஃபிற்குக் கிளம்புவதற்கு முன் இன்னும் இரண்டு வாரங்களில் கொடுக்க வேண்டும். அதை அவர் விசா ஏற்பாடுகளுக்கு

அரேபியரிடம் கொடுக்க வேண்டும். விசா கிடைத்த பிறகு மீதம் பத்தாயிரத்தை பாம்பேயில் உள்ள ஏஜெண்டிடம் டிக்கெட் மற்றும் இதர செலவுகளுக்குக் கொடுக்க வேண்டும். சுலபமாக ஏற்பாடு செய்யக்கூடிய பணம் இல்லை அது. இருந்தும் தைரியமாக சரியென்றேன். சரி.

அடுத்த ஒருவாரம் நான் மேற்கொண்ட போராட்டங்கள் இருக்கிறதே! கல்ஃபில் வேலை பார்ப்பவர்களுக்கு எந்தவொரு உறவினரும் அங்கு இல்லையென்றால் அவர்களுக்கும் இதே கதைதான் இருக்கும். வீட்டையும் சைனுவிடம் தங்கம் என்று இருந்த கொஞ்ச நகையையும் அடகு வைத்தும், மண் அள்ளுபவர்களிடமிருந்து சிறிய அளவில் பணம் பெற்றும், தெரிந்தவர்கள் ஒவ்வொருவரிடமிருந்தும் கடன் வாங்கியும் இறுதியில் மொத்தப் பணத்தையும் தேற்றினேன். 'தேற்றினேன்' என்பதுதான் சரியாக இருக்கும். என் நண்பனின் மைத்துனனிடம் கல்ஃப் கிளம்புவதற்கு முன்தினம் இரவு பணத்தை அளித்தேன். (அபுதாபியில் இருந்த சைனுவின் சகோதரர்களிடம் கேட்டிருக்கலாம். ஆனால் இதுவரை அவர்கள் எனக்கு உதவாததற்காக கோபம்கொண்டு சைனு என்னைத் தடுத்தாள்.)

இரண்டு மாதங்கள் காத்திருப்பிலும் கனவுகளிலும் கழிந்தன. இன்னொரு சுற்று கடன் வாங்குவது தொடங்கியது. ஏஜெண்டுக்குக் கொடுக்க வேண்டிய மீதம் பத்தாயிரம் ஏற்பாடு செய்தாக வேண்டும். அதற்குள் நான் தொடர் கனவுகள் கண்டேன். கல்ஃபில் இருக்கும் பதினான்கு லட்சம் மலையாளிகள் கேரளாவில் இருந்தபோது கண்ட கனவுகளேதான் - தங்க வாட்ச், ஃப்ரிட்ஜ், டிவி, கார், ஏசி, டேப் ரெக்கார்டர், விசிபி, தடியான தங்கச் சங்கிலி. இரவில் சேர்ந்து உறங்கியபொழுது சைனுவிடம் அவற்றைப் பகிர்ந்துகொண்டேன். 'எனக்கு எதுவும் வேண்டாம் இக்கா. நம்ம கொழந்தையோட எதிர்காலத்துக்குத் தேவையான அளவு சேத்ததுக்குப் பிறகு பத்திரமா திரும்பி வந்துடுங்க. என்னோட சகோதரங்க மாதிரி நாம சொத்து சேக்க வேணாம். மாளிகை எதுவும் வேணாம். கூட சேந்து வாழனும். அவ்ளோதான்.'

கல்ஃபிற்குப் போக நினைக்கும் ஒவ்வொரு கணவனிடமும் அவன் மனைவி ஒருவேளை இப்படித்தான் கூறுவார்களாக இருக்கும். இருந்தும், அவர்கள் அங்கே இருபது முப்பது வருடங்கள் கழிக்க நேரிடுகிறதே? என்ன காரணம்?

பாம்பே ஏஜெண்டிடம் இருந்து டெலிகிராம் வந்தது. 'விசா தயாராகிவிட்டது. பாக்கி பணத்துடன் வரவும்.' அன்று நான் அடைந்த மகிழ்ச்சி இருக்கிறதே! எனக்கு முன்பே லட்சக்கணக்கில் வளைகுடா சென்றிருந்த மலையாளிகளைவிடவும் நிச்சயம் அதிகம்தான். நான் சைனுவை அன்றிரவு அணைத்துக் கொண்டிருந்ததைப்போல் வேறு யாரும் அவர்கள் மனைவியை அணைத்திருக்க மாட்டார்கள். ஆனாலும் ஒரு வேதனை மிச்சமிருந்தது. என் மகன்? அல்லது மகள்? குழந்தை பிறக்கும்பொழுது நான் அங்கு இருக்க மாட்டேன். அவள் பிரசவ வலியில் துடிக்கும்பொழுது அவளைத் தடவித் தர நான் அங்கு இருக்க மாட்டேன். அதற்குப் பிராயச்சித்தம்போல் சைனுவின் பெரிய வயிற்றை முத்தமிட்டேன். என் நபீல், என் ஸஃபியா - என் குழந்தைகளுக்காக நான் ஏற்கெனவே தேர்ந்தெடுத்திருந்த பெயர். குஞ்ஞி, சக்கி - அவர்களுக்கான செல்லப் பெயர். என் மகனே... மகளே... பெரிய கண்களைத் திறந்து இந்த உலகத்திற்கு நீங்கள் வரும்பொழுது உப்பா உங்களருகில் இருக்க மாட்டேன். ஆனால் நான் எப்பொழுது திரும்பினாலும் நிறையப் பரிசுகள் வாங்கிவருவேன், சரியா?

அந்த நொடிகளை நினைக்கும்போதெல்லாம் ஏதோ ஒரு நான்காந்தர படத்தின் காட்சியைப் பார்க்கச் சகிக்காமல் குமட்டுவதுபோல் எனக்கு குமட்டல் வரும். திரைப்படக் காட்சிகளைவிடவும் நம் வாழ்க்கையில் சில காட்சிகள் இன்னும் விசித்திரமானவை, இல்லையா?

குருவட்டாவிலிருந்த என் நண்பனைப் பார்த்து விசா கிடைத்த செய்தியைச் சொல்லச் சென்றபொழுதுதான் தனுவாசபுரத்திலிருந்த இன்னொரு பையனுக்கும் குருவட்டா நண்பனின் மைத்துனனிடமிருந்தே விசா கிடைத்திருப்பதையும் நாங்கள் இருவரும் ஒரே கம்பெனிக்கு வேலைக்குச் சேரவிருப்பதையும் அறிந்தேன். எங்கள் இருவருக்குமே அந்த அளவு வெளி உலகத் தொடர்புகள் இல்லை. ஆகையால் இருவரும் இணைந்து செல்வதாக முடிவானது.

ஜயந்தி ஜனதாவில் காயம்குளத்திலிருந்து பாம்பே செல்லும் ரயிலில்தான் அந்த இணைப் பயணியைச் சந்தித்தேன். மீசைகூட அரும்பத் தொடங்கியிராத நல்ல உயரத்தில் மெலிதாக இருந்த குமரன். 'மகனே, ஹக்கீம் இதுவரைக்கும் எங்கயும் போனதில்ல. நீங்கதான அவன்கூட போறது. கொஞ்சம் அவன பாத்துக்கங்க,' ஹக்கீமின் அம்மா ரயில்வண்டியின் ஜன்னலிற்கு வெளியே

கண்ணீருடன் கூறினாள். சைனுவும் உம்மாவும் அழுததை நான் பொருட்படுத்தவில்லை. பொதுவில் அழ எனக்குக் கூச்சமாக இருந்தது.

மகிழ்ச்சியைவிடவும் எனக்குப் படபடப்பு அதிகமாக இருந்தது. என் கஷ்டங்களை நினைத்துப் பார்க்கவும் அதிலிருந்து தோன்றிய பலவிதக் கவலைகள் பயணத்தை நிறைத்தன: பையில் இருக்கும் பணத்தைக் குறித்த கவலை, செல்ல வேண்டிய நகரம் குறித்த கவலை, ஏமாற்று ஏஜென்சிகளைக் குறித்த கவலை, என் நண்பன் சசி ரயில் நிலையத்திற்கு எங்களை அழைத்துச் செல்ல வருவானா என்ற கவலை. மூன்று நாட்களாக எந்தக் கவலையையும் வீணடிக்காமல் பார்த்துக்கொண்டேன். ஹக்கீமின் கவலையையும் சேர்த்து விழுங்கினேன். அவன் இன்னும் ஒரு பாலகன்தான். பயணம் முழுவதும் விளையாடி, சிரித்தபடி வந்துகொண்டிருந்தான்.

பாம்பேயை அடைந்தவுடன் அனைத்துக் கவலைகளும் மறைந்தன. என் குடும்பத்தினரைப்போல எனக்குத் தேவையானதையெல்லாம் சசி கவனித்துக்கொண்டான். பாம்பே மலையாளிகளின் தோழமையை ஒருவர் குறிப்பிட்டே ஆக வேண்டும் - சசி தன் வேலையிலிருந்து எனக்காக இரண்டு தினங்கள் விடுப்பு எடுத்திருந்தான். சசி மற்றும் இன்னும் எட்டு பேர்கள் இருந்த அவனது அறையில் நாங்கள் தங்கினோம். அவர்களுக்கு நாங்கள் அங்கு தங்குவதில் எந்தப் பிரச்சனையும் இருக்கவில்லை. இன்னும் இருவர் இருந்தால்கூட அவர்கள் எதுவும் கூற மாட்டார்கள்போல்தான் இருந்தது. பாம்பே மலையாளிகளிடம்தான் அத்தகைய தாராள குணத்தை ஒருவர் பார்க்க முடியும்.

ஏஜென்சி என்னிடம் விசாவைக் காண்பித்த பிறகுதான் மீதி பணத்தை அவர்களிடம் கொடுத்தேன். இரண்டு வாரங்கள் பாம்பேயில் இருந்தோம். மிக நீண்ட தினங்கள். நேரம் செலவழிய மறுத்த தினங்கள். ஒவ்வொரு நொடியும் ஒரு நூறாண்டுகளாகவும் ஒவ்வொரு தினமும் ஓர் யுகமாகவும் உணர்ந்த தினங்கள்.

சசியும் அவன் நண்பர்களும் வேலைக்குக் கிளம்பியவுடன் ஹக்கீமும் நானும் வெறுமனே சுற்றுவோம். எந்த இடமோ வழியோ தெரியாமல் நடந்தோம். பாம்பே குடிமக்கள் பேசிய மொழி புரியாமல் நகரத்தைச் சுற்றினோம். அது கொஞ்சம்

தைரியமான விஷயம்தான். தாராவிக் குடிசைகள் ஊடாக நடந்தோம். குறுகிய, நீண்ட தெருக்களில் நடந்து அந்தேரி ரயில் நிலையம் அடைந்தோம். நடைவாசிகளின் நெரிசல், பாவ்பாஜி, சர்பத், சசியுடன் பீர், - ஹக்கீமிற்கு சோடா - நடன விடுதிகள், இரவு தாமதமாகத் திரும்புதல் என்று இரண்டு வாரங்கள் கழிந்தன.

இறுதியில் அந்த தினமும் வந்தது. என்னிடம் அத்தனை சாமான்கள் இல்லை. பிள்ளைத்தாச்சி சைனு அன்பு கலந்து செய்துகொடுத்த எலுமிச்சை உறுகாய், கொஞ்சம் உப்பேரி, தன்னால் இயலாதபோதும் உம்மா இடித்துக்கொடுத்த சம்மந்திப்பொடி, நன்னீரில் கிடைத்த மீனில் செய்த கருவாடு, இரண்டு அல்லது மூன்று செட் உடைகள் ('இக்கா, உலகத்துல எல்லாம் கிடைக்கிற இடத்துக்குதான நீங்க போகப்போறீங்க?'), ஒரு துண்டு, இரண்டு குளியல் சோப்புக்கட்டிகள், ஒரு சிறிய பற்பசை டியூப், பல்துலக்கி ஒன்று, பாஸ்போர்ட், டிக்கெட், மற்றும் கொஞ்சம் இந்தியப் பணம். அவ்வளவுதான். ஆனால் ஹக்கீமிடம் பெரிய பை இருந்தது. ஒரு குடும்பத்திற்கு ஒரு நூற்றாண்டு முழுவதும் உண்ணத் தேவையான உணவுகள் அந்தப் பையில் இருக்கக்கூடும் என்று நான் அடிக்கடி நினைத்திருக்கிறேன். சசியும் நானும் இதுகுறித்து அவனை நிறைய சீண்டியிருக்கிறோம், ஆனால் வெறுமனே அவனை அசௌகரியம் கொள்ள வைக்கத்தான்.

ஏர்போர்ட் செல்ல சசியும் அவனது அறையிலிருந்து இன்னொருவரும் துணைக்கு வந்தனர். எல்லா வளைகுடா மலையாளிகளைப்போலவே நாங்களும் அங்குச் சென்றிறங்கி எங்கள் அரேபியரை சந்தித்தவுடனேயே எங்கள் நண்பர்களுக்கு விசா ஏற்பாடு செய்வதாகச் சத்தியம் செய்து கொடுத்தோம். இதற்கு முன்பு பலமுறை இதைக் கேட்டிருப்பதைப் போல அவர்கள் சிரித்தார்கள். இருந்தாலும் நம்பிக்கையின் சிறு கீற்று அவர்கள் இதயத்தில் தோன்றியிருக்கலாம். தங்களது மோசமான வாழ்வை இதைப் போன்ற நம்பிக்கைகளில்தானே பாம்பே மலையாளிகள் தள்ளிக்கொண்டிருக்கிறார்கள்?

என்னை ஒருவாரத்திற்கு கவனித்துக்கொண்டதற்கான நன்றிக்கடனாய் சைனுவின் சகோதரன் முதல் முறை கல்ஃபிலிருந்து திரும்பியபொழுது எனக்கு அன்பளிப்பாக அளித்த கைக்கடிகாரத்தைக் கழட்டி சசியிடம் கொடுத்தேன். ஏர்போர்ட்டிலிருந்த போன் பூத் ஒன்றிலிருந்து வீட்டிற்குத்

தொடர்பு கொள்ள முயன்றேன். அங்கே இருந்த மாப்பிள்ளா ஒருவரது வீட்டில் தொலைபேசி இருந்தது. இறுதியாக லைன் கிடைத்தவுடன் அவர்களிடம் என் குடும்பத்தாருக்கு நான் அழைத்ததைப் பகிரக் கூறினேன்.

ஏர்போர்ட்டில் எதுவும் பிரச்சனை இருக்கவில்லை. இமிகிரேஷனில்தான் கொஞ்சம் கேள்விகள் கேட்கப்பட்டன. எனக்கு ஹிந்தி தெரியாததாலும், அந்த அலுவலருக்கு மலையாளம் தெரியாததாலும் நூறு ரூபாய்த்தாள் ஒன்றை பாஸ்போர்ட்டில் வைத்துத் தர, அந்தப் பிரச்சனை சுலபமாகத் தீர்க்கப்பட்டது. அது ஓர் ஏர்-இந்திய விமானம். பாம்பேயிலிருந்து ரியாத் வரை. நான்கரை மணி நேரப் பயணம். பின்மதியம் 4.30 மணியளவில் 04 ஏப்ரல் 1992ஆம் வருடம் நான் ரியாதில் தரையிறங்கினேன்.

என் கனவின் நகரத்தை அடைந்துவிட்டேன். என்னை தயவுசெய்து வரவேற்கவும். அஹ்லான் வா சஹ்லான்!

ஆறு

ஹக்கீமும் நானும் நாங்கள் கனவு கண்டதைவிட பிரமாண்டமாக இருந்த அதிசய உலகத்திற்கு விமானத்தில் வந்து இறங்கினோம். இன்றைக்கு இருப்பதுபோல் அரேபியர்களின் உலகம் அந்தக் காலத்தில் டிவியிலோ சினிமாவிலோ அவ்வளவாகக் காட்டப்பட்டதில்லை. அங்கு ஏற்கெனவே சென்றிருந்தவர்களின் வாய்வழி வார்த்தை வழியாகத்தான் நான் கற்பனை செய்து வைத்திருந்தேன். அதனால் ஒவ்வொரு அங்குலத்திலும் முழுமையாக செழுமையைக் கொண்டிருந்த நகரத்தைப் பார்க்க வியப்பாக இருந்தது.

எனக்கு பாம்பே என்றால் கவலை ஏற்படுத்தும் நகரம், ரியாத், அதிசயம் ஏற்படுத்தும் நகரம்.

அந்த அதிசய உலகத்தில் என்னால் நீண்ட நேரம் வியக்கும் கண்களுடன் இருக்க முடியவில்லை. இமிகிரேஷன் சம்பிரதாயங்கள் முடிந்து நாங்கள் விமான நிலையத்திற்கு வெளியில் காத்திருந்தோம். யாரும் எங்களை அழைத்துச் செல்ல வராமல் போகவே நாங்கள் கவலை கொண்டோம். எங்களுடன் பயணம் செய்தவர்கள் அனைவரும் அவரவர் நண்பர்கள், உபயதாரர்கள், கம்பெனி ஆட்களுடன் சென்றுவிட்டிருந்தனர். எங்களை அழைத்துச் செல்ல யாரும் வரவில்லை.

பாம்பேயிலிருந்த ஏஜென்ட் எங்களிடம் ஏர்போர்ட்டிற்கு எங்கள் ஸ்பான்சர் வந்து எங்களை அவருடன் அழைத்துச் செல்வார் என்று கூறியிருந்தார். எங்கள் விமானம் ஒரு மணி நேரம் தாமதமாக வந்திறங்கியது. எங்களைத் தேடி வந்துவிட்டு நாங்கள் வராமல் போகவும் அவர் திரும்பிச் சென்றுவிட்டாரா? இத்தனை ஆயிரம் பேர்களுக்கு மத்தியில் எங்கள் இருவரையும்

அவர் எவ்வாறு அடையாளம் காண்பார்? பாஸ்போர்டிலிருக்கும் புகைப்படத்திற்கும் இப்பொழுது இருக்கும் தோற்றத்திற்கும்தான் எத்தனை வேறுபாடு! அதன் மூலம் அடையாளம் காண முடியும் என்று நாங்கள் எதிர்பார்க்க முடியாது. ஒருவேளை நாங்கள் வருகிறோம் என்பதையே மறந்துவிட்டாரா? ஏஜென்சி ஆட்கள் அவர்களுக்குத் தகவல் சொல்ல மறந்துவிட்டார்களா? என் முன்பு கேள்விகள் மலைபோல் குவியத் தொடங்கின. நேரம் செல்லச் செல்ல, மலையின் அடர்த்தியும் கூடியது.

நூற்றுக்கணக்கான அரேபியர்கள் போய்க்கொண்டும் வந்துகொண்டும் இருந்தனர். அண்டார்டிகாவில் இருப்பதுபோலவும் என்னைக் கடந்து சென்றவர்களை கருப்பு மற்றும் வெள்ளை பென்குவின்களாகவும் கற்பனை செய்துகொண்டு விளையாடி என் கவனத்தைத் திசை திருப்பினேன். இறைஞ்சும் பார்வையுடன் ஒவ்வொரு பென்குவின்களின் கண்களையும் நோக்கினேன் (பெண் பென்குவின்களின் முகங்களைப் பார்க்க முடியவில்லை). நான்தான் நீங்கள் தேடும் நஜீப். இந்தச் சிறுவன்தான் நீங்கள் தேடும் ஹக்கீம். ஒவ்வொருவருக்கும் கண்களாலும் உடலசைவாலும் தெரியப்படுத்தினேன். யாரும் என் வேண்டுதலுக்கு செவிசாய்க்கவில்லை. எல்லாரும் கடந்து சென்று அவர்களது பரபரப்பான வாழ்க்கைக்குள் மறைந்தார்கள்.

எங்கள் காத்திருப்பு தொடர்ந்தது. இன்னும் பல விமானங்கள் தரையிறங்க, பல்வேறு தேசங்களிலிருந்து பல்வேறு மொழிகள் பேசிய பயணிகள் தொடர்ந்து வந்துகொண்டேயிருந்தார்கள். அவர்களும் கலைந்துசென்று அவரவர் வாகனங்களில் சென்று மறைந்தார்கள். மஃரிபிலிருந்து தொழுகைக்கான அழைப்பு கேட்க அப்பொழுதுதான் மாலையாகிவிட்டதை நாங்கள் உணர்ந்தோம். தொழுகை முடிந்துகூட யாரும் வராததால் பார்க்க மலையாளியைபோல் இருந்த விமான நிலைய ஊழியர் ஒருவரிடம் சென்று எங்கள் நிலைமையை விவரித்தோம். நான் வேலை பார்க்க வந்திருந்த கம்பெனியின் பெயரைக் கேட்டார் அவர். என்னிடம் பதிலில்லை. எங்கள் ஸ்பான்ஸரின் தொடர்பு எண்ணைக் கேட்டார். ஏஜண்டிடமிருந்து அதைப் பெற நான் மறந்துவிட்டிருந்தேன். உள்ளூரில் யாருடைய தொடர்பு எண்ணாவது தெரியுமா என்று கேட்டார். எனக்கு யாரையும் தெரிந்திருக்கவில்லை. கருவட்டா மைத்துனன் வேலை பார்த்த கம்பெனியின் முகவரி என்னிடம் இருந்தது. அதை

அவரிடம் கொடுத்தேன். அது ரியாதிலிருந்து தொலைதூரம் இருந்தது. அவரால் உதவ முடியவில்லை. 'இன்னும் கொஞ்சம் வெயிட் பண்ணுங்க. நிச்சயமா உங்க அர்பாப் உங்களத் தேடி வருவாரு,' என்று சொல்லிவிட்டுத் தன் வேலையைத் தொடரச் சென்றுவிட்டார். முதன் முதலில் அந்த அரேபிய வார்த்தை 'அர்பாப்'-ஐ நான் அவரிடமிருந்துதான் கேட்டேன்.

அர்பாப்! அர்பாப்! என் மனதிற்குள் மீண்டும் மீண்டும் சொல்லிக்கொண்டேன். மகிழ்ச்சியாக இருந்தது. அமைதியான ஒலிப்பு. யார் அந்த அர்பாப்? அர்பாப் என்றால் என்ன? எதுவாக இருந்தாலும் அந்த அர்பாப் வர வேண்டும், அப்பொழுதுதான் நாங்கள் செல்ல முடியும். அர்பாப், வேகமாக வரவும். எத்தனை நேரம் நாங்கள் காத்திருப்பது. எங்களை இந்த அச்சத்திலிருந்து காப்பாற்றுங்கள். அர்பாப்! அர்பாப்!

மேலும் ஓர் ஒன்றரை மணி நேரம் கழிந்திருக்கும். என்னுடைய ஒரே கைக்கடிகாரத்தையும் நான் சசியிடம் கொடுத்திருந்ததால் சரியான நேரத்தை என்னால் அறிய முடியவில்லை. விமான நிலையத்திற்குள் அலைந்து சரியான நேரத்தை அறிந்துகொள்ளவும் விரும்பவில்லை. அதனால் என்ன பயன்? அதற்குள் அர்பாப் தேடி வந்து திரும்பச் சென்றுவிட்டால் என்ன செய்வது?

விமான நிலையத்திற்கு வெளியே நகரம் இரவிற்குத் தயாராகிக்கொண்டிருந்தது. பயம் எங்களை விழுங்க ஆரம்பித்தது. ஒரு பழைய வாகனம் - காரோ, ஜீப்போ, லாரியோ அல்ல (பல நாட்களுக்குப் பிறகுதான் அது ஒரு 'பிக்-அப்' என்று தெரிந்துகொண்டேன்), விமான நிலையத்தின் முக்கிய நுழைவாயிலருகே, அது வாகனம் நிறுத்துவதற்கான இடமில்லை என்றபொழுதும், சத்தத்துடன் வந்து நிற்க, ஓர் அரேபியர் அதிலிருந்து கீழே குதித்தார். அவரைப் பார்த்த மறுகணமே, ஏன் என்று காரணம் தெரியாவிட்டாலும், நாங்கள் யாருக்காகக் காத்திருக்கிறோமோ அவர்தான் எங்கள் அர்பாப் என்று என் மனம் அனத்தியது. பொறுமையிழந்து முன்னும் பின்னுமாக நடந்துகொண்டிருந்தார் அவர். எங்கள் பார்வை அவரைத் தொடர்ந்தாலும், அவர் எங்களைக் கவனிக்காமல் பதட்டமாக நடந்துகொண்டிருந்தார். எனக்கு அவரிடம் சென்று அவர்தான் எங்கள் அர்பாபா என்று கேட்கத் துணிவில்லை. அப்படியொரு சிந்தனையே ஹக்கீமிற்குத் தோன்றியிருக்காது. எனினும், நான் எந்த மொழியில் அவரிடம் கேட்க? விமான நிலையத்தை

நான்கைந்து முறை சுற்றி வந்ததற்குப் பிறகு அவர் எங்களைக் கண்டார். நாங்கள் அவரை நோக்கி நகர்ந்தோம்.

‘அப்துல்லா?’ அவர் என்னை நோக்கி விரலை நீட்டினார். அத்தனை கொடூரமான குரலை இதற்கு முன்பு நான் கேட்டதில்லை. நான் இல்லையென்று தலையசைத்தேன். ‘அப்துல்லா?’ என்று ஹக்கீமிடமும் அவர் விரலை நீட்டவும் அவனும் இல்லையென்று தலையசைத்தான். பின்பு எதுவோ அரேபிய மொழியில் கேட்டார். அவர் குரலில் கோபம் இருந்தது. நல்ல வேளையாக எனக்கு எதுவும் புரியவில்லை, ஹக்கீமிற்குக் கேட்கவே வேண்டாம். எங்களை விட்டுவிட்டு மீண்டும் அவர் ஏர்ப்போர்ட்டைச் சுற்றினார். அவ்வப்பொழுது யாரெல்லாம் தனியாக நின்றார்களோ அவர்களிடமிருந்து பாஸ்போர்டைப் பிடுங்கிப் பார்த்தார். இறுதியில் அவர் மீண்டும் எங்களிடம் வந்தார். என் கையிலிருந்த பாஸ்போர்டைப் பிடுங்கிப் பரிசோதித்தார். ஹக்கீமுடையதையும் பிடுங்கினார். பின்பு எதுவும் கூறாமல் முன்னே நடந்தார். எங்கள் பைகளைச் சுமந்தபடி நாங்கள் அவரைப் பின் தொடர்ந்தோம்.

அரேபியர்களை அத்தர் போன்ற வாசனை திரவியங்களுடன்தான் நான் கற்பனை செய்து வைத்திருந்தேன். நூற்றுக்கணக்கான அரேபியர்கள் நறுமணம் கமழத்தான் எங்களைக் கடந்தார்கள். கொஞ்ச நேரம் முன்புதான் ஹக்கீமிடம் தினமும் வாசனை திரவியம் பயன்படுத்தும் அரேபியர்களின் மூத்திரத்தில் இருந்துகூட ஒரு புதிய வாசனைத் திரவியத்தைத் தயாரிக்கலாம் என்று ஜோக்கடித்திருந்தேன். ஆனால் என் அர்பாபிடமிருந்து நாற்றம், என்னவென்று விளங்கிக்கொள்ள முடியாத ஒருவகை நாற்றம் அடித்தது. அதுபோல, மற்ற அரேபியர்கள் தூய்மையான, இஸ்திரி போடப்பட்ட வெள்ளைத் துணிகளை அணிந்திருக்க, என் அர்பாபின் உடையோ அழுக்குடனும் நாற்றத்துடனும் இருந்தது.

என்னவாக இருந்தாலும், ஓர் அர்பாப் எனக்காக வந்துவிட்டார். அந்த நினைப்பே என்னை சாந்தப்படுத்தியது. நானும் ஒரு கல்ஃப் என்.ஆர்.ஐ ஆகிவிட்டேன். எனக்கும் அர்பாப் இருக்கிறார். எனக்கு முன்னால் நடக்கும் இதோ இவர்தான் என் கனவுகளின் காவலன், என் ஆசைகளையெல்லாம் நிறைவேற்றும் கண்ணுக்குத் தெரியும் கடவுள். என் அர்பாப்! அர்பாப்! அந்த நொடி வேறு ஒரு வார்த்தையை என்னால் அதிகம் நேசிக்க முடியவில்லை.

ஏழு

அர்பாபின் அத்தனைப் பழமையான வண்டியைப்போல் வேறொன்றை நான் பார்த்ததில்லை. கதவுகளும், முகப்பும், சாயம் உதிர்ந்து, கலகலத்து, துருப்பிடித்து, மோசமான நிலைமையில் இருந்தன. கார் கதவுகளின் தாழ் ஒழுங்காக வேலை செய்யாததால் அவை கயிற்றால் கட்டப்பட்டிருந்தன. இருக்கைகளிலிருந்து ஸ்ப்ரிங் துருத்திக்கொண்டிருந்தது.

வண்டியருகே நாங்கள் வர, அர்பாப் என்னிடமிருந்த பையைப் பிடுங்கி திறந்திருந்த வண்டியின் பின் பக்கம் விட்டெறிந்தார். அர்பாப்! என் அம்மா தயாரித்த மீன் ஊறுகாய்... சைனு செய்த எலுமிச்சை ஊறுகாய்.... என் இதயம் வலித்தது. தன் பையும் பிடுங்கப்படுவதற்கு முன் ஹக்கீம் வண்டியின் பின்னால் அவனே அதை வைத்தான். அவன் பைகளில் இன்னும் நிறைய பாட்டில்கள் இருந்தன - ஊறுகாய்கள், தேங்காய் எண்ணெய் இன்னபிற.

ஓட்டுனர் இருக்கைப் பக்கக் கதவைத் திறந்து உள்ளே குதித்தார் அர்பாப். ஓட்டுனர் இருக்கைக்குப் பக்கத்திலிருந்த இருக்கையில் ஒரேயொருவருக்குத்தான் இடமிருந்தது. அதில் ஹக்கீமும் நானுமா? சமாளித்துத்தான் ஆக வேண்டும். நான் கதவைத் திறக்க முனைந்தபோது அர்பாப் எதையோ கூறியவாறு கத்தினார். பயந்துபோய் நான் பின்னகர்ந்தேன். அர்பாப் பின்பக்கமாகக் கையைக் காண்பித்தார். கதவின் கைப்பிடியைப் பிடித்தவாறு நான் நின்ற இடத்திலேயே அசையாமல் நின்றுகொண்டிருந்தேன். ஏனெனில் எனக்கு அவர் கூறியது எதுவும் விளங்கவில்லை. மீண்டும் எதையோ குறிப்பிட்டு 'யா, அல்லா,' என்று கத்தினார். பின்பு கதவைத்

திறந்து இறங்கி வந்து வேகமாக என் கைகளை பிடித்திழுத்து என்னை வண்டியின் பின்பக்கம் தள்ளிவிட்டார். அதைப் பார்த்து ஹக்கீமும் பின்பக்கம் ஏறிக் குதித்தான். அர்பாப் தன் இருக்கைக்கு விரைந்து சென்று வண்டியைக் கிளப்பினார்.

பின்பக்க வாகனத்தில் இரண்டு மூன்று பெரிய அலுமினிய குண்டான்களும், புற்கட்டுகளும், சில சாக்கு மூட்டைகளும் இருந்தன. பக்கவாட்டுக் கம்பிகளைப் பிடித்துக்கொண்டு நாங்கள் ஒருவாறு அங்கு எங்களை இறுத்திக்கொள்ள முயன்றோம். பழைய வண்டியாக இருந்தாலும் அதன் வேகத்திற்குக் குறைவில்லை என்று தோன்றியது. அதன் இரைச்சல் தாங்க முடியாததாக இருந்தது. இருந்தும் அதன் உண்மையான வேகம் விமான நிலையத்தைக் கடந்து முக்கிய சாலைக்கு வந்ததற்குப் பிறகுதான் தெரிந்தது. நூற்றுக்கணக்கான வாகனங்கள் மனசாட்சியே இல்லாமல் எங்களை வேகமாகக் கடந்து சென்றன. அந்த வண்டி தன்னுடைய சைலன்சர் வெளியிட்ட கரும்புகையை மட்டுமே தாண்டிச் சென்றது.

கல்ஃப் தெருக்களில் என்னுடைய முதல் பயணம். திறந்த வாகனத்தில்தான் அப்பயணம் என்பது வருத்தமாக இருந்தாலும், திறந்திருந்த வண்டியில் பயணம் செய்ததால்தான் என்னால் சாலையின் இருபக்கமும் பிரமாண்டமாக ஒளிர்ந்த கட்டடங்களைத் தடையில்லாமல் கண்டு ரசிக்க முடிந்தது. அர்பாபுடன் முன் பக்கத்தில் அமர்ந்திருந்தால் இந்த அளவு என்னால் கல்ஃபை முழுமையாகப் பார்த்துக் களிக்க முடிந்திருக்குமா? ஏற்கெனவே இருளத் தொடங்கியிருந்ததால் மற்றவர்களால் எங்களைப் பார்க்க முடியவில்லை.

எத்தனை மணி நேரங்கள் அந்தத் திறந்தவெளிப் பயணம் தொடர்ந்தது என்பது தெரியவில்லை. ஹக்கீமிற்கும் தெரியவில்லை. நகரத்தின் வெளிச்சம் மங்கத் தொடங்கியது. நகரத்திலிருந்து பிரிந்து சென்ற நீண்ட வழிப்பாதையில் வண்டி சென்றதை என்னால் உணர முடிந்தது. எங்களைக் கடந்து சென்ற வாகனங்களின் எண்ணிக்கைக் குறையத் தொடங்கியது. விரைவில் விட்டுவிட்டு ஒளிர்ந்த சாலை விளக்குகளின் நியான் வெளிச்சம் மட்டுமே இருந்தது. இன்னும் சிறிது நேரத்தில் பிரதான சாலையிலிருந்து எங்கள் வண்டி விலகிச் சென்றுக்கொண்டிருப்பதை உணர்ந்தேன். நீண்ட இடைவெளியில் இருந்த தெருவிளக்குகள் மட்டுமே சாலை வெளிச்சத்திற்கான ஒரே மூலம். பயணத்தின் ஏதோ ஒரு

புள்ளியில் ஹக்கீம் உறங்கிவிட்டிருந்தான். பாவம் களைத்துப் போயிருப்பான், உறங்கட்டும் என்று நினைத்தேன். எங்கள் பயணம் இப்பொழுது மண் சாலையில் என்று என்னால் உணர முடிந்தது. வெளிச்சம் புழுதிமூட்டமாகப் படர்ந்தது. பின்பு இருள். புழுதியைக் கிளப்பியபடி வாகனம் மணற்குன்றுகளில் விரைந்துகொண்டிருந்தது.

விமானத்தில் அருந்திய சிறிது நீர் மட்டுமே இதுவரை என் வயிற்றுக்குள் சென்றிருந்தது. கிளம்புவதற்கு முன் சசி வற்புறுத்தி சிற்றுண்டி உண்ணக் கூறியிருந்தாலும் என்னால் முடியவில்லை. விமான உணவை எப்படி உண்பது என்று தெரியாததால் விமானத்திலும் எதுவும் உண்ணவில்லை. எனக்குப் பசியில் உயிர்போயிற்று. ஆற்றை ஆழத் தோண்டிக் கடைந்தெடுத்து முடிக்கும்பொழுது ஒருவருக்கு ஏற்படும் பகாசுரப் பசி. இதை நான் ஹக்கீமிடம் விமான நிலையத்தில் கூறியபொழுது பசியில் தான் இறந்துவிடக்கூடும் என்று உணர்வதாகக் கூறினான். அர்பாப் வண்டியை நிறுத்துங்கள், எங்களுக்கு உணவோ நீரோ அளியுங்கள் என்று கத்த வேண்டும் போலிருந்தது. ஆனால் வாயிலிருந்து எதுவும் எழவில்லை. எதுவும் வராது. நான் பயந்திருந்தேன். அர்பாபைக் கோபப்படுத்தக்கூடும் என்ற பயம். அது மட்டுமல்ல, ஓவென்று இருந்த இருளில் எதுவும் உணவு கிடைக்குமா என்று தெரியவில்லை. மண் சாலைகளில் நாங்கள் பயணம் செய்யத் தொடங்கி ஒரு மணி நேரம்போல் கழிந்திருக்கலாம். குலுங்கலிலும் அலுங்கலிலும் என் முதுகு வலிக்கத் தொடங்கியது. கிளம்பிய புழுதியில் மூச்சுவிட சிரமமாக இருந்தது. அல்லாவே, இது என்ன மாதிரியான பயணம் என்று என்னை அறியாமல் அழுதேன்.

அந்த நொடியிலிருந்து பெயர் தெரியாத பயம் ஒன்று வண்டைப்போல் என்னைக் கவ்வத் தொடங்கியது. விளங்கமுடியாத பயம் என்னை ஆட்கொள்ள, நான் கனவுகண்டு ஏங்கிய கல்ஃப் வாழ்க்கையை நோக்கி இந்தப் பயணம் செல்லவில்லை என்று உணரத் தொடங்கினேன். எத்தனையோ பேர்களிடமிருந்து கேட்டு அறிந்திருந்த வளைகுடா வாழ்வுபோல் இது இல்லை. ஏதோ ஓர் ஆபத்து. எதுவும் தெளிவாக இல்லை. ஹக்கீமிடம் எதையாவது பகிர்ந்துகொண்டாலாவது கொஞ்சம் ஆசுவாசமாக இருக்கும். அவனோ ஆழ்ந்த உறக்கத்தில் இருந்தான். உறங்கட்டும். என் கவலைகளை அறிந்தால் அவன் அழத் தொடங்கலாம்.

நேரம் எத்தனை என்பதை அறிய வழியே இல்லை. என் கைக்கடிகாரத்தை சசிக்குக் கொடுத்த நொடியை எண்ணி என்னையே சபித்துக்கொண்டேன். போகட்டும், எத்தும் நேரம் எத்துவோம். நேரத்தை அறிந்துகொண்டு என்ன பயன்? என் அர்பாபின் வாகனத்தில்தானே பயணம் செய்கிறேன். அவர் கையில் என் வாழ்க்கை பாதுகாப்பாக இருந்தது. நேரத்தைக் குறித்து நான் ஏன் கவலைகொள்ள வேண்டும்? புற்கட்டில் மெதுவாகத் தலை சாய்த்துப் படுத்துக்கொண்டேன். வானத்தில் நட்சத்திரங்கள் தங்கள் ஒளியை மறைத்துக்கொண்டு தூங்கிக் கொண்டிருந்தன. நான் அப்படியே படுத்தவாறு வானின் வெறுமையை இலக்கில்லாமல் பார்த்துக்கொண்டிருந்தேன். முடிவில்லாமல் சென்றுகொண்டிருந்த குலுங்கல்களும் இரைச்சல்களும் இணைந்து களைத்திருந்த என் காதுகளுக்கு தாலாட்டாய் அமைந்தன. நான் உறக்கத்தில் விழுந்தேன்.

எட்டு

அர்பாப் என்னை உலுக்கி எழுப்பியபோது காரிருளில் கண்விழித்தேன். எங்கே இருந்தோம் என்றே தெரியவில்லை. அந்த இருளுக்குக் கண்கள் பழக சற்று நேரம் பிடித்தது. ஹக்கீம் இன்னுமே ஆழ்ந்த உறக்கத்தில் இருந்தான். மீண்டும் கோபமாக பக்கவாட்டுக் கம்பிகளில் ஓங்கியடித்து ஒலியெழுப்பினார் அர்பாப். ஹக்கீம் திடுக்கிட்டுக் கண் விழிக்கவும் அர்பாப் அவனை வெளியே வருமாறு சைகை செய்தார். என் பையை எடுத்துக்கொண்டு நான் அர்பாபைப் பின் தொடர, அவர் என்னையல்ல ஹக்கீமை அழைத்ததாகக் கூறினார். இன்னும் அரை உறக்கத்தில் இருந்த ஹக்கீமிற்கு எதுவும் விளங்கவில்லை. வயதான காட்டுப்பூனை கோபத்தில் உறுமுவதுபோல் உறுமினார் அர்பாப்.

ஒன்றும் அறியாத பாவப்பட்ட இரு ஜென்மங்கள் நாங்கள் அர்பாப். ஏன் எங்களிடம் இத்தனைக் கோபம்? எங்களுக்குப் பசிக்கிறது என்று உங்களுக்குத் தெரியுமா, அர்பாப்? சொல்லப்போனால் பசியைவிட தாகம் அதிகம். இதைப் போன்று இத்தனைப் பசியுடன் வாடிய ஒரு தினம்கூட எனக்கு நினைவில்லை. இல்லை, இதற்கு ஏன் அர்பாபைக் குற்றம் சாட்ட வேண்டும்? அவருக்கும் தாகமும் பசியும் இருக்காதா? எங்களைக் கூட்டி வர அவரும் பல மணி நேரங்களுக்கு முன்பே கிளம்பியிருக்க வேண்டும்? நாங்களாவது விமானத்தில் வந்தோம். இவர் இத்தனைப் பழைய வண்டியில் விமான நிலையம் வந்து மீண்டும் திரும்பியிருக்கிறார். விமானத்திலும் இந்த வண்டியிலும் நாங்கள் சிறிதாவது கண்ணயர்ந்தோம். ஆனால் அர்பாப் சுத்தமாக உறங்கவில்லை. எங்களை எங்கள் இடத்திற்குக் கொண்டுபோய்ச் சேர்த்த பிறகுதான் அவர்

கொஞ்சம் உண்டு, நீர் அருந்தி சற்று முதுகைச் சாய்த்து இளைப்பாற முடியும். கோபம் கொள்ளுங்கள், அர்பாப். இன்னுமே அதிகமாக ஆத்திரம் கொள்ளுங்கள். வண்டி நின்றதுகூட தெரியாமல் நாங்கள் உறங்கியதற்காகக் குற்றவுணர்வு கொள்கிறோம்.

ஒரேயொரு மரமோ கட்டடமோகூட இல்லாத திறந்த வெளிக்கு நாங்கள் வந்திருக்கிறோம் என்பதை என்னால் உணர முடிந்தது. வெகு தொலைவில், வரைபடத்தைப் போன்று கருத்திருந்த வானத்தின் கீழே மலைகள் மற்றும் குன்றுகளின் நிழலுருவங்கள் தெரிந்தன. என் இதயத்திலிருந்து ஒரு கேவல் எழுந்தது: அல்லாவே நாங்கள் எங்கே வந்திருக்கிறோம்?

ஹக்கீம் அவனுடைய பையை எடுத்துகொண்டு குதித்தான். இருளில் முன்னால் நடக்கத் தொடங்கினார் அர்பாப். அவருக்கு அந்த இடம் ஏற்கெனவே பழக்கமான ஒன்றாகத் தோன்றியது. தயங்கியவாறு ஹக்கீம் பின் தொடர்ந்தான். நானும் ஹக்கீமும் ஒரே நிறுவனத்தில் வேலை செய்ய வரவில்லையா? நாங்கள் ஒன்றாகத் தங்கி ஒரே வேலைக்குச் செல்வதாகத்தானே ஏற்பாடு? இந்த இருளில் ஹக்கீமை ஏன் அர்பாப் அழைத்து வந்திருக்கிறார்? நான் ஏன் இன்னும் வண்டியில் அமர்த்தப்பட்டிருக்கிறேன்? ஹக்கீமை எங்கே அழைத்துச் செல்கிறார்? அல்லாவே, அவன் உம்மா அவனை என் கவனிப்பின்கீழ் ஒப்படைத்திருந்தாரே? பொறுக்கி அர்பாப், எங்கே ஹக்கீமைக் கொண்டு போகிறாய்? ஒரு முடிவுடன் நான் வண்டியிலிருந்து கீழே குதித்தேன். என் பையை எடுத்துக்கொண்டு அர்பாப் மற்றும் ஹக்கீமைப் பின் தொடர்ந்து ஓடினேன்.

அர்பாப் திரும்பிப் பார்த்தார். அந்த இருளிலும் அவர் கண்கள் கோபத்தில் சிவந்ததை என்னால் பார்க்க முடிந்தது. அவரிடம் எதுவோ மலையாளத்தில் கேட்டேன். அவரது கோபமான சைகைகள் எதுவும் என்னை வண்டிக்குத் திரும்பி அனுப்ப இயலவில்லை. பின்பு தன் பெல்டைக் கழட்டி காற்றில் ஒருமுறை வீசினார். காற்றைக் கிழித்துக் கேட்ட, அந்த ரத்தத்தை உறைய வைக்கும் ஒலி பயங்கரமாக இருந்தது. தயங்கியவாறு நான் வண்டிக்குத் திரும்பினேன்.

திறந்த வெளிகளுக்கென்று காரிருள் இரவுகளிலும் ஒருவித வெளிச்சம் உண்டு. பூமியின் முடிவோ எதுவோ ஒன்றிலிருந்து

வரும் ஒளியின் மிச்சம் வானத்தின் மீது மோதிச் சிதறி ஒளிர்வதுபோல் இருக்கும். அந்த ஒளி கண்களுக்குப் பழகியவுடன் இரும்பு கேட் கொண்ட ஓர் அடைப்பிற்கு முன் அர்பாப் நின்றது தெரிந்தது. தன் உடையிலிருந்த பையிலிருந்து சாவிக்கொத்தை எடுத்து அதிலிருந்த ஒரு சாவியால் அந்த இரும்புக் கதவைத் திறந்து ஹக்கீமை உள்ளே அழைத்துப்போனதைப் பார்த்தேன். உள்ளே என்ன நடக்கிறது என்று தெரிந்துகொள்ளும் ஆவல் இருந்தாலும் அங்கு போதிய வெளிச்சம் இல்லை.

என்னால் உணர முடிந்த ஒன்றே ஒன்று காற்றில் அலைந்த ஒருவித வீச்ச நெடி, அர்பாபிடமிருந்து இருக்கலாம். பாலைவனத்தில் பயணம் செய்து வந்திருக்கிறோம் என்று அறியுமளவிற்கு எனக்கு அறிவு இருந்தது. அது பாலைவனத்தின் நெடியா? பாலைவனங்களுக்கு என்று இப்படியான ஒரு நெடி உண்டா? ஆழ் கடலுக்கு உண்டு என்று கேள்விப்பட்டிருக்கிறேன். காற்று முழுவதும் அந்த நெடியே நிறைந்து இருந்தது. வண்டி நின்றதிலிருந்து என்னால் இந்த நெடியை உணர முடிந்தது. முதலில் வண்டி கிளப்பியிருந்த புழுதியிலிருந்து வந்த நெடி என்று நினைத்தேன். ஆனால் இப்பொழுது அர்பாப், ஹக்கீமை இட்டுச் சென்ற அந்த இரும்பு அடைப்பிலிருந்துதான் வருகிறது என்பது உறுதியானது. எலும்புத் தூளும் சாணமும் கலந்ததுபோன்ற ஒரு நெடி. ஏதாவது எலும்புத் தூள் தயாரிக்கும் தொழிற்சாலைக்கு வந்திருக்கிறோமா? அப்படியானால் கட்டடங்கள் எங்கே? இயந்திரங்கள்? எலும்புக் குவியல்கள்? வெளியேற்றுக் குழாய்? எங்கே? யாருக்குத் தெரியும்?

அர்பாப் திரும்பிவருவதற்காகக் காத்திருந்தேன். ஏதோ ஓர் ஆபத்தான சூழலில் வந்து சிக்கியிருக்கிறோம் என்று உணரவும் பயம் என்னை ஆட்கொள்ளத் தொடங்கியது. ஏதோ ஹக்கீம் முதலில் அர்பாபினால் சிறைப்படுத்தப்பட்டதுபோலவும், என் திருப்பத்திற்காக நான் காத்திருப்பதுபோலவும் தோன்றியது. என்னை ஏதாவது நிலவறையில் போட்டுப் பூட்ட அவருக்கு உத்தேசம் இருக்கலாம். நான் அதற்கு முன் இந்த ஆபத்திலிருந்து தப்பித்து ஓடிவிட வேண்டும். ஆனால் எங்கே? சுற்றிலும் ஒன்றுமில்லாத வெளி மட்டுமே. இந்த நிலப்பரப்பு தெரியாமல் நான் ஓடினால் எந்தத் திக்கும் திசையும் தெரியாமல் அலைந்தே உயிரைவிட நேரிடலாம். எனக்குத் தாகமாகவும் பசியாகவும்

இருந்தது. என்னால் எவ்வளவு தூரம் ஓட முடியும்? ஓட விரும்பி ஆனால் நகரக்கூட முடியாமல் வாகனத்தின் பின்பக்கம் அமர்ந்திருந்தேன்.

சிறிது நேரத்திற்குப் பிறகு அர்பாப் மட்டும் திரும்பி வந்தார். இரும்புக் கேட்டை வெளியிலிருந்து பூட்டினார். நான் வண்டியிலிருந்து எகிறிக் குதித்து அவரிடம் ஓடிச் சென்று ஹக்கீம் குறித்துக் கேட்டேன். என்னை முறைத்துவிட்டு வண்டியை நோக்கி நடந்தார் அர்பாப். நடந்துகொண்டே எதுவோ கூறினார். அது அரேபிய மொழியில் இருந்ததால் என்னால் சுத்தமாக விளங்கிக்கொள்ள முடியவில்லை. அர்பாப் வண்டியில் ஏறினார். வேகமாக, நானும் வாகனத்தின் பின்னால் ஏறி என் இடத்தில் அமர்ந்துகொண்டேன்.

ஒரு கிலோமீட்டர்கூட சென்றிருக்காது, வண்டி மீண்டும் நின்றது. இதுவும் திறந்த வெளிதான். என் பைகளை எடுத்துக்கொண்டு அர்பாபைப் பின்தொடர்ந்து சென்றேன். கொஞ்சம் தூரத்தில் ஒரு சிறிய கூடாரம் தெரிந்தது. இதுதான் அர்பாப் வந்துசேர வேண்டிய இடம் என்று தெரிந்தது. அவாந்தரமான வெளியின் இயற்கை வெளிச்சத்தைத் தவிர வேறு வெளிச்சம் அங்கு இல்லை. நாங்கள் கூடாரத்தை அடைய மற்றொரு அர்பாப், அரேபிய உடையில் இருந்தவர், வெளியே வந்தார். பழங்காலத்து அரேபியக் கதைகளிலிருந்த வேடிக்கையான் அர்பாப் போல் குள்ளமாக இருந்தார். என் அர்பாபைவிடவும் அவரிடமிருந்து இன்னும் மோசமான துர்நாற்றம் வீசியது.

இருவரும் சிறிது நேரம் உரையாடினார்கள். என்னைப் புதிய அர்பாபிடம் ஒப்படைத்துவிட்டு அந்த அர்பாப் தன்னுடைய வண்டிக்குத் திரும்பினார். ஹக்கீமையும் இதுபோல் வேறொரு அர்பாபிடம் ஒப்படைத்திருக்க வேண்டும் என்று நினைக்க சற்றே ஆசுவாசமாக இருந்தது. அவன் ஏதுமறியாச் சிறுவன். அவனை ஏதாவது இருள் நிறைந்த அறையில் அடைத்திருக்கலாம் என்று பயந்திருந்தேன்.

கொட்டகைக்கு வெளியே நீண்ட இரும்பு வேலியைப் பார்க்க முடிந்தது. ஹக்கீம் கூட்டிச் செல்லப்பட்ட வளாகத்திலிருந்து வீசியதுபோல் இங்கும் அந்த வீச்சம் இருந்தது. என்னவென்று கண்டுபிடிக்க முடியாத சில அசைவுகள் தெரிந்தன. அங்கே கையைக் காட்டிவிட்டு என் புதிய அர்பாப் கூடாரத்திற்குள் திரும்பிச் சென்றுவிட்டார்.

நான் துக்கமாக உணர்ந்தேன். என்னிடம் ஒரு வார்த்தை கூடக் கூறாமல் இந்தக் கூடாரத்தின் முன்னால் இத்தனை இருளில் நிற்க வைத்துவிட்டு எப்படி உங்களால் விடைபெற முடிந்தது அர்பாப்? நான் வளைகுடா வந்திருப்பது இதுதான் முதன்முறை என்று உங்களுக்குத் தெரியாதா?

'நீ சாப்பிட்டாயா? உனக்குத் தாகம் எடுக்கிறதா? உனக்குப் பசிக்கிறதா?' குறைந்தது இதையெல்லாமாவது நீங்கள் என்னைக் கேட்டிருக்க வேண்டாமா? நான் தங்கும் இடத்தைக் காண்பித்து, என்னுடன் வேலைபார்க்கவிருப்பவர்களை எனக்கு அறிமுகப்படுத்தியிருக்க வேண்டாமா? நான் கேள்விப்பட்ட அரேபியர்களின் உலகறிந்த உபசரிப்பு இதுதானா? என்ன மாதிரியான அரேபியர் நீங்கள், அர்பாப்? என்னை ஏமாற்றாதீர்கள். என் எதிர்காலம் உங்களிடம்தான் இருக்கிறது. என் கனவுகள் உங்களிடம்தான் இருக்கின்றன. என் நம்பிக்கைகள் உங்களிடம்தான் இருக்கின்றன.

நான் எத்தனை நேரம் அங்கே அதே மாதிரி நின்றிருந்தேன் என்று தெரியவில்லை. அங்கு என்னை விட்டுச் சென்ற அர்பாப் எனக்காக உணவுடன் திரும்பிவருவார் என்று எதிர்பார்த்திருந்தேனா? இருக்கலாம். ஆனால் காத்திருப்பில் அர்த்தமில்லை என்று நான் உணர்ந்ததும் அந்த அர்பாப் கைகாட்டிய இடம் நோக்கி நடக்கத் தொடங்கினேன்.

அங்குதான் நான் தங்க வேண்டிய இடம் இருக்க வேண்டும். ஆனால் அங்கே கட்டடம் என்ன ஒரு சிறு கூடாரம் இருந்ததற்கான அடையாளம் கூட இல்லை. எனக்குள் ஏதோ ஒன்று எரிந்து சாம்பலாகியது. பாலைவனத்தின் நடுவில் ஒரு கூடாரத்தில்தான் அர்பாபே இருக்கப்போகிறார் என்றால் நான் எங்கே இருக்கப்போகிறேன்?

கவலையுடன் அந்த இரும்பு வேலியை ஒட்டி நடந்தேன். அந்த வேலிக்குள் சில நிழலுருவங்கள் அசைந்து, முனகி, குதிப்பதைப் பார்க்க முடிந்தது. என் இருப்பை அங்கீகரிப்பதுபோல் ஒரு கனைப்புச் சத்தம் கேட்டது. அது ஓர் ஆட்டின் கனைப்பு. நான் வேலிக்குள் எட்டிப் பார்த்தேன். ஆடுகள்! நூற்றுக்கணக்கான ஆடுகள்! கடல்போல் அலையலையாய் வரிசையாக ஆடுகள். என்னுள் இடியிறங்குவது போல் தோன்றியது. என் வேலை என்னவென்று எனக்கு ஒருவாறு புரிய ஆரம்பித்தது.

அந்த நொடி என்னை நொந்துப்போகச் செய்த பயத்திற்குப் பிறகு வேலியை ஒட்டியவாறு இலக்கில்லாமல் நடந்தேன். மூன்று நான்கு அடி எடுத்துவைப்பதற்குள்ளாகவே அதை ஒட்டிப் போடப்பட்டிருந்த கட்டில் ஒன்று கண்ணுக்குத் தெரிந்தது. தலையைத் தொங்கப்போட்டப்படி ஒருவன் அதில் அமர்ந்திருந்தான். அந்த உருவத்தைக் கண்டு அதிர்ந்தே போனேன்.

ஒன்பது

நான் நடுங்கியவாறு அந்த உருவத்தை மெதுவாக நெருங்கினேன். காடுகளில் பல வருடங்கள் வாழ்ந்து வருபவன்போல் அவன் முடிகளைக் கத்தையாக வைத்திருந்தான். அவன் தாடி வயிற்றைத் தொட்டது. மிக அழுக்கான அரேபிய உடை உடுத்தியிருந்தான். யாரையும் விட்டு விலகி ஓடச்செய்யும் மோசமான துர்நாற்றம் வேறு. நான் வருவதைப் பார்த்தும்கூட அந்த உருவம் அசையவில்லை. ஒருநொடி குழம்பிப் போனேன். அது மனிதன்தானா அல்லது எதுவும் சிலையா? திடீரென்று எதிர்பாராத நொடி அவன் சிரிக்கத் தொடங்கினான். அது நீளமான கலகலப்பான சிரிப்பாகியது. என்னால் அதன் அர்த்தத்தையோ காரணத்தையோ விளங்கிக்கொள்ள முடியவில்லை. சிறிது நேரம் சிரித்தபிறகு அவன் ஹிந்தியில் எதையோ கூறினான். என் பள்ளிப்படிப்பு ஐந்தாம் வகுப்புடன் முடிந்ததாலும், ஹிந்தி கற்றுகொள்ளும் வாய்ப்பு எனக்கு ஏற்பட்டிராததாலும் அவன் சொன்னது எனக்குப் புரியவில்லை. அந்த ஹிந்தியை விடவும் அரேபிய மொழியே புரிந்துவிடும் போலிருந்தது.

அந்த வார்த்தைகளில் ஒரு பரிதாபவுணர்வு, சோகம், கசப்பு, ஏளனம் இருந்தது. அது இன்று எனக்குப் புரிகிறது: அவன் என் விதியை நினைத்துப் புலம்பியவாறு அழுதுகொண்டிருந்தான். பரிவிற்கு மொழிகள் தேவையா?

பின்பு அந்த உருவம் அப்படியே விலங்கைப்போலச் சரிந்து உறங்கியது. சிறிது நேரத்தில் எனக்குக் குறட்டை ஒலி கேட்டது.

அதற்குள் நான் சிக்கிக்கொண்ட சூழலும் என்னுடைய வேலையும் எனக்கு ஒருவாறு விளங்கத் தொடங்கியது.

இதைப் போன்ற இன்னொரு பயங்கரமான உருவமாக நான் ஆவதை நினைத்து ஒரு கணம் நடுங்கிப்போனேன். அது நடப்பதற்குள் நான் இங்கிருந்து தப்பிக்க வேண்டும். எங்கே? எங்கேயாவது. எப்படி? எப்படியாவது. இப்பொழுது, இந்த நொடியே. அர்பாப் அந்தக் கூடாரத்திற்குள் உறங்கியிருப்பார். இந்த பயங்கர உருவமும் மரக்கட்டையாகக் கிடக்கிறது. யாரும் என்னைப் பார்க்க மாட்டார்கள். நான் ஓடினால்... எவ்வளவு தூரம் ஓட வேண்டும்? எந்தப் பக்கம்? எந்த திசையில்? எந்த இடத்திற்கு? எனக்கு எதுவும் தெரியாது. நகரத்திலிருந்து நாங்கள் பயணம் செய்து வந்திருந்த தொலைவை நினைத்துப் பார்த்த நொடி, நான் வந்து சேர்ந்திருந்த இடத்தைக் குறித்து எனக்குள் பயம் இறங்கியது. அதை நினைத்தே அந்த இடத்தில் கட்டிப்போடப்பட்டேன்.

இருள் முன்னேறியது. பாலைவனத்தின் இரவுக் காற்று நம் ஊரின் மார்கழிக் காற்றின் சில்லிப்பைக் கொண்டிருந்தது. பயணத்தின் களைப்பு கடுமையாகத் தாக்கியதில் பசி, தாகம் குறித்து எதுவும் கூற முடியவில்லை. வீட்டில் இரவு உணவு முடித்து ஒன்பது மணிக்கெலாம் தூங்கும் வழக்கமுள்ளவன். அந்தப் பரந்த வெளியில் படுக்கவோ உட்காரவோகூட இடம் இல்லாமல் நான் மரத்துப்போயிருந்தேன். என் கால்கள் வலிக்கத் தொடங்கவும், அந்த உருவம் படுத்திருந்த கட்டிலின் கால்மாட்டில் என் பையைப் போட்டு அதன் மீது அமர்ந்துகொண்டேன். உம்மாவும் சைனுவும் கட்டிக்கொடுத்த ஊறுகாய்களைக் குறித்தெல்லாம் இனி நினைக்க என்ன இருக்கிறது!

பசியிலும், தாகத்திலும், களைப்பிலும் முழுதாகப் பீடிக்கப்பட்டுக் கிடக்க, இரும்பு வேலிக்கு அருகே ஒரு பெரிய தொட்டியும், அதன் அடியில் இரண்டு மூன்று குழாய்களும் கண்ணுக்குத் தட்டுப்பட்டன. இருளில் ஒன்றைப் பிடித்துக்கொண்டு அதன் தலையைத் திருகினேன். ஆஹ்! குளிர்ந்த நீர் கொட்டியது. பேராசையுடன் அந்த நீரைப் பருகினேன். திருப்தியாக, வயிறு நிறையும் வரை, அன்றைக்கும், மறுநாளைக்கும், அதற்கடுத்த நாட்களுக்குமாக இனி இந்த நீர் கிடைக்காது என்று பயந்தவன்போல. கடவுளே, நான் அடைந்த நிவாரணத்தை என்னவென்று விளக்குவது? களைப்புடன் அத்தொட்டி முன்பு சிறிது நேரம் அமர்ந்திருந்தேன். பின்பு எழுந்துகொண்டு அந்த பயங்கர உருவத்தின் கட்டிலுக்குச்

சென்றேன். அசதி ஆட்கொள்ளவும் என் பையைத் தலையணையாக்கி, மணலிலேயே படுத்துக்கொண்டேன். முதுகு வலித்தது. வெறுமையைப் பார்த்துப் புன்னகைத்தேன். என்னென்னெ கனவுகள் எனக்கிருந்தன! ஏசி கார், ஏசி அறை, பஞ்சு மெத்தை, அதன் முன்பு ஒரு தொலைக்காட்சி! சிரித்துக்கொண்டேன். இந்த நிலையில் வேறு என்ன நான் செய்ய முடியும்? என் கனவுகளுக்கும் இப்பொழுதிருக்கும் சூழலின் நிஜத்திற்கும் இருந்த இடைவெளியை யாராலும் நினைத்துப் பார்க்க முடியாது. கல்ஃபில் என்னுடைய முதல் இரவு படு தோல்வியில் கழிந்தது.

காலையில் நூற்றுக்கணக்கான ஆடுகளின் கனைப்புச் சத்தத்தில் கண் விழித்தேன். சூரியன் இன்னும் எழவில்லை என்றாலும் ஏற்கெனவே நன்றாக வெளிச்சம் வரத் தொடங்கியிருந்தது. மெதுவாக எழுந்தேன். மணலில் படுத்துறங்கியதால் என் உடல் மோசமாக வலித்தது. பையிலிருந்து ஒரு போர்வையை உருவி போர்த்திக்கொண்டது மசமசப்பாக நினைவில் இருந்தது. அது மணலில் கசங்கிக் கிடந்தது. கட்டிலில் இருந்த பயங்கரமான உருவத்தைக் காணவில்லை. அதுவொரு பயங்கரக் கனவாக இருக்கலாம் என்றும் தோன்றியது.

கட்டிலில் அமர்ந்தவாறு சுற்றிப் பார்த்தேன். நான் நினைத்ததைவிடவும் நிறைய ஆடுகள் இருந்தன. மிகப்பெரிய நிலப்பரப்பில் போடப்பட்டிருந்த வேலிக்கு உள்ளே, நிறைய பாகங்களாகப் பிரிக்கப்பட்டிருந்தன. ஒவ்வொன்றிலும் நூற்றுக்கணக்கான ஆடுகள். வேலியைக் கடந்து கீழ்வானம் வரை வெறும் பாலைதான் கண்ணுக்குத் தெரிந்தது. அப்பார்வையில் தட்டுப்பட ஒரு மர நிழல்கூட இல்லை. ஒரு பக்கம் மிகப்பெரிய மலைகள் தெரிந்தன. மற்றபடி திரும்பிய பக்கமெல்லாம் இரண்டு மூன்று ஆண்களின் உயரத்திற்குத் தெரிந்த மணற்குன்றுகள்தான். தட்டையாக இருந்த நிலத்தை ஏற்ற இறக்கமாகக் காண்பித்தன அம்மணற் குன்றுகள்.

சிறிது நேரத்திற்குப் பிறகு, நான் கண்டது கனவில்லை என்பதை நிரூபிப்பதுபோல் அந்த பயங்கர உருவம் ஆடுகளுக்கு இடையில் இருந்து தோன்றியது. அப்பொழுதுதான் அந்த உருவம் எத்தனை மோசமாக இருந்தது என்பதைத் தெளிவாக அருகில் பார்க்க முடிந்தது. அவன் உடலில் செதில் செதிலாகத் தேங்கியிருந்த புழுதி, அவன் தாடியிலும், தலைமயிரிலும் அப்படியே அப்பியிருந்தது. அழுக்கான விரல் நகங்கள்

நீண்டு நெளிந்து வளர்ந்திருந்ததைப் பார்க்கவே பயங்கரமாக இருந்தது. கடைசியாகக் குளித்துக் குறைந்தது ஐந்து வருடங்கள் ஆகியிருக்கலாம். அவன் உடைமாற்றி ஒரு நூற்றாண்டாவது ஆகியிருக்கும். ஒரு நூற்றாண்டு!

அவன் ஓர் அலுமினியப் பாத்திரத்தில் நிரம்பியிருந்த பாலுடன் என்னிடம் வந்தான். அதிலிருந்து கொஞ்சம் பாலைக் கொட்டிய பிறகு என்னிடம் அதை நீட்டி ஹிந்தியில் எதோ கூறினான். அடுப்பில் வைக்கப்பட்டதுபோல் சூடாக இருந்தது. ஆட்டின் அடிப்பகுதி இத்தனைச் சூடாக இருக்குமா என்று வியந்தேன். அவன் என்னைக் குடிக்கத்தான் சொல்கிறான் என்று நினைத்து அப்படியே வாயில் கவிழ்த்துக்கொண்டேன். முதல் நாளிருந்த பசி இன்னுமே வயிற்றைக் கிள்ள அப்படியே முழுவதையும் கவிழ்த்துக்கொண்டேன். அந்த பயங்கர உருவம் என் காதைப் பிடித்து இழுத்து எதுவோ முனுமுனுத்தது. எதையோ கேட்க முனைவதுபோல். ஆத்திரமாகக் கூற முயல்வதுபோல். மொழியின் போதாமையில் அவன் கூறிய வார்த்தைகள் மோதி உடைய, வேறு வழியின்றி என்னிடம் இன்னொருமுறை பால் நிரம்பிய பாத்திரத்தைக் கொடுத்து அதை அர்பாபிடம் கொடுக்குமாறு சைகை செய்தான்.

அர்பாபின் கூடாரத்திற்கு அந்தப் பால் பாத்திரத்துடன் சென்றேன். அந்த பயங்கர உருவத்தைவிடவும் கட்டிலில் படுத்திருந்த இந்த அர்பாப் அத்தனை வித்தியாசமாக இல்லை: அழுக்கும், நாற்றமெடுக்கும் ஆடைகளுமாக குளிப்பதன் அவசியம் அவருக்குத் தெரிந்தது போலவே இல்லை. கட்டிலில் எழுந்து உட்கார்ந்துகொண்டு கொட்டாவிவிட்டார். என்னிடமிருந்து பாத்திரத்தைப் பெற்றுகொண்டு ஒரே மடக்கில் குடித்துமுடித்தார். அந்தப் பாத்திரத்தில் குறைந்தது ஐந்து லிட்டர் பாலாவது இருந்திருக்கும்.

காலிப்பாத்திரத்தைத் திருப்பிக்கொடுத்து என்னிடம் எதுவோ கேட்டார் அந்த அர்பாப். வழக்கம்போல் எனக்கு ஒன்றும் புரியவில்லை. அவரால் முடிந்தவரை அரேபிய மொழியில் என்னிடம் எதுவோ கூறினார். அதிலிருந்து ஒரு வார்த்தை கூட என் தலைக்குள் நுழையவில்லை. கோபமாக, தன் கால்களைத் தரையில் மிதித்தார். இதுவரை நான் அடக்கி வைத்திருந்த துக்கம் அனைத்தும் திடீரென்று கண்ணீராகத் திரண்டு வந்தது. அர்பாப் முன்பு பெருங்குரலெடுத்து ஹோவென்று அழுதேன். நிரம்பி வழிந்த துக்கமும், என்னை நிரப்பியிருந்த பசியும், கோபமும்

காரணமாக இருக்கலாம். 'நான் போக வேண்டும்', 'என்னால் இங்கு இருக்க முடியாது', 'நான் இந்த வேலை செய்ய இங்கே வரவில்லை', என்று கூறிக்கொண்டே அழுதேன். அர்பாபிற்கு நான் கூறியது புரியவில்லையென்றாலும் கூற வேண்டியதைக் கூறுவது என் கடமை என்று நினைத்தேன். நான் அழுவதைப் பார்த்து அவருக்கு என் மீது பரிதாபம் உண்டாகும் என்று நம்பினேன். பதிலாக, என்னைக் கோபத்துடன் கூடாரத்திலிருந்து வெளியே தள்ளினார். அழுதுகொண்டே பயங்கர மனிதனின் கட்டிலில் சென்று அமர்ந்துகொண்டேன். பயங்கர மனிதன் ஏதோ வேலையில் இருந்தான். என்னவென்று எனக்கு அவசியமில்லை. என் மனதிலும் கண்களிலும் கண்ணீர் நிரம்பி வழிந்தது.

எப்பொழுதெல்லாம் அந்த பயங்கர உருவம் ஆட்டு மந்தையுடன் வெளியே வந்து பின்பு மீண்டும் அதன் பின்னால் சென்றானோ, அப்பொழுதெல்லாம் என்னிடம் அவன் எதுவோ கூறினான். நிலைமையை என்னிடம் விளக்க முயல்கிறான் என்ற அளவில் எனக்குப் புரிந்தது. ஒருவேளை எனக்கு ஆறுதல் வழங்கியிருக்கலாம், என்னைப் பார்த்து இரக்கப்பட்டிருக்கலாம். ஆனால் அவன் குரலிலும் முக அசைவுகளிலும் வெளிப்பட்ட சலனமின்மை எனக்கு வியப்பை அளித்தது.

நாள் இன்னும் வெளிச்சமடைந்தது. காலைச் சூரியனின் வெப்பம்கூட தகித்தது. இரும்பு வேலியைத் திறந்து ஆடுகளை வெளியே விட்டு அவற்றின் பின்னால் தொடர்ந்து சென்றது பயங்கர உருவம். நான் தனியாக விடப்பட்டேன்.

என்னை இங்கு நேற்றிரவு விட்டுச் சென்ற என்னுடைய அர்பாப் ஒரு பிக்-அப் வாகனத்தில் அங்கு வந்தார். நேற்று பார்த்த வண்டியைப் போல் இருந்தாலும் அதைவிட நன்றாக, பெரியதாக, ஒரு கூட்டுக் குடும்பத்தையே ஏற்றிக்கொண்டு செல்லக்கூடியதாக இருந்தது. அப்பொழுதுதான் அந்தப் பழைய வண்டி சற்றுத் தள்ளி நிறுத்தப்பட்டிருப்பதைக் கவனித்தேன். நேற்றிரவு அர்பாப் தன்னுடைய சொந்த வாகனத்திலேயே வந்திருக்க வேண்டும்.

என்னுடைய அர்பாபைப் பார்த்ததும் எனக்கு மகிழ்ச்சியாக இருந்தது. அவரிடம் ஓடிச் சென்றேன். முதல் நாள் தெரிந்த கோபம் இன்று அவர் முகத்தில் இல்லை. ஆனால் என்னைக் கவனிக்காமல் வண்டியின் பின்பக்கத்திலிருந்து எதையோ எடுத்துக்கொண்டு கூடாரம் நோக்கிச் சென்றார்.

வாலாட்டிக்கொண்டு செல்லும் நாயைப்போல் அவரைப் பின்தொடர்ந்தேன். ஏறத்தாழ ஐந்து நிமிடங்களுக்கு இரண்டு அர்பாப்களும் ஒருவரையொருவர் தழுவிக்கொண்டு நலம் விசாரித்துவிட்டு உரையாடத் துவங்கினர். அவர்கள் பேசும்பொழுது அடிக்கடி என்னைப் பார்த்துக்கொண்டனர். அவர்கள் என்னைக் குறித்துதான் பேசுகிறார்கள் என்று தோன்றியது. இறுதியாக கூடாரத்தில் இரவைக் கழித்த அர்பாப் சில பொருட்களை எடுத்துக்கொண்டு வண்டியின் டிக்கியில் போட்டுவிட்டு அதிலேறி அமர்ந்து, இறுதியாக ஒருமுறை முகமன் கூறிக்கொண்டு விடைபெற்றார்.

பத்து

நான் இன்னும் கூடாரத்திற்கு வெளியே காத்திருந்தவாறு அழுதுகொண்டிருந்தேன். என் அர்பாப் என்னிடம் வந்து என் முதுகைத் தட்டியவாறு ஏதோ ஆறுதல் கூறினார். அது எனக்கு ஆறுதலளிக்கவில்லையென்றாலும் என் அழுகையைக் கட்டுப்படுத்தியது. மீண்டும் கூடாரத்திற்குச் சென்று ஒரு பொட்டலத்தைப் பிரித்து சப்பாத்தி போன்ற எதையோ ஒன்றைக் கொடுத்தார். 'குபூஸ்' என்று அவர் கூறியது எனக்குத் தெளிவாகக் கேட்டது. இதுதான் குபூஸ். வளைகுடாவிலிருந்து திரும்பியவர்கள் இதுகுறித்து அலட்டிக்கொண்டதை நான் கேட்டிருக்கிறேன். குபூஸ்.

அர்பாப் என்னிடம் அதைச் சாப்பிடச் சொன்னார். நான் காலையிலிருந்து பல்கூட விளக்கியிருக்கவில்லை. காலைக்கடன்கள் எதுவொன்றையும் முடித்திருக்கவில்லை. இன்னும் குளிக்கவும் இல்லை. இதுவே ஊராக இருந்திருந்தால் நல்ல மழை நாளிலும் ஆற்றுக்குள் முதலில் இறங்கிக் குளிக்காமல் காபிகூட அருந்தியிருக்க மாட்டேன். ஆனால் அன்று முதன்முறையாக என்னுடைய சுத்தபத்தத்திற்கான அனைத்து நெறிமுறைகளையும் மீறினேன். பல் விளக்காமல் ஆட்டுப்பால் அருந்தியிருந்தேன். ஒன்றரை தினங்கள் பசியுடன் காய்ந்தது பழக்க வழக்கங்களை மீறச் செய்தது. கூடாரத்திற்கு வெளியே அமர்ந்து, தொட்டுக்கொள்ளவோ நனைத்துக்கொள்ளவோ எதுவும் இல்லையென்றாலும் ஆசையுடன் அந்தப் புதிய உணவான குபூஸை உண்டேன். எனக்கு வேறெதுவும் தேவையிருக்கவுமில்லை. புதிதாக வாட்டியிருந்த ரொட்டியின் சூடு மற்றும் இனிமையுடன் அவை இருந்தன. ஒவ்வொரு கடிக்கும் 'குபூஸ், குபூஸ்' என்று என் மனம் அனத்தியது.

நான்கு குபூஸ்களைத் தின்றவுடன் அந்தப் பெயர் என் மனதிலும் வயிற்றிலும் கல்வெட்டுப்போல் பதிந்தது - குபூஸ்.

நான் தின்று முடித்ததும் அர்பாப் கிளாசில் நீர் கொண்டுவந்து தந்தார். நான் கவிழ்த்துக்கொண்டேன். மீண்டும் எனக்குக் குபூஸ் தந்தார். வேண்டாமென்று மறுத்தேன். என் வயிறு நிரம்பி நிறைந்து இருந்தது. அர்பாபின் அக்கறை என்னைத் தொட்டது.

அதற்குள் அந்த பயங்கர உருவம் ஆடுகளுடன் திரும்பி வந்தான். வேலிக்குள் ஆடுகளை ஓட்டினான். பின்பு திரும்பி வந்து கூடாரத்திற்கு முன்னால் அமர்ந்துகொண்டான். அர்பாப் அவனிடம் ஐந்து அல்லது ஆறு குபூஸ்களைக் கொடுத்தார். தண்ணீரில் நனைத்து நனைத்து அனைத்தையும் விழுங்கிவிட்டு, மேலும் ஒரு ஜாடித் தண்ணீரை அருந்திவிட்டு ஒரு வார்த்தையும் கூறாமல் அங்கிருந்து சென்றான். அவன் அமர்ந்து சாப்பிட்ட நேரம் நான் அவனது பயங்கர உருவத்திலிருந்த முகத்தைக் கவனித்தேன். துக்கத்தாலும் வலியாலும் இறுகிப்போயிருந்த வாழ்வை அதில் காண முடிந்தது. அவன் வேலைகளைத் தொடர்ந்தான், ஒரு நொடிகூட நிறுத்தாமல், ஓய்வெடுக்காமல்.

அர்பாப் உள்ளே சென்று எனக்காக ஒரு தோபேயைக் கொண்டு வந்தார் - தோபே அரேபியர்களின் வழமையான உடை - நீளமாக வெண்மை நிறத்தில், சட்டை தைக்கும் துணியில், லூஸாக, கைகள் நீளமாகவும், கணுக்கால் வரையிலும் நீண்டு இருந்த பருத்தி உடை - மற்றும் பாதரட்சைகள். தோபேயைத் திறக்கவும் அதிலிருந்து வீசிய நெடியில் கிட்டத்தட்ட எனக்கு வாந்தி வந்தது. சொல்ல முடியாத அளவு அழுக்காக இருந்தது அந்த உடை. என் சட்டை மற்றும் கால் சராய்களைத் தொட்டு 'ஷீலாடி... ஷீலாடி' என்று ஏதோ கூறினார். மீண்டும் மீண்டும் கூறவும் என் உடைகளைத்தான் நீக்கிவிட்டு இதை அணியச் சொல்கிறார் என்று புரிந்தது. என் உடைகளைக் களைந்து அந்த அழுக்கு உடையைத் தயக்கத்துடன் அணிந்துகொண்டேன். ஊரில் வாங்கியிருந்த விலையுயர்ந்த காலணிகளைக் கழட்டிவிட்டு அந்த நாற்றமெடுக்கும் காலணிகளுக்குள் என் கால்களைப் புகுத்தினேன். ஒரு நீண்ட காலத்திற்கான தொடக்கம், ஒரு பயங்கர உருவமாக மாறக்கூடுவதற்கான முதல் அடி. இருண்டதொரு எதிர்காலத்தை என்னால் பார்க்க முடிந்தாலும் கொஞ்ச நேரம் முன்பு எனக்கு அவர் வழங்கிய குபூஸிற்கான நன்றிக்கடனாக அவர் சொன்னதையெல்லாம் பணிவுடன் செய்தேன்.

அந்த பயங்கர உருவத்தைக் கை காண்பித்து அர்பாப் ஏதோ அரேபிய மொழியில் கூறினார். ‘மஸாரா’ என்ற ஒரு வார்த்தை மட்டும் புரிந்தது. மஸாரா என்றால் தண்ணீர் என்று நினைத்துக்கொண்டு, பயங்கர உருவத்தின் பின்னால் தண்ணீர் போத்தலை எடுத்துக்கொண்டு போனேன். தொட்டியிலிருந்து தண்ணீரை வாளியில் எடுத்து நிரப்பி உள்ளே நுழைந்து ஆடுகளுக்கிடையில் நடந்து சென்று, அங்கிருந்த பெரிய பாத்திரத்தில் கொட்டினேன். மூன்று மீட்டர் நீளத்தில், ஒரு மீட்டர் அகலத்தில், கால் மீட்டர் உயரத்தில் இருந்த சிமெண்ட் தொட்டி அது. இரும்பு வேலிக்குள் இருந்த ஏறத்தாழ இருபது இருபத்தைந்து பிரிவுகள் ஒவ்வொன்றிலும் ஐம்பது, நூறு ஆடுகள் அடைக்கப்பட்டிருந்தன. ஒவ்வொரு பிரிவிலும் தண்ணீர்த் தொட்டியும், கோதுமை, புற்கள், வைக்கோல்களுக்கான தொட்டிகளும் இருந்தன. விரும்பிய பொழுது ஆடுகள் உண்டு, நீர் அருந்தலாம்.

முதல் பகுதியில் இருந்த தொட்டியில் நீர் நிரம்பியதும், இரண்டாம் பகுதியில் இருந்த ஆடுகளை அந்த பயங்கர உருவம் திறந்துவிட்டான். ஒன்றின் மேல் ஒன்று ஏறிக்கொண்டும் முந்தியடித்துகொண்டும் ஆடுகள் வெளியே வந்தன. அவைகளைத் தொடர்ந்து சென்ற பயங்கர உருவம், ஹிந்தியிலோ அரேபிய மொழியிலோ கூறியவாறு அங்கிருக்கும் தொட்டியைக் காண்பித்தான். ‘மயின்’ என்ற வார்த்தை மட்டுமே அதிலிருந்து எனக்குப் புரிந்தது.

மயின்? அது என்ன வார்த்தை என்று வியந்தேன். நீரா? வாளியா? நீர் என்றால் பின்பு அர்பாப் கூறிய மஸாரா என்ற வார்த்தைக்கு என்ன அர்த்தம்? யாருக்குத் தெரியும்? அது என்னவாக இருந்தாலும் என் வேலை அங்கிருந்த தொட்டிகளை நீரால் நிரப்புவதுதான். ஆகவே நான் அதைச் செய்தேன். ஆடுகளுடன் அவன் திரும்புவதற்கு முன்பு அங்கிருந்த தொட்டியில் நீரை நிரப்பினேன்.

அதுபோலவே, மூன்றாம், நான்காம் பகுதிகளிலும் நீரை நிரப்பினேன். அது சுலபமாக இல்லை. வாளியில் நீரை நிரப்பிக் கொண்டு சென்றதால் என் முதுகு வலிக்கத் துவங்கியது. அது மட்டுமில்லாமல், பகல் சூரியனின் சுட்டெரிக்கும் சூட்டைத் தாங்க முடியவில்லை, என் தாகமும் அதிகரித்தது.

அடுத்த பகுதியிலிருந்து அவன் ஆடுகளைக் கூட்டிச் செல்வதற்கு முன் அர்பாப் தன் கூடாரத்திலிருந்து வெளியே வந்து

அவனிடம் எதுவோ அரேபிய மொழியில் கூறினார். அவன் சம்மதிப்பதுபோல் தலையை அசைத்தான். அர்பாப் திரும்பி வந்து என்னிடம் ஒரு நீண்ட குச்சியைத் தந்தார். அதை இரண்டு கைகளாலும் பெற்றுக்கொண்டேன். வெட்டுவதற்கு முன் தயார் செய்யப்படும் கிடாவைப்போல் உணர்ந்தேன்.

இருவரும் ஆடுகளை மேய்த்துகொண்டு திறந்த வெளிக்குச் சென்றோம். சிறிது தொலைவு நடந்ததும், தன் கைகளைத் தட்டி அர்பாப் கூப்பிட்டார். நான் கூடாரத்திற்குத் திரும்பி வந்ததும் அர்பாப் என் கைகளில் எதையோ தந்தார். நான் அதைப் பார்த்தேன் - எனக்குப் புரிந்த அளவில் அது ஒரு தொலைநோக்கி. அதை ஏன் அவர் என்னிடம் தந்தார் என்பது புரியவில்லை. வழி தவறும் ஆடுகளைக் கண்டுபிடிப்பதற்காக இருக்கலாமென்று நினைத்தவாறு நான் மீண்டும் பாலையை நோக்கி நடந்தேன். 'ஷுஃப், ஷுஃப்' என்று அர்பாப் என்னை அதன் வழி பார்க்கச் சொன்னார். எனக்கும் ஆர்வமாக இருந்தது. வாழ்க்கையில் முதன்முறையாக ஒரு தொலைநோக்கியைக் கையில் பிடித்திருந்தேன். அதன் இரண்டு லென்ஸ்கள் வழியேப் பார்த்தேன். எனக்கு ஆச்சரியமாக இருந்தது. பல கிலோமீட்டர்கள் தொலைவிலிருந்தவைகளும் அருகில் மிகத் தெளிவாகத் தெரிந்தன. ஆடுகளின் மேலிருந்த அடையாளங்கள்கூடத் தெளிவாகத் தெரிந்தன. சுற்றிலும் பார்த்தேன். மகிழ்ச்சியாக இருந்தது. 'ஷுஃப்?' என்று அர்பாப் கேட்டார். நான் ஆம் என்று தலையசைத்தேன். அதை என்னிடமிருந்து பிடுங்கிக்கொண்டு கூடாரத்திற்குள் கொண்டு சென்றார்.

ஒரு தலையணையைத் தூக்கி அதன் அடியிலிருந்து இரு குழல் துப்பாக்கி ஒன்றை எடுத்தார். வெளியே சென்று வானத்தைப் பார்த்துக் குறி வைத்தார். ஒரு பறவை உயரத்தில் பறந்துகொண்டிருந்தது. அதைக் குறிபார்த்து விசையை அழுத்தினார். ஆச்சரியம்! குண்டு பறவையைத் துளைத்து அது கீழே விழுந்தது. அர்பாப் என்னைப் பார்த்து சிரித்தார். நான் வெலவெலத்துப்போயிருந்தேன்.

'ஷுஃப்?' என்று மீண்டும் அர்பாப் கேட்டார்.

நான் தலையசைத்தேன்.

'யெல்லா, ரோ...' அர்பாப் என்னை ஆடுகளை நோக்கித் தள்ளினார்.

அந்த நொடி என் வாழ்க்கை தப்பிக்க முடியாதபடி இந்த ஆடுகளுடன் பின்னப்பட்டிருக்கிறது என்பதை உணர்ந்தேன்.

பதினொன்று

முதல் நாள் இரவு தப்பிப்பது குறித்து எழுந்த எண்ணங்களை ஒதுக்கியவாறு பாலைவனத்தில் நடந்தேன். எனக்கு நினைவில் இருக்கிறது: அப்பொழுது என்னுள் வெறுமை மட்டுமே நிறைந்து இருந்தது.

அதற்குள் அந்த பயங்கர உருவம் நல்ல தொலைவிற்குச் சென்றுவிட்டிருந்தான். என் முன்னால் விரிந்து கிடந்த பாலையைப் பார்த்தேன். நான் புகைப்படங்களில் பார்த்திருந்தது போலவோ கேள்விப்பட்டிருந்தது போலவோ அல்லாமல் இந்த இடம் மிக வித்தியாசமாக இருந்தது. பாலை என்ற வார்த்தையே நம்முள் மணல் அலையை எழுப்பும். ஆனால் இது அது போலில்லை. இறுகிய மண்ணும் கற்பாளங்களுமாக இருந்தது. கேரளாவில் கிழக்குப் பக்கமாகப் பயணம் செய்தபோது இது போன்ற நிலங்களைப் பார்த்திருக்கிறேன். இரண்டிற்கும் ஒரேயொரு வேறுபாடுதான். ஆனால் மிக முக்கிய ஒன்று. நம் நிலத்தில் இருக்கும் மணல்களிலும் பாறைகளிலும் கிளைவிட்டு வளரும் கொடிகள் இல்லை. இந்த நிலத்தில் ஒரு பொட்டுப் பச்சைக்கூட இல்லை. மிகச் சுத்தமான மலட்டு நிலம் இது. இந்த ஆடுகள் எதற்காக அலையவிடப்படுகின்றன என்று என்னால் ஆச்சரியப்படாமல் இருக்க முடியவில்லை. தன்னியல்பாகவே அவை நிலத்தில் புற்களுக்காக முகர்ந்துபார்த்தபடி மேய்ந்தாலும் அவைகளுக்கு ஒன்றும் கிடைக்கவில்லை.

சிறிது நேரத்தில் நான் பயங்கர உருவத்திடம் இணைந்துகொண்டேன். ஆடுகளை மேயவிட்டு அவன் ஒரு கற்பாறையில் அமர்ந்துகொண்டான். நான் மற்றொன்றில் அமர்ந்துகொண்டேன்- எனக்கு செய்ய எதுவும் இருக்கவில்லை,

என்ன செய்ய என்றும் தெரியவில்லை. அவனிடம் கேட்க எனக்கு நிறைய விஷயங்கள் இருந்தன. ஆனால் எப்படி? என்னிடம் இருந்த ஒரே மொழி சைகை மொழிதான், ஆனால் அவனோ என் பக்கம் திரும்பக் கூட இல்லை. அவன் எதைப் பார்த்துக்கொண்டிருந்தான்? சொர்க்கத்திலோ பூமியிலோ இல்லாமல் வெறுமையை வெறித்திருக்கலாம் என்று நினைத்துக்கொண்டேன். சிறிது நேரத்தில் எழுந்து கொண்டு, ஆடுகளை ஒன்றாக மேய்த்தான். கொஞ்சம் கடினமான வேலையாகத்தான் அது தெரிந்தது. ஒரு நூறு ஆடுகள் இருந்திருக்கும். ஒன்று இந்தப் பக்கம் ஓடினால் மற்றொன்று எதிர்ப்பக்கம் ஓடியது. ஒருவழியாக அவற்றை அடித்து கூட்டத்துடன் இணைத்தால் அதற்குள் மற்றொன்று பிரிந்து ஓடியது. கஷ்டப்பட்டு அனைத்து ஆடுகளையும் ஒன்றிணைத்தவுடன் பயங்கர உருவம் வேலியை நோக்கி நடக்கத் தொடங்கியது. எனக்கு ஒன்றும் தெரியாததால் நான் வேடிக்கை மட்டும் பார்த்தேன்.

இருவரும் சேர்ந்து மீண்டும் தொழுவத்திற்குத் திரும்பினோம். அவன் என்னிடம் எதுவோ கூறியபொழுது, 'நீ ஆடுகளைக் கூட்டிகொண்டு மஸாராவிற்குச் செல், நான் வருகிறேன்,' என்பதாக அர்த்தம் செய்துகொண்டேன். ஆஹ்! மஸாரா என்றால் ஆடுகளின் தொழுவம். ஆகையால், மயின் என்பது தண்ணீராகத்தான் இருக்க வேண்டும்.

நான் ஆடுகளை தொழுவத்திற்குக் கூட்டி வந்தேன். அவன் புற்களுடன் வந்தான். நானும் அவனும் இணைந்து நீரும் வைக்கோலும் மஸாராவிற்குக் கொண்டு வந்தோம். மஸாரா என்றா சொன்னேன்? எத்தனை விரைவாக அரேபிய மொழிக்குத் தாவிவிட்டிருந்தேன்?

அடுத்த மஸாராவிற்குச் சென்று அங்கிருந்த ஆடுகளை பாலைவனத்திற்குக் கூட்டிச் சென்றோம். இன்னும் இரண்டு மூன்று மஸாராக்களிலிருந்து ஆடுகளை மேய்க்க அழைத்துச் சென்றதற்குப் பிறகுதான் இந்த சுற்றுலாவிற்கான காரணம் விளங்கியது. ஆடுகள் மேய்ப்பதற்காகக் கொண்டு செல்லப்படவில்லை, ஆனால் அவைகளுக்கான உடற்பயிற்சிக்காக கொண்டு செல்லப்பட்டன. தினமும் ஏற்படும் சோர்வைக் களைய அவைகளின் கால்களுக்கு ஓர் உடற்பயிற்சி.

சூரியன் சுட்டெரிக்கத் தொடங்கியது. அனைத்து ஆடுகளும் ஊர் சுற்றிய பிறகு மீண்டும் அழைத்து வரப்பட்டிருந்தன. ஒவ்வொன்றிற்கும் நீரும் உணவும் வழங்கப்பட்டன. அப்பொழுது மிக சங்கடமாக ஒன்று நடந்தது. இயற்கைக் கடன் கழித்தலுக்கான நிர்பந்தம் என்னுள் வீரியமடைந்தது. காலைக் கடன்களை நான் இதுவரை முடித்திருக்கவில்லை. பாம்பேயில் விமானம் ஏறுவதற்கு முன் போயிருந்தேன். எதுவும் சாப்பிட்டிராததால் முதல் தினம் அதற்கான அவசியம் ஏற்படவில்லை. ஆனால் காலையில் விழுங்கிய நான்கைந்து குபூஸ்கள் வேலையைக் காட்டத் தொடங்கின. ஆனால் எங்கு போவது? நான்கு சுவர்களின் மறைப்பு எனக்குத் தேவையில்லை. ஊரில் ஆற்றுப்பக்கமோ, புதர்ப்பக்கமோ போதுமானதாகவே இருந்தது. ஆற்றில் கழுவிக்கொள்ளவும் முடியும். ஆனால் இங்கு குறைந்தபட்ச அந்தரங்கம்கூட இல்லை. எங்கும் வெட்டவெளி. அனைவரும் செய்வதுதான் என்றாலும் மனிதர்களாக நமக்குச் சில வேலைகள் செய்ய அந்தரங்கம் அவசியம் இல்லையா? நான் இதை உங்களிடம் பகிரத் தயங்கினேன். ஆனால், அற்பமான விஷயங்கள்கூட நம்மை எவ்வளவு தொந்தரவும் துன்பமும் செய்யக்கூடும் என்பதால் இதைப் பகிர்வது முக்கியம் என்று கருதினேன். இதைப் போன்ற அந்தரங்கக் குழப்பங்கள் வெளிப்படையாகக் கூறப்படவில்லையென்றால் ஒரு கதையைச் சொல்வதில்தான் என்ன பயன்?

நான் என்னை அமைதிப்படுத்திக்கொள்ள முயன்றேன். ஆனால் இதை அடக்க முடியவில்லை. ஒவ்வொரு நொடியும் என் வயிற்றில் சங்கடம் அதிகரித்தது. மெதுவாக மஸாராவிற்கு அந்தப்பக்கம் நடந்தேன். இப்பொழுது குறைந்தது எனக்கும் அர்பாபிற்கும் இடையிலும் எனக்கும் பயங்கர உருவத்திற்கும் இடையிலும் கூட்டமாக இருந்த ஆடுகளின் மறைப்பாவது இருந்தது. அதுவே போதும். கண்களை மூடிக்கொண்டு அதைச் செய்துவிட்டேன்.

ஆசுவாசம். உலகத்தில் ஒருவர் அடையக்கூடிய அதி முக்கிய ஆசுவாசம். அதன்மீது கொஞ்சம் மணல்களையும் கற்களையும் பூனைபோல் எறிந்துவிட்டு எழுந்துகொண்டேன். சுத்தம் செய்துகொள்ள வேண்டும். அது கஷ்டமில்லை. தொட்டியில் நிறைய நீர் இருந்தது. அதிலிருந்து கொஞ்சம் வாளியில் எடுத்துக்கொண்டு புற்கட்டு அல்லது வைக்கோல் கட்டுகளுக்குப்

பின்னால் சென்று கழுவிக்கொள்ளலாம். நீரை வாளியில் எடுத்துக்கொண்டு புற்கட்டுகளின் பின்னால் நடந்தேன்.

என் பின்னால் ஒரு சொட்டு நீர் விழுவதற்கு முன் என் முதுகில் ஓர் அடி விழுந்தது. திடீரென்று விழுந்த அடியில் பயந்து சுருண்டு விழுந்து திடுக்கிட்டுத் திரும்பிப் பார்த்தேன். கோபம் கொப்பளிக்கும் கண்களுடன் அர்பாப்தான் நின்றுகொண்டிருந்தார். நான் செய்த தவறு என்ன? வேலையில் ஏதாவது பிழை செய்துவிட்டேனா? வேறு எதுவும் தவறிழைத்துவிட்டேனா?

என் கையிலிருந்த வாளியைப் பிடுங்கிக்கொண்டு அர்பாப் என்னை சத்தமாகத் திட்டத் தொடங்கினார். பெல்டால் என்னை விளாசினார். நான் என்னைத் தற்காத்துக்கொள்ள முயன்றபோது இன்னும் வெறிகொண்டு தாக்கினார். நான் கீழே விழுந்தேன். வாளியை எடுத்துக்கொண்டு அர்பாப் கூடாரத்திற்குள் சென்றுவிட்டார்.

அர்பாபின் கோபம் நிறைந்த அடிகளுக்கு இடையில் அவர் கூறியது இதுதான் என்று நான் அர்த்தம் செய்துகொண்டேன், ‘இந்த நீர் உன் பின்புறம் கழுவிக்கொள்வதற்காக இல்லை. இது என் ஆடுகளுக்கானது. நீரின் அருமை உனக்குத் தெரியவில்லை. இன்னொரு முறை தேவையில்லாமல் நீரை வீணாக்காதே. அப்படிச் செய்தால், உன்னை நான் கொல்வேன்!’ இவ்வாறு என் முதல் பாடத்தை நான் கற்றேன். மலம் கழித்த பிறகு பின் பக்கம் கழுவிக்கொள்வது குற்றம்.

மிகவும் சங்கடத்துடன் எழுந்துகொண்டேன். இத்தகைய இக்கட்டான சூழலை இதுவரை நான் எதிர்கொண்டதில்லை. ஏறத்தாழ நான் ஆற்றிலேயே வாழ்ந்தவன் என்று சொல்லலாம். நீரில்லாமல் என் வாழ்வில் எதுவும் இயங்கியதில்லை. சுத்தம் என்பதுதான் என் வாழ்வியல் முறை. சைனு ஒரு நாளைக்கு இரண்டுமுறை குளிக்கவில்லையென்றால் எனக்குப் பிடிக்காது. நான் எப்பொழுதும் நீரிலேயே இருந்தவன். ஆனால் என் பழக்கங்கள் எல்லாமே அன்றைய தினம் உடைந்தது. என்னை அதிகமாகப் பாதித்தது இதைக்கூடச் சுத்தம் செய்துகொள்ளக்கூடாது என்ற கட்டுப்பாடுதான்.

திரும்பி வந்து கட்டிலுக்கு அடியில் மணலில் அமர்ந்துகொண்டேன். குபூஸை தின்றவாறு கட்டிலில் அமர்ந்திருந்தான் பயங்கர உருவம். அதிலிருந்து இரண்டோ

மூன்றோ எனக்குத் தந்தான். இன்னும் என்னை சுத்தம் செய்துகொள்ளாமல் தின்பதைப் பற்றி என்னால் நினைத்துகூடப் பார்க்க இயலவில்லை. நான் உணவைத் தொட மறுத்துவிட்டேன். பின்பு தூரத்தில் ஒரு காட்சி தெரிந்தது. ஒரு ஐம்பது ஒட்டகங்கள் ஒன்றாக ஒரே வரிசையில் சென்றுகொண்டிருந்தன. அதைப் பார்க்க பிரமிப்பாக இருந்தது. அதுதான் ஒட்டகத்தை நான் முதன் முதலில் பார்ப்பது. பெரிய ஒட்டகங்கள் முன்னாலும் சிறியவை அவற்றைத் தொடர்ந்தும் சென்றுகொண்டிருந்தன. அவைகளை வழிநடத்தவோ மேய்க்கவோ யாரும் இல்லை. அவற்றின் வழியை அவைகளே தேர்ந்தெடுத்தன.

அவைகள் எங்கள் அருகில் வர நான் பிரமிப்புடன் பார்த்துக்கொண்டிருந்தேன். அவைகளின் அடர்த்தியான புருவங்களை வைத்தே பாலையின் கடுமையைப் புரிந்துகொள்ளலாம். மீனின் செதில்கள்போல் அவைகளின் மூக்குத் துவாரங்கள் மூடி விரிந்தன. அகண்ட, விரிந்த வாய், உறுதியான கழுத்து, குதிரைக்கு இருப்பதுபோன்ற கோரை முடிகள், காதுகள் துருத்தி, கொம்புகளைப்போல் இருந்தன. அவைகளின் உருவத்தைப் பார்த்து மிகவும் ஈர்க்கப்பட்ட அதே வேளை அவைகளிடமிருந்து வெளிப்பட்ட விலகலைக் கண்டு பயந்துபோனேன். ஓர் ஒட்டகத்தின் கண்களை சில நொடிகள் ஆழ்ந்து நோக்கினேன். சூரியனைப் பார்த்தால் பார்வையை விலக்கிக்கொள்வதைப் போல் என் பார்வையை விலக்கிக்கொண்டேன். இந்தப் பாலையின் அகலமும் ஆழமும், தீவிரமும், முரட்டுத்தனமும் அந்தக் கண்களில் உறைந்திருந்ததுபோல் அவை விளங்கின. ஓர் ஒட்டகத்தின் இத்தகைய உணர்ச்சியற்ற முகத்தின் பின்னால் ஒளிந்திருப்பது தன் நிலைமையின் சாத்தியமற்ற தன்மைதான் என்று தோன்றியது. பற்றின்மைக்கான உருவகமாக நான் ஒட்டகத்தைத்தான் குறிப்பிட விரும்புகிறேன். அவைகள் என்னைக் கடந்து வேலிக்குள் சென்றன. அது அவைகளுக்கான மஸாரா.

பன்னிரெண்டு

ஒட்டகங்களுக்கான நீரும் தீவனமும் தரும் வேலை எனக்குப் பணிக்கப்பட்டது. அவைகளிருக்கும் மஸாராவிற்குச் சென்றேன், ஆனால் பயமாக இருந்தது. ஒட்டகங்கள் மனிதர்களைத் தாக்குமா? தாக்கும் என்றால் எவ்வாறு? உதைக்குமா அல்லது கடிக்குமா அல்லது மிதிக்குமா? எனக்குத் தெரியவில்லை. ஆனால் நான் அவைகளிருந்த தொழுவத்திற்குச் சென்று நீரும் தீவனமும் கொடுக்க வேண்டும். எப்படிப்பார்த்தாலும் என்னால் அவற்றின் தொழுவத்திற்குச் செல்லாமல் இருக்க முடியாது, எந்தவொரு ஒட்டகத்திடமும் இருக்க முடியாத வெறியுடன் வெளியே இன்னொரு உயிரினம் இருக்கிறது - கூர்மையான விழிகளால் என்னைப் பின்தொடரும் பயங்கர அர்பாப். நான் தைரியமாகத் தொழுவத்திற்குள் நுழைந்தேன். கடியையோ உதையையோ எதிர்பார்த்தபடி அவற்றின் கால்களுக்கிடையில் புகுந்து எப்படியோ நீரும் தீவனமும் அளித்தேன். பின்நாளில், சரியான தருணங்கள் அமைந்தால் மனிதனின் மோசமான பயத்தைக்கூட வலுக்கட்டாயமாகப் போக்க முடியும் என்பதை நிறைய சந்தர்ப்பங்கள் எனக்குக் கற்றுக்கொடுத்தன.

அன்று ஒட்டகங்கள் என்னைத் தாக்கவில்லை. நீரை நான்கு தொட்டிகளிலும், தீவனத்தை நான்கிலும், கோதுமையை இரண்டிலும், புல்லை மூன்று தொட்டிகளிலும் அன்று நிரப்ப வேண்டியிருந்தது. அந்த வேலையை முடித்தபொழுது மிகவும் களைத்திருந்தேன். என் கண்களாலும், செய்கைகளாலும், நடத்தைகளாலும் அந்த பயங்கர உருவத்திடம் உதவுமாறு இறைஞ்சினேன். எனக்கு உதவ அவன் முயன்றபோதெல்லாம் அர்பாப் வெளியே வந்து அவனைத் தடுத்தார். பின்பக்கம்

கழுவ தண்ணீர் எடுத்ததற்கான தண்டனை அது என்று அப்பொழுதுதான் புரிந்தது.

பயங்கர உருவத்தின் கட்டிலருகில் சென்று அமர்ந்து கொண்டேன். மூச்சிரைப்பும் களைப்பும் தணிந்த பிறகு பசிக்கத் தொடங்கியது. பயங்கர உருவம் எனக்களித்த குபூஸ்கள் அங்கே கட்டிலுக்குக் கீழேயே இருந்தன. என்னைச் சுத்தம் செய்துகொள்ளவில்லை என்ற விஷயம் குறித்தெல்லாம் நான் கவலை கொள்ளவில்லை. சுத்தம் குறித்தெல்லாம் இனி கவலைப்பட ஒன்றுமில்லை. அங்கே அமர்ந்து நான்கு பெரிய குபூஸ்களையும் இரண்டு குவளை நீரையும் தொண்டையில் இறக்கிக்கொண்டேன்.

சாப்பிட்டு முடித்தபொழுது அர்பாப் என்னைக் கூடாரத்திற்குள் அழைத்து அறிவுரை செய்து திட்டினார். அவர் பேசியபொழுது அனைத்தும் புரிந்தது மாதிரி கேட்டுக்கொண்டேன். ஆனால் எனக்கு எதுவும் புரியவில்லையென்றாலும் நான் இழைத்த குற்றத்தின் தீவிரம் புரிந்தது.

அதற்குப் பிறகு ஒருசில மணித்துளிகள் ஓய்வெடுத்துக் கொள்ளலாம். எங்காவது கொஞ்சமாவது நிழல் இருக்கிறதா என்று பார்த்தேன், எங்கும் இல்லை. இருந்ததெல்லாம் சுட்டெரிக்கும் சூரியனும் பொசுக்கும் சூடும்தான். இருந்த கொஞ்சம் நிழலும் அர்பாபின் கூடாரத்தில்தான் இருந்தது. யாரையும் உள்ளே நுழையவிடாமல் சுல்தான் அரண்மனை மாதிரி அர்பாப் அதைப் பாதுகாத்தார். அங்கே செல்ல எனக்கும் தைரியமில்லை.

எதைக்குறித்தும் கவலைகொள்ளாமல் சூரியனை மறைக்க ஒரு துணியை முகத்தில் மூடியவாறு கட்டிலில் அந்த பயங்கர உருவம் படுத்துறங்கியது. சூரியனும் வெப்பமும் அந்த அழுக்கு உடலை ஒன்றும் செய்ய முடியவில்லை. ஒரு துணியை மடித்துத் தலைக்கு வைத்தபடி நான் கட்டிலின் அருகில் அமர்ந்தேன். சூரிய வெப்பத்துடன் சிறிது நேரம் போராடிய பிறகு கட்டிலின் அடியில் இருந்த முக்கோண வடிவிலான நிழல் என் கண்களில் பட்டது. உலகிலேயே மிகச் சிறந்த கண்டுபிடிப்பாக அது தோன்றியது.

கண்டுபிடிப்பின் பயன் என்பது ஒருவரின் தேவையையும் உரிமையையும் கொண்டுதான் அளக்கப்படுகிறது எனில் என்னைப் பொறுத்தவரை என்னுடைய கண்டுபிடிப்புதான்

மற்றவற்றை விட உயரியது. இந்த பயங்கர உருவம் எத்தனை நேரம் வெயிலில் காய்ந்து கொண்டிருக்கிறது? என்னைப்போல், நிழலின் சாத்தியத்தை அவனால் ஏன் கண்டுபிடிக்க இயலவில்லை. உற்சாகத்துடன் கட்டிலுக்கு அடியில் புகுந்துகொண்டு கால் நீட்டிப் படுத்தேன். மணல் சூடாக இருந்தாலும் இது வரை நான் அனுபவித்த தூக்கத்தைவிடவும் அந்தக் குட்டித் தூக்கம் இனிமையாக இருந்தது.

என்னைக் கூப்பிட்டபொழுது நான் உறங்கியிருக்க வேண்டும். மீண்டும் அன்றைய தினத்தின் தொடக்கத்தில் செய்ததுபோல் ஆடுகளைக் கூட்டம் கூட்டமாக வெளியில் கூட்டிப்போனேன். முதன்முறை அங்கிருந்த ஆடுகளுக்கிடையேயான வித்தியாசங்களையும், அவைகளுக்கென்றிருந்த மஸாராக்களையும் கவனித்தேன். ஒன்றில் பால் சுரக்கும் ஆடுகள் மட்டும். மற்றொன்றில் வயதுக்கு வந்த ஆண், பெண் ஆடுகள். வெவ்வேறு அளவுகளில் இருந்த ஆடுகளுக்கும், வெவ்வெறு வயதுகளில் இருந்த குட்டியாடுகளுக்கும் தனித்தனி மஸாரா. மற்றொன்றில் செம்மறியாடுகள். அதற்குப் பிறகு, கடைசியில் ஒட்டகங்கள். ஆடுகளுடன் நாங்கள் வெளியே வந்தபொழுது ஒட்டகங்கள் இருந்த அடைப்பின் கதவு திறந்தது. அவைகளாகவே அவைகளுக்கென்ற வழியில் செல்லத் தொடங்கின. கடைசிக்கூட்ட ஆடுகளுடன் நாங்கள் திரும்பிய பொழுது அவைகளும் திரும்பியிருந்தன. மற்ற வேலைகள் தொடர்ந்தன - நீர், தீவனம், புல், கோதுமை...

மரத்தூக்குடன் பயங்கர உருவம் வந்தபொழுது நான் அதன் பின்னே தொடர்ந்து சென்று பால் சுரக்கும் ஆடுகள் இருந்த மஸாராவிற்குள் நுழைந்தேன். ஒன்றன் பின் ஒன்றாக வேகத்துடன் அவன் பால் கறந்தான். நொடியில் மர வாளியில் பாலை நிரப்பிவிட்டான். இருவரும் சேர்ந்து அதை வெளியில் தூக்கிக்கொண்டு வந்தோம்.

அர்பாப் அதிலிருந்து கொஞ்சம் எடுத்துப் பருகினார், பயங்கர உருவம் இரண்டு கோப்பைகள் அருந்தினான். வேண்டுமளவுக்கு அவர்கள் என்னைக் குடிக்கச் சொன்னாலும் அந்தப் பாலிலிருந்து வந்த வீச்சத்தில் என்னால் அதிகமாகக் குடிக்க முடியவில்லை. மீதம் பால் ஆட்டுக்குட்டிகள் இருந்த மஸாராவிற்குள் கொண்டு செல்லப்பட்டது. குட்டியாடுகள் வாளியைச் சுற்றி நின்றுகொண்டு ஊர்பக்கம் கழநித் தண்ணீரைப் பருகக் கூடுவதுபோல் கூடி, பாலை உறிஞ்சிக் குடித்தன. மீண்டும்

ஒன்றைக் கவனித்தேன், என் கண்களாலும், மனதிலும் நிறைய விஷயங்களைக் கவனிக்கத் தொடங்கியிருந்தேன், குட்டியாடுகள் அவைகளின் அம்மா ஆடுகளுடன் வைக்கப்படவில்லை. தாயும் சேயும் தனித்தனியாக இருந்தன. எந்த ஆடும் அதன் தாயின் மடியிலிருந்து நேரிடையாகக் குடிக்க அனுமதிக்கப்படவில்லை. ஒரே வாளியில் அனைத்துக் குட்டிகளுக்கும் பால் வழங்கப்பட்டது. எனில், எந்தத் தாயின் பாலை எந்தக் குட்டி பருகும்? ருசியாலும் வாசனையாலும்தானே குட்டிகள் தங்கள் தாயை அடையாளம் காண்கின்றன. ஆடோ, நாயோ, மாடோ, மனிதனோ - அனைத்திற்கும் இதுதானே நியதி? தாய்க்கும் சேய்க்குமான பிணைப்பை உடைப்பதற்குத்தான் இந்தக் கூட்டமாகக் குடிக்கும் ஏற்பாடா? யாருக்குத் தெரியும்? இதுதான் அரேபியர்களின் வழிமுறைபோல. அவர் கட்டளைக்கு அடிபணிய விதிக்கப்பட்டிருக்கிறேன். அதற்கு மேல் எதையும் நினைத்து நான் ஏன் கவலை கொள்ள வேண்டும்?

நிழல்கள் நீளமாகின. பாலையின் மடிப்புகளுக்குள் சூரியன் மறைந்துகொண்டது. இருள் பிறந்து இரவு தொடங்கியது. அதற்குள் இரவு நேர அர்பாப் இரவு உணவுடன் வந்தடைந்தார். வண்டியிலிருந்து சில மளிகைச் சாமான்களையும் நீரையும் இறக்கினார். பகல் நேர அர்பாப் சில பொருட்களை வண்டியில் ஏற்றிகொண்டுக் கிளம்பினார்.

இரவு அர்பாப் குபூஸ்களைக் கொண்டு வந்தார். கறி எதுவும் இல்லை. வெறும் குபூஸ்கள். இனி வரவிருக்கும் நாட்களுக்கான என் உணவுப்பட்டியல் என்னவென்று எனக்குப் புரிந்தது.

விடிகாலை: புதிதாக, மார்புச்சூடு மிச்சமிருக்கும் கறக்கப்பட்ட பால் (பிடித்திருந்தது என்றால் மட்டுமே)

காலைச் சிற்றுண்டி: குபூஸும் நீரும்

மதிய உணவு: குபூஸும் நீரும்

மாலை: புதிதாக, மார்புச்சூடு மிச்சமிருக்கும் கறக்கப்பட்ட பால் (பிடித்திருந்தது என்றால் மட்டுமே)

இரவு உணவு: குபூஸும் நீரும்

இரும்புத் தொட்டியிலிருந்து வெதுவெதுப்பான நீரை இரண்டு உணவிற்கான இடைவெளியில் மிகவும் அவசியம் என்றால் மட்டுமே பருகிக்கொள்ளலாம்.

இரவு வேலைகள் முடிந்தவுடன் பயங்கர உருவம் கட்டிலில் படுத்துக்கொண்டது. நான் மணலில் விரிப்பை விரித்துக்கொண்டேன். அர்பாப் கூடாரத்திற்குள் இருந்தார். கேட்க எத்தனையோ கேள்விகள் இருந்தன, ஆனால் அவனது முதுகு கட்டிலில் பட்டவுடன் குறட்டைவிட்டு உறங்கத் தொடங்கியிருந்தான்.

நான் தனியாக இருந்தேன். என் பைதான் தலையணை. அதில் ஊறுகாயின் நறுமணம் இருந்தது. திடீரென்று எனக்கு வீட்டிலிருப்பவர்களின் நினைவு வந்தது - அம்மா, சைனு, அவள் வயிற்றில் வளரும் மகன் (மகள்). நான் பத்திரமாக வந்து சேர்ந்த தகவல் இன்னும் வராமல் தவித்துப்போயிருப்பார்கள். வேதனையாக இருந்தது. என் இதயம் வெடித்துவிடுவதுபோல் உணர்ந்தேன். நான் வந்து சேர்ந்துவிட்டேன் என்றும் நன்றாக இருக்கிறேன் என்றும் அவர்களிடம் எப்படித் தெரிவிப்பேன்.

எனக்கு ஹக்கீமின் நினைவு வந்தது. அவன் அங்கு என்ன வேலை செய்துகொண்டிருப்பான்? தூரத்திலிருந்து பார்க்க, அவனும் ஓர் அடைப்புக்குள் விடப்பட்டிருக்க வேண்டும் என்றுதான் தோன்றியது. அவன் நிலைமை எந்த விதத்திலும் வேறு இல்லை. பாவம். விமானம் ஏறிய பொழுது என்னென்ன கனவுகள் கண்டிருப்பான்? இத்தனை சிறிய வயதில் அவனால் இத்துன்பங்களை எவ்வாறு அனுபவிக்க முடியும்? அவன் ஒன்றும் அத்தனை ஏழை இல்லை. அவன் அப்பா துபாயில் வேலை பார்த்தார். அவனை அங்குக் கூட்டிப்போக ஏற்பாடு செய்துகொண்டிருந்தபோது இந்த விசா கிடைத்தது. 'வெளி நாடு போ, வீட்டுல இருந்து பொழுது போக்காம அங்க இருக்குற வாழ்க்கைய, மொழியக் கத்துக்கோ. ரெண்டு வருசத்துக்குள்ள உன்ன துபாய்க்கு அழைச்சுக்கறேன்,' அவன் உப்பா அவனிடம் கூறியிருந்தார்.

பாவம் அவன், எப்படி அவனால் இத்தனைக் கடினமான வாழ்வை எதிர்கொள்ள முடியும்? என்னைப் பொறுத்தவரையில் மணல் குவாரியில் வேலை செய்து இக்கடினம் எனக்குப் பழக்கப்பட்டிருந்தது. எனக்கு இது பரவாயில்லை. அவன் வீட்டில் மகிழ்ச்சியாகவும் கவலைகளற்றும் வாழ்ந்தவன். அவனுக்கு என்ன ஆகுமோ? இவையெல்லாம் அல்லாவின் வேலைகள்தான். ஒருவர் இவற்றை எதிர்கொள்ள வேண்டும். வேறு என்ன வழி? இனி வரும் நாட்கள் இன்னும் கடினமாகத்தான் இருக்கப்போகின்றன. கருணை மிகுந்த

என் அல்லாவே, ஹக்கீமிற்கும் எனக்கும் இத்துயரங்களைக் கடப்பதற்கான வலிமையைக் கொடு.

அந்த இரவு பாலைவனத்தில் என்னுடைய இரண்டாம் நாளுக்கான விடியலாக அமைந்தது. அன்றும் நான் தாமதமாகத்தான் உறங்கினேன். அப்படி உறங்கும் பாங்கிற்கு இன்னும் நான் என்னைத் தயார் செய்துகொள்ளாததால் இருக்கலாம்.

பதிமூன்று

நாள் தொடங்குவதற்கு முன்பே நான் களைத்துப் போயிருந்தேன். காலையில் எழுந்தபோது என் கை கால்களும் உடம்பும் வலித்தது. ஆற்றில் நாள் முழுதும் மணலை எடுத்ததற்குப் பிறகு ஏற்படும் உடல் நோவைவிட அதிகம் நோவெடுத்தது. வலியைவிடவும், வேலைக்குப் பிறகு என் உடலைக் கழுவி சுத்தம் செய்துகொள்ள முடியாதது மிகவும் அசௌகரியமாக இருந்தது. நீரிலேயே நாள் முழுவதும் வேலை செய்திருந்தாலும் வேலை முடிந்த பிறகு குளிக்காமல் நான் ஆற்றைவிட்டு வெளியே வந்ததில்லை. வெப்பத்திலும், வேர்வையிலும், நாற்றமெடுக்கும் ஆடுகளுக்கிடையே புழங்கியதிலும், அவைகளின் மூத்திரம் சாணத்தில் தோய்ந்ததிலும் அழுக்கடைந்திருந்த அதே உடையுடன் உறங்குவது சங்கடமாக இருந்தது. என் அக்குள்களிலும் தொடைகளின் இடுக்கிலும் உடை ஒட்டிக்கொண்டது. வியர்வையில் நனைந்த காலணிகளைப் பற்றிச் சொல்ல வேண்டாம்.

அந்த பயங்கர உருவம் என்னிடம் பாத்திரத்தைக் கொடுத்து ஆட்டுப்பாலைக் கறக்க சைகை செய்தபொழுது நான் இன்னும் சரியாக விழித்திருக்கக்கூட இல்லை. பாலை நான் கறக்க வேண்டுமா? நானா? என்னை ஒரு வெறுமை சூழ்ந்ததை அப்பொழுது உணர்ந்தேன். அறியாமையெனும் பள்ளத்தாக்கில் விழுந்ததுபோல் இருந்தது.

என் வாழ்க்கை முழுவதிலும் இத்தனை அருகாமையில் நான் ஆட்டைப் பார்த்ததில்லை. நீங்கள் ஆச்சரியப்படலாம் - ஓர் ஆட்டைக்கூட அருகில் பார்த்ததில்லையா! நீ

எங்கிருந்து வருகிறாய் என்று. ஆம், நீங்களும் நானும் ஆட்டைப் பார்த்திருக்கிறோம். ஏறத்தாழ ஆறாயிரம் அல்லது ஏழாயிரம் ஆண்டுகளாக மனிதன் நிலையான வாழ்வு வாழத் தொடங்கியதிலிருந்து ஆடுகளும் நமக்கு அருகில்தான் வாழ்கின்றன. மேரியும்மா, ஜானகியம்மா, வேலாயுதம் குட்டி போன்ற பல அண்டை வீட்டார்கள் இந்த பாவப்பட்ட ஆடுகளை வீட்டு விலங்காக்கிவிட்டார்கள். இது ஓர் அழகிய ஜீவன். யாருக்குமே குட்டியாடுகளை எடுத்துக் கொஞ்சத் தோன்றும். ஆடுகள் பால் கொடுக்குமென்றால் குட்டியாடுகள் சாணம் போடும். பாலைக்குடித்துவிட்டு, வியாழக்கிழமை சந்தையில் குட்டியாடுகளை விற்றுவிட்டு அதன் சாணத்தை வாழை மரங்களுக்குப் பயன்படுத்தலாம். ஆடுகள் மிச்சமிருக்கும் உணவுகளையும் புற்களையும் உண்ணும். கழநி நீரைக் குடிக்கும். மரவள்ளிக்கிழங்கு இலைகளை உண்டால் உடல் உபாதை கொள்ளும், பலாப்பழ இலைகளை உண்ண மகிழ்ச்சி கொள்ளும். இவற்றைக் கடந்து எனக்கு ஆடுகளைப் பற்றி ஒன்றும் தெரியாது. உங்களுக்கும் வேறெதுவும் தெரியாதுதானே! அவைகளின் பூர்வீகம் எங்கே? அவைகளின் மூதாதையர் யார்? முக்கியமாக, எத்தனை விதமான ஆடுகள் இருகின்றன, ஒவ்வொரு விதத்திலும் எத்தனை ரகம் போன்ற விஷயங்கள் தெரியாது. சில அடிப்படை விஷயங்களான அவற்றிற்கு எத்தனை காம்புகள், எத்தனை குளம்புகள், எத்தனை மாதங்கள் கர்ப்பமாக இருக்கும்? எத்தனை மாதங்கள் பால் சுரக்கும்? ஒவ்வொரு முறையும் எவ்வளவு பால் சுரக்கும்? ஆட்டிலிருந்து பாலைக் கறப்பது எப்படி? அவற்றின் காம்பை பால் வர எவ்வாறு இழுக்க வேண்டும், எவ்வளவு முறை இழுக்க வேண்டும் போன்ற எதுவும் தெரியாது. மாடுகளைப் போல் பின்னங்கால்களால் உதைக்குமா அல்லது குதிரைகளைப்போல் முன்னங்கால்களாலா? அவற்றின் உதையிலிருந்து தப்பிப்பது எப்படி? எனக்கு எதுவும் தெரிந்திருக்கவில்லை.

ஆடுகளைக் குறித்து நான் யாரிடமும் எதுவும் இதுவரை கேட்டதில்லை. யாரும் எதுவும் இதுவரை என்னிடம் கூறியதுமில்லை. இதுதான் எனக்குக் கொடுக்கப்படவிருக்கும் வேலை என்று முன்னரே அறிந்திருந்தாலாவது நான் இவற்றைக் கவனித்து ஏதாவது கற்றுக்கொண்டிருப்பேன். எங்கள் வீட்டின் அருகாமையில் வசித்த ஜானகியம்மாளிடம் இரண்டு, மூன்று ஆடுகள் இருந்தன. வழி நெடுகிலும் வயல்களிலும் புற்களை

மேய்ந்தபடி அவற்றின் குட்டிகள் அவைகளின் மீதுத் தாவிக் குதித்தபடி விளையாடிக்கொண்டிருக்கும் ஆடுகளைப் பார்த்திருக்கிறேன். ஒருவேளை அவைகள் பால் சுரக்கும் ஆடுகளாக இருந்திருக்கலாம். என்னுடைய இந்த வேலையைக் குறித்து அறிந்திருந்தால் முன்னமே அவைகளில் பாலைக் கறந்து பழகியிருக்கலாம். நான் அவைகளைக் கண்டுகொண்டதே இல்லை. நம் அனைவரைச் சுற்றியும் பல உயிரினங்கள் வாழ்கின்றன. மாட்டை மேய்க்கச் சொல்லியிருந்தாலோ நாய்களைக் கவனிக்கச் சொல்லியிருந்தாலோகூட இதே நிலைமைதான். தேவையென்று வரும்பொழுதுதான் அவைகளைக் குறித்து நினைக்கிறோம். வாய்ப்பிருந்தபொழுதே அவைகளைக் கவனிக்காததற்கும், அவைகளைக் குறித்து அறியாததற்கும், புரிந்துகொள்ளாததற்கும் வருந்துகிறோம். இதைப் போன்ற நிலைமையில் முழுதாக விழுந்தபிறகுதான் சுற்றுச்சூழல் குறித்த பிரக்ஞையுடன் இருப்பதற்கான அவசியத்தை உணர்கிறேன்.

நான் வேறு என்ன செய்ய இயலும்? நானாகவே கற்றுகொள்வதைத் தவிர? மஸாராவிற்கு வாளியுடன் சென்றேன். ஊரில், பால் கறப்பதற்கு முன்னால் ஆடுகளின் காம்புகளைக் கழுவி விடுவதைக் கவனித்திருக்கிறேன். இந்தப் பாலைவனத்தில் மனிதர்கள் குளிக்கவும் சுத்தம் செய்துகொள்ளவுமே நீர் இல்லை. காம்புகளைக் கழுவுவது இயலாத காரியம். மெதுவாக, ஓர் ஆட்டின் பின்னால் குந்திக்கால் இட்டு அமர்ந்து பாத்திரத்தை அதன் மடிக்கு அருகில் எடுத்துச் சென்று காம்பை இழுத்தேன். பால் வராதது மட்டுமல்ல, அந்த ஆடு என்னையும் பாத்திரத்துடன் சேர்த்து உதைத்துவிட்டு நெளிந்து ஓடி, ஆட்டுக்கூட்டத்துடன் இணைந்துகொண்டது. அது அத்தனை வேகமாக ஓடுவதைப் பார்த்து மற்ற ஆடுகளும் தறிகெட்டு ஓடத் தொடங்கின. அதில் ஒன்று என் முதுகை மிதித்துவிட்டு ஓடியது. நான் வலியில் அலறினேன். எப்படியோ எழுந்துகொண்டு, ஓடாமல் நின்றிருந்த மற்றொரு ஆட்டின் பின்னால் குந்திக்காலிட்டு அமர்ந்தேன். அதன் காம்பைத் தொட்டவுடன் அதுவும் பயந்துகொண்டு ஓடிவிட்டது. இன்னுமொரு ஆட்டைப் பால் கறக்க முயன்றால் அதுவும் ஓடியது. கடவுளே, ஓடும் ஆட்டிலிருந்து எப்படி ஒருவர் பால் கறப்பது. நான் தடுமாறினேன்.

ஒருவித உறுதியுடன் மற்றொரு ஆட்டிடம் சென்றேன். அதுவும் ஓடியது. இது தொடர்ந்தது. அரைமணி நேரம் கழித்து அர்பாபும் பயங்கர உருவமும் மஸாராவிற்குள் வந்து பார்த்தால் என் பாத்திரத்தில் ஒரு பொட்டு பால் இல்லை. வேறு என்ன, நான் ஆடுகளுக்குப் பின்னால் தவக்களையாகக் குதித்து குதித்துச் சென்றேன்.

என் நிலைமையைப் பார்த்து அர்பாப் என்னைத் திட்டிவிட்டு கூடாரத்திற்குள் மீண்டும் சென்றுவிட்டார். பயங்கர உருவம் வந்து என்னிடமிருந்து பாத்திரத்தைப் பெற்றுக்கொண்டான். பின்பு, ஆட்டிடம் பால் கறக்க எப்படி அணுக வேண்டும் என்று செய்துகாட்டினான்.

பால் கறக்க வேண்டிய ஆட்டை எப்பொழுதும் பின்னாலிருந்து அணுகக்கூடாது. முன்னாலிருந்து அணுக வேண்டும். உடனேயே பால் கறக்கத் தொடங்கக்கூடாது. ஒரு குழந்தையைக் கொஞ்சுவதுபோல் அதன் கன்னங்களை, காதுகளை, முதுகைத் தடவித் தர வேண்டும். அதன் பக்கத்தில் வருடிக்கொடுத்து, பின்னால் தட்டிக்கொடுத்து மெதுவாக பக்கத்தில் அமர வேண்டும். அதன் அடிப்பக்கத்தை இரண்டு மூன்று முறை வருடிக்கொடுக்க வேண்டும். பின்பு மெதுவாகக் காம்புகளைத் தொட வேண்டும். ஆடு இழுத்துக்கொள்ளும். ஆடுகளுக்கும் கூச்சம் ஏற்படும். கன்னிப்பெண்ணைப் போல. பின்பு மெதுவாக அதன் அசௌகரியத்தைப் போக்க அதன் காம்புகளை வருடிக்கொடுக்க வேண்டும். ஊரில், இந்த வேலையை குட்டி ஆடு செய்யும். தாய்-சேய் ஆடுகளின் பிணைப்பு கூச்சத்தைக் குறைத்த பிறகும், சேயின் மீதான பாசத்தில் தாயின் மடியிலிருந்து பால் பீய்ச்சியடிக்கும்போதுதான் ஒருவர் பால் கறக்க வேண்டும். ஆனால் இங்கு குட்டியை முன்னால் காண்பித்து ஆட்டை சமாதானம் செய்து பால் சுரக்க வைக்க முடியாது. நாங்கள்தான் அந்த வேலையையும் செய்ய வேண்டும். அதன் கூச்சம் போய்விட்டது என்று தெரிந்தவுடன் காம்பை மேலிருந்து கீழாக கட்டை விரல் மற்றும் ஆட்காட்டி விரலால் பிடித்து இழுக்க வேண்டும். வலிக்காதவாறும் ஆனால் பிடியை நல்ல இறுக்கமாகவும் வைத்தால் தேவையான பால் சுரக்கும். ஒருவருக்கு இதன் மீதான கட்டுப்பாடு மெதுவாகத்தான் வரும். இந்தக் கட்டுப்பாடுதான் கறவைக்காரனின் மகிமை.

பாத்திரத்தை ஒரு கையில் வைத்துகொண்டு, பாலை மறு கையில் கறக்கக்கூடாது. ஒரு கையால் பால் கறக்கும்பொழுது

மறு கையால் அதன் மடியை வருடிக்கொடுக்க வேண்டும். அப்படிச் செய்தால் துள்ளும் ஆடும் அசையாமல் நிற்கும். உதைத்து, குதித்து பாத்திரத்தைக் கீழே தள்ளாது.

அந்த பயங்கர உருவம் ஆட்டைக் கட்டுப்பாட்டுக்குள் கொண்டு வந்ததைப் பார்த்து நான் வாயடைத்துப் போயிருந்தேன். அப்படி ஓடியதே, அந்த ஆடுகளுக்கு என்ன ஆனது? கொஞ்சம் பால் கறந்த பிறகு அவன் என்னிடம் பாத்திரத்தைக் கொடுத்தான். மெதுவாக, நான் அவன் செய்ததையே திரும்பச் செய்தேன். போலச் செய்தலின் அத்தனை குறைகளும் அதில் இருந்தன. கொஞ்ச நேரத்திற்குப் பிறகுதான் பால் கறப்பதைப் போன்ற செய்கைகள் விலங்குகளை நேசிப்பவர்களுக்கு இயற்கையாகக் கை வரும் என்றும், விலங்குகள் தங்களை நேசிப்பவர்களையும் நேசிப்பது போலச் செய்பவர்களையும் எளிதில் இனங்காணும் என்பதையும் உணர்ந்தேன். போலவே, தினமும் அவைகளுடன் நெருக்கமாக இருப்பதும் முக்கியம். புதிய கைகள் தங்கள் காம்புகளைத் தொடுவதை ஆடுகள் உணர்ந்து கொள்ளும் என்று கூறுவார்கள்.

எப்படியோ ஓர் ஆட்டைப்பிடித்து மெதுவாக அதன் காம்பைத் தொட்டுவிட்டேன். முதல் துளி பால் என் தூக்கில் விழுந்த பொழுது எனக்கு ஏற்பட்ட திருப்தியை என்னால் விவரிக்க இயலாது. ஏதோ ஒரு பெரிய வேலைக்கான பயிற்சியை முடித்ததுபோல. என் கட்டுப்பாட்டிற்குள் ஆடுகளில் ஒன்றை நான் கொண்டுவந்துவிட்டேன். மற்றவை ஒன்றன் பின் ஒன்றாக மெதுவாக வரும்.

அன்று காலை எப்படியோ ஒரு பாதித் தூக்கில் பாலை நிரப்பிக்கொண்டு மஸாராவை விட்டு வெளியே வந்தபொழுது ஏதோ கடினமான வேலை ஒன்றைச் செய்திருந்ததைப் போல தெப்பமாக நனைந்திருந்தேன்.

பதினான்கு

முந்தைய தினத்தைவிட அதிக மாற்றம் இல்லாத இன்னொரு தினமும் கழிந்திருந்தது. அதற்குள் பயங்கர உருவம் ஆட்டை மேய்ப்பதில் பல வகைகளில் எனக்குப் பயிற்சி வழங்கியிருந்தான். எப்படி ஆடுகளை மேய்க்க வேண்டும் - பின்பக்கத்திலிருந்து அல்லாமல் பக்கவாட்டிலிருந்து மேய்த்து, அவை பிரிந்து ஓடும் பொழுது அடித்து வழிக்குக் கொண்டு வருவது எப்படி என்று காட்டினான். ஒவ்வொரு மஸாராவிலும் எந்த அளவு தீவனமும், புல்லும், கோதுமையும் நிரப்ப வேண்டும் என்றும் கூறினான்.

அந்த நாளில் முதல் நாளைவிட சூடு அதிகமாகத் தோன்றியது. ஒவ்வொரு பத்து அடிக்கும் என் தொண்டை வறள, இரும்புத் தொட்டியிலிருந்த வெதுவெதுப்பான நீர் தொண்டையில் இறங்கிய பொழுது எரிந்தது. மேலும் அந்த நீர் இன்னும் எனக்குப் பழகாததால் என் வயிறு கலங்கியது. முதல் நாள் இருந்த வெட்கத்தை வென்று எப்பொழுது அவசரமாக வந்ததோ அப்பொழுது திறந்தவெளியில் உட்கார்ந்து மலம் கழித்தேன். நீரில் கழுவினால் அர்பாபிடமிருந்து பெறும் அடியைத் தவிர்க்க என் பின்புறத்தைத் துடைக்கக் கற்களைப் பயன்படுத்தினேன். ஒவ்வொரு பிராந்தியத்திலும் என்ன கிடைக்கிறதோ அதை வைத்து சுத்தம் செய்துகொள்வதே சிறந்தது என்ற முடிவிற்கு வந்திருந்தேன்.

ஆங்கிலேயரிடம் நிறையக் காகிதங்கள் இருப்பதால் அவற்றை வைத்துச் சுத்தம் செய்துகொள்கிறார்கள். நமக்கு நீர் நிறைய இருப்பதால் அதனால் சுத்தம் செய்துகொள்கிறோம். இங்கே கற்கள் நிறைய இருந்தன.

மதியத்திற்குப் பிறகு புழுக்கம் அதிகரித்தது. வேகவைக்கப்படுவதைப் போல் உணர்ந்தேன். வயிற்றுப் போக்கு அதிகமாக, சோர்வும் அதிகரித்தது. அர்பாபிடமும் பயங்கர உருவத்திடமும் இது குறித்துக் கூறினாலும் என் வேலைப்பளு குறையவில்லை. என் வேலையைக் குறித்துதான் அர்பாபிற்குக் கவலை, என் அசௌகரியங்கள் குறித்து அல்ல.

மாலைக்குள் அரிசி நீரில் ஊறவைத்ததுபோல் பிசுபிசுத்துப் போயிருந்தேன். பல நாட்கள் சுத்தம் செய்துகொள்ளாமல் என் தோல் எரிந்து புண்ணாகியிருந்தது. அர்பாபிற்குத் தெரியாமல் மறைந்துகொண்டு ஆடுகளுக்கு வைத்தத் தண்ணீரில் என் முகம் மற்றும் கைகளைக் கழுவிக்கொண்டேன். என் அக்குள்களும் அந்தரங்க உறுப்பும் தண்ணீர் படாமல் அசிங்கமாக உணர வைத்தது.

அன்றிரவு படுக்கைக்கு அசௌகரியத்துடன்தான் சென்றேன். படுக்கை என்றால், அடையாளத்திற்குத்தான் சொல்கிறேன். என் படுக்கை என்பது இலகுவான மணல்தான். அங்கிருந்த ஒரே கட்டிலை பயங்கர உருவம் மொத்தமாக எடுத்துகொண்டது. அதனடியில்தான் என் பை இருந்தது. அதிலிருந்து விரிப்பை எடுத்து மணல்மீது விரித்துக்கொண்டேன். அது ஏற்கெனவே அழுக்காகிவிட்டிருந்தது, அதுவுமில்லாமல் மணலில் இருந்த சிறு கற்கள் உடம்பைக் குத்தின. இரவு மிகவும் சங்கடமாகத்தான் கழிந்தது. ஆனால் அப்படியொரு சூழலில் சௌகரியத்தை எதிர்பார்ப்பவன் முட்டாளாகத்தான் இருக்க முடியும்.

களைத்துப் போயிருந்தாலும் அசௌகரியம் என்னை தூங்கவிடாமல் செய்தது. என் சிந்தனையெல்லாம் ஒருவர் எதிர்பார்ப்பதுபோல் என் ஊர் குறித்தோ, வீடு குறித்தோ, உம்மா, சைனு மற்றும் பிறக்கப்போகும் குழந்தை குறித்தோ, என் துக்கங்கள், வேதனைகள், தலைவிதி குறித்தோ அல்ல. வேறு உலகத்தை அடைந்திருந்த இறந்தவர்களின் எண்ணங்களைப்போல் அவையெல்லாம் எனக்கு அந்நியமாகிவிட்டன. இவ்வளவு விரைவிலா என்று நீங்கள் ஆச்சரியப்படலாம். என் பதில் ஆம் என்பதுதான். இத்தகைய எண்ணங்களால் கட்டுண்டு ஒரு பயனும் இல்லை. சந்தர்ப்ப சூழ்நிலைகளுக்கு நம்மை நாம் இழந்துவிட்டோம், இனி இதிலிருந்து மீட்சி இல்லை என்ற உணர்தலைத்தான் இந்த எண்ணங்கள் தாமதப்படுத்தும். எனக்கு இது ஒரே நாளில் புரிந்தது. கவலையும் பயமும் அர்த்தமற்றவை. அந்த உலகம் எனக்கு அந்நியமாகிவிட்டது. இப்பொழுது

இருக்கும் இந்தப் புதிய, துன்பகர உலகம்தான் உண்மை. இந்த உலகின் நிலைமைகளுக்கு நான் நிர்பந்திக்கப்பட்டிருக்கிறேன். இதற்குள் நான் வெகு ஆழத்தில் விழுந்தாகிவிட்டது, இனி இங்கும், இப்பொழுதும் குறித்து மட்டுமே சிந்திப்பது அவசியம். எப்படியாவது உயிர் வாழ வேண்டுமென்றால் இதுதான் ஒரே வழி. இல்லையென்றால், ஒவ்வொரு நாளும் அதிகரிக்கும் என் தவிப்புகள் என்னைக் கொன்று என் துக்கங்கள் என்னை மூழ்கடித்துவிடலாம். இவ்வாறுதான் இங்கு சிக்கிய ஒவ்வொருவரும் உயிர் பிழைத்திருக்கக் கூடும், இல்லையா?

நான் இப்படிப் படுத்துக்கொண்டு என்ன சிந்திக்கிறேன் என்பதை உங்களால் நினைத்துப் பார்க்க முடிகிறதா? மஸாராவிற்கு விடிகாலையிலேயே சென்று பால் கறப்பது குறித்து; பயங்கர உருவம் செய்ததுபோல் ஆடுகளைக் கட்டுப்படுத்தி பாத்திரம் நிறையப் பாலுடன் வெளியே வருவது குறித்து; என் கையில் பாலைப் பார்த்து அர்பாபின் முகம் ஒளிர்வதைக் குறித்து; ஒற்றை ஆளாக ஒரு கொட்டகையின் ஆடுகளை மேய்த்துத் திருப்பிக் கூட்டி வருவது குறித்து. இவற்றையெல்லாம் எவ்வாறு செய்ய வேண்டும், என்னென்ன முன்னெச்சரிக்கை எடுக்க வேண்டும், என்னிடம் என்னென்ன குறைகள் அன்று இருந்தன, மறுநாள் அவற்றை எவ்வாறு சரி செய்துகொள்வது என்பது குறித்து.

எனக்கு நேற்று குறித்தோ நாளை குறித்தோ கவலையில்லை. இன்று செய்ய வேண்டியவைகளை மட்டும் குறித்துச் சிந்திப்பது. என் கொட்டகை வாழ்க்கை என்பது அது மட்டும்தான்.

விரிப்பில் படுத்தவாறு அன்று நான் கற்றுக்கொண்ட அரேபிய வார்த்தைகளையும் அதன் அர்த்தங்களையும் நினைவிற்குக் கொண்டு வர முயன்றேன். நான் வந்து இரண்டு தினங்களே ஆகியிருந்தன. ஆனால் தேவைக்கும் அதிகமாகவே வார்த்தைகளைக் கற்றுக்கொண்டு விட்டதாகத் தோன்றியது.

அர்பாப் - பாதுகாவலர்

மஸாரா - ஆட்டுத் தொழுவம்

குபூஸ் - எனக்கு இங்கு கிடைக்கும் ஒரே உணவு

மயின் - அதி அற்புதமான, கவனமாகப் பயன்படுத்த வேண்டிய திரவம் (தயவு செய்து அதைத் தண்ணீர் என்று அற்பமாக நினைக்க வேண்டாம். நாம் தண்ணீர் குறித்து துச்சமாக நினைப்பதுபோல் அர்பாப்கள் மயினை நினைப்பதில்லை.)

கனம் - ஆடு

ஹலீப் - பால்

திபின் - புல்

பர்சி - வைக்கோல்

ஜமால் - ஒட்டகம்

லா - இல்லை

ஜீ ஹம் - ஆமாம், அர்பாப்

யல்லாஹ் - ஒழிந்து போ

இந்த வார்த்தைகளை மீண்டும் நினைவுபடுத்திப் பார்த்த பிறகுதான் எனக்கு இன்னும் பல வார்த்தைகள் தெரியவில்லையென்று உரைத்தது: கோதுமை, பாத்திரம், தொட்டி, கார், துப்பாக்கி, பாலைவனம், உடை, குளியல், மலம், வயிற்றுப்போக்கு, கோபம், வசை, கூடாரம் போன்ற பல வார்த்தைகளும்; வந்தது, போனது, தெரிந்ததில்லை, தெரியாது போன்ற பல வினைச் சொற்களும்.

உங்களில் இருக்கும் அரேபிய மொழி அறிஞர் யாராவது நான் பட்டியலிட்டிருக்கும் வார்த்தைகளின் உச்சரிப்பும் அர்த்தமும் சரிதானா என்று கேட்டால் என் பதில் தெரியாது என்பதுதான். நான் இவைகளை இப்படித்தான் கேட்டேன், இவ்வாறுதான் அறிந்துகொண்டேன். இந்த வார்த்தைகளின் ஒலியிலிருந்து எனக்கு அவற்றின் அர்த்தம் புரிந்தது. ஆகையால், என்னைப் பொறுத்தவரை இவைதான் சரியான வார்த்தைகள் மற்றும் சரியான உச்சரிப்புகள். வெறும் வார்த்தையில் என்ன இருக்கிறது - அர்த்தம்தான் பிரதானம். அர்பாப் இந்த வார்த்தைகளைக் கூறியபோது எனக்குப் புரிந்தது, அவருக்கு என்னைப் புரிந்தது. நாம் நினைப்பதை சொல்வதற்கு ஒருவர் மொழியியல் வல்லுநராக இருக்கத் தேவையில்லை.

நான் அவ்வாறு அங்கே படுத்தவாறு கடந்த இரு தினங்களைக் குறித்து அசைபோட, நேரம் போன இடம் தெரியவில்லை. வலியும் மறைந்திருந்தது. சோர்வுடன் கூடிய உறக்கம் என்னைத் தழுவியது. ஆழ்ந்த உறக்கம். அப்பொழுது நிச்சயம் நள்ளிரவு கடந்திருக்கலாம். நன்கு விடிந்த பிறகுதான் கண் விழித்தேன். நான் என் கண்களைத் திறப்பதற்கு முன்பே கிழக்கில் சூரியன் கண்களைத் திறந்திருந்தது. எழுந்துகொண்டு கட்டிலைப் பார்த்தேன். காலியாக இருந்தது. அவன் முன்னரே

எழுந்திருந்து வேலை பார்க்கச் சென்றிருக்க வேண்டும் என்று நினைத்துக்கொண்டேன். அவன் பால் கறந்து முடிப்பதற்கு முன்னால் அங்கிருக்க வேண்டும் என்று நினைத்து நான் மஸாராவிற்கு ஓடிச் சென்றேன். ஆனால் அங்கு அவன் இல்லை.

ஆடுகளுக்கு நீரோ தீவனமோ அளிக்கப்பட்டிருக்கவில்லை. தொட்டிகளில் கோதுமை நிரப்பியிருக்கவில்லை. எந்த வேலையும் ஆகவில்லை. வழக்கம் மீறியதால் ஆடுகள் குழப்பத்துடன் காணப்பட்டன. வேறொரு மஸாராவில் பயங்கர உருவம் இருக்க வேண்டும் என்று நினைத்தேன். அனைத்து மஸாராக்களையும் சுற்றி வந்தேன். அவன் அவை எதிலுமே இல்லை. இவ்வளவு காலையில் எங்கே சென்றிருக்கக்கூடும் என்று வியப்பாக இருந்தது. மஸாராவிலிருந்து வெளியே வந்து கட்டிலில் அமர்ந்தேன். என் மனதை சந்தேகம் பீடித்தது. குனிந்து கட்டிலுக்கடியில் பார்த்தேன். முந்தைய தினம் மிகவும் அழுக்கடைந்திருந்த வயதான நாய் ஒன்றைப் பார்த்தேன். அவனுடையதாக இருந்திருக்க வேண்டும். இப்பொழுது அதுவும் இல்லை. என் மனதில் முளைத்த சந்தேகம் வளர்ந்தது.

அர்பாப் கூடாரத்திலிருந்து வெளியே வந்து என்னை நோக்கி வந்தார். என்னிடம் பாத்திரத்தைக் கொடுத்துப் பால் கறக்கச் சொல்லிவிட்டு அவர் குடிக்கப் பால் கொண்டு வரச் சொன்னார். நான் அர்பாபை அர்த்தத்துடன் பார்த்தேன். என் பார்வையின் அர்த்தத்தை அவர் புரிந்துகொண்டிருக்க வேண்டும் - பயங்கர உருவம் எங்கே போனது? அர்பாப் என்னிடம் என்னென்னவோ கூறினார். அவரது வார்த்தைகளில் கோபம், தூற்றல், கருணை, கடுமை, அவமரியாதை என்று கலந்திருந்தது.

அந்த வார்த்தைகளிலிருந்து நான் இதைத்தான் புரிந்துகொண்டேன் - என்னுடைய அந்த பயங்கர உருவம் இந்த நரகத்திலிருந்து தப்பித்துவிட்டது.

பதினைந்து

நாங்கள் இரண்டு நாட்கள்தான் ஒருவருக்கொருவர் பரிச்சயமாகியிருந்தோம். அவனை அறிமுகமானவன் என்று சொல்ல முடியுமா என்றுகூடத் தெரியவில்லை. ஒரு சில வார்த்தைகளை மட்டுமே பரிமாறிக்கொண்டிருந்தோம். அவன் பெயர் என்ன, எந்த ஊர், எதுவும் தெரியாது. இருந்தும் அவன் சென்றுவிட்டான் என்று அறிய மிகவும் வலித்தது. அந்த வலிக்கான காரணத்தை என்னால் பகுத்தறிய முடியவில்லை. இனி ஆட்கொள்ளப்போகும் தனிமையின் தீவிரம் பாதித்ததால் இருக்கலாம். திடீரென்று என் உடலை ஒருவித சோர்வு ஆட்கொண்டது. ஒருவரின் உப்பாவோ, உம்மாவோ, குழந்தையோ இறந்துவிட்டது என்ற செய்தி எட்டும்பொழுது ஏற்படும் உணர்வு. ஆனால் இந்தச் செய்தியைக் கடத்திய அர்பாபோ உணர்ச்சியற்று நின்றிருந்தார். 'அவன் போய்விட்டான்.' ஆமாம், அவன் சென்றுவிட்டான். அவ்வளவுதான். எங்கே? எப்படி? யாருடன்? 'இல்லை,' என்று கூறினார், தெரிந்து கொள்ள விருப்பம் இல்லை என்பதுபோல்.

எதிர்பாராமல் எனக்குள் ஒரு நம்பிக்கையின் கீற்று ஒளிர்ந்தது. என்றோ ஒருநாள் நானும் போய்விட்டேன் என்ற செய்தி அறியும்பொழுது அர்பாப் இதே மாதிரி எதிர்வினையாற்றலாம். பயங்கர உருவம் போய்விட்டால் அதன் இடத்தில் நஜீப். நஜீப் போய்விட்டால் அந்த இடத்தில் வேறொருவன். அவ்வளவுதான்.

ஆனால் முதல்நாள் அவருடைய நடவடிக்கைகளைப் பார்த்திருந்த எனக்கு அத்தனை நம்பிக்கையாக இல்லை. வானத்தைப் பார்த்துக் குறி வைத்துச் சுட்டார், தொலை நோக்கியில் பார்க்கக்கூடிய தூரத்தை சுட்டிக் காண்பித்தார்,

வெளியில் சென்றபொழுதெல்லாம் வாகனத்தின் மீது அமர்ந்தவாறு தொலைநோக்கியில் கவனித்தார், வழக்கத்திற்கு அதிகமான தூரம் சென்றுவிட்டதாகக் கருதினால் வண்டியில் என்னைப் பின்தொடர்ந்தார். இந்த நரகத்திலிருந்து தப்பிக்கவே விட மாட்டார் என்று பயந்தேன். அத்தகைய பயத்தையும் எச்சரிக்கை உணர்வையும் பயங்கர உருவத்தின் ஒவ்வொரு அசைவிலும் நான் கண்டிருந்தேன். என்னிடம் அவன் கூறியிருந்த ஒவ்வொரு வார்த்தையிலும் இந்த பயத்தை நான் தெளிவாக உணர்ந்தேன்: தப்பிக்க முயற்சி செய்யாதே. அப்படிச் செய்தால், அந்தக் கருணையற்ற, காட்டுமிராண்டி அர்பாப் உன்னைக் கொன்று விடுவான். என்னிடம் இதையெல்லாம் கூறிவிட்டு அவன் தப்பித்துவிட்டான். பொய்யன்! நான் இங்கு வந்து இணைவதற்காகக் காத்திருந்துவிட்டு, பொறுப்புகள் அனைத்தையும் என்னிடம் சேர்த்துவிட்டு அவன் தப்பித்துவிட்டான். நான் தப்பிக்கக்கூடாதென்று அந்தப் பொய்களைக் கூறியிருக்கிறான். அர்பாபைப் பாருங்கள், எத்தனை அமைதியாக இருக்கிறார். வழக்கமான எரிச்சல்கூட இல்லை. ஏதோ ஒருவித விட்டேத்தி மனநிலை, போனது போனதுதான்.

என் நிலைமையை நினைத்துப் பார்க்க எனக்கு மகிழ்ச்சியாக இருந்தது. ஒன்று, அந்த பயங்கர உருவம் எப்படியோ இத்துன்பங்களிலிருந்து தப்பித்துவிட்டது. இரண்டு, நானும் இதுபோல் என்றாவது தப்பித்துவிடலாம். மூன்றாவதும் முக்கியமானதும், இந்தக் கட்டிலை இனி நானே ஆக்கிரமித்துக்கொள்ளலாம். இனி நான் மணலில் படுக்கத் தேவையில்லை.

சுதந்திரத்தின் காற்றை சுவாசித்த நொடி உயிர்ப்பாக உணர்ந்தேன். மஸாராவிற்கு பாத்திரத்துடன் ஓடிச்சென்று ஆட்டுப்பாலைக் கறந்தேன். இன்னும் நிபுணன் ஆகவில்லையென்றாலும், முந்தைய நாளைவிடவும் நன்றாகச் செய்தேன். ஆடுகளிடமிருந்து அவ்வளவு உதைகள் வாங்கவில்லை. முதல் நாளிருந்த ‘ஒரு சொட்டு பாலில்லை’ என்ற நிலையிலிருந்து எவ்வளவோ முன்னேறியிருந்தேன். ஆனால் பயங்கர உருவம் மாதிரி நன்றாகக் கறக்க இன்னும் காலம் எடுக்கும்தான்.

கறந்த பாலிலிருந்து கொஞ்சமெடுத்து அர்பாபிடம் கொடுத்தேன். மீதத்தைக் குட்டியாடுகளுக்கு மஸாராவில் வைத்தேன். பின்பு முதுகு உடையும் மற்ற வேலைகளைக் கவனிக்கத்

தொடங்கினேன். இரண்டு பேரின் வேலைகளைச் செய்ய வேண்டியிருந்தது. ஒட்டகங்களுக்கு உணவளித்து அவற்றைத் திறந்துவிட வேண்டும். ஒவ்வொரு அடைப்பிலும் வேண்டுமான அளவு புல், கோதுமை மற்றும் தீவனத்தை வைத்துவிட்டு தொட்டியில் நீரை நிரப்பினேன். இடையில், ஒரு தண்ணீர் வண்டி வர, தொட்டியில் நீர் நிரப்ப உதவினேன். தீவனத்துடன் ஓர் இழுவண்டி வர, அவற்றை இறக்க உதவினேன். எவ்வளவு கடுமையாக உழைத்தாலும் வேலை தீர்ந்தபாடில்லை. ஆடுகளை ஓட்டிச் செல்லும் நேரம் தொடங்கியிருந்தாலும் (நிழலின் அளவை வைத்து நேரத்தைக் கணக்கிடக் கற்றுக்கொண்டிருந்தேன்) இன்னும் பாதி அடைப்புகளில்கூட புல்லை நிரப்பவில்லை.

நான் செய்யும் வேலையையெல்லாம் கவனித்தாலும் இன்னும் ஆடுகளைக் கூட்டிச் செல்லாததற்கு அர்பாப் என்னைக் கடிந்துகொண்டார். உதவி இல்லாமல் இவ்வளவுதான் செய்ய முடியும் என்று பதிலுரைத்தேன். அர்பாப் தன் பெல்டால் பதிலுரைத்தார். என் முதுகில் ஒரு விளாசல். நான் வலியில் குறுகிப்போனேன். இன்னும் ஆறு மாதத்திற்கு அந்த அடியின் வலி என் முதுகைப் பதம் பார்க்கும் என்று தோன்றியது. திரும்பிப் போகும் போது அர்பாப் எதுவோ கூறினார். அவர் சொன்னது எனக்குப் புரிந்தது - நான் இங்கு வரும்வரை இதையெல்லாம் ஒற்றை ஆளாக அந்த பயங்கர உருவம்தான் செய்து வந்தான். சமயங்களில் அறிமுகமற்ற பாஷைகூட நன்றாகப் புரியக்கூடும். அழுதுகொண்டே அங்கிருந்து ஓடிச்சென்று மீதியிருந்த வேலைகளையும் முடித்தேன். காலையுணவு சாப்பிடக்கூட பொழுதில்லை. அர்பாபும் உணவளிக்க என்னை அழைக்கவில்லை.

இரண்டு மஸாராக்களிலிருந்து ஆடுகளை மேய்த்துவிட்டுத் திரும்பியிருந்தேன், அப்பொழுது அர்பாப் என்னைக் கூப்பிட்டு ஆடுகளை சந்தைக்கு எடுத்துச் செல்லும் வண்டி வந்திருப்பதாகக் கூறினார். ‘பெரிய ஆடுகளாகப் பிடித்து வண்டியில் ஏற்று.’ வண்டியில் வந்தது என்னுடைய மூத்த அர்பாப். உதவி செய்ய வேறு யாரும் இல்லை. ஆடுகளின் அடைப்பிற்குள் நுழைந்தேன். வெளியே நின்றுகொண்டு இரண்டு அர்பாப்களும் அங்கிருந்தே ஓர் ஆட்டைக் காண்பித்து ‘ஆடி,’ என்பார்கள். நான் அதைப் பிடிக்க முயன்றபோதெல்லாம் அது சாளை மீனாக வழுக்கிக்கொண்டு சென்றது. நான் அதன் பின்னாலேயே ஓடிப்

போய்ப் பிடித்து (எப்படிப் பிடிக்க... அதன் கழுத்தில் கயிறுகூட இல்லை) அதை வண்டியில் ஏற்றுவேன். அடுத்த பிரச்சனை அதை வண்டிக்குள் தள்ளுவது. அதைத் தூக்கிக்கொண்டு வண்டிக்குள்ளே செல்லும் உடல் பலம் என்னிடம் இல்லை. ஆடும் அதுவாக உள்ளே போகாது. ஒவ்வொரு ஆடாக ஏற்றி, உள்ளே தள்ளிவிடுவதற்குள் எத்தனை சக்தியையும் நேரத்தையும் நான் செலவழித்தேன் என்று தெரியாது. இரண்டோ மூன்றோ உள்ளே தள்ளுவதற்குள்ளேயே நான் களைத்துவிட்டேன். ஆனால் அர்பாப்கள் என்னை மீண்டும் மீண்டும் மஸாராவிற்குள் ஓட வைத்தார்கள். மஸாராவைக் கை காண்பித்து, 'ஆடி அபியாட்,' என்பார்கள். எந்த ஆடு என்று விளங்காது. எனக்கு அடுத்து நிற்கும் ஆடுதான் என்று நினைத்துக்கொண்டு நான் அதைப் பிடிப்பேன். 'ஹிமார், மாஃபி அஸ்வாட், அபியாட், அபியாட்,' என்று அர்பாப்கள் கத்துவார்கள். பக்கத்திலிருந்த ஆடு இல்லை என்று புரிந்துகொண்டு வேறொரு பெரிய ஆட்டைத் தேடுவேன். 'ஹிமார், முக் மாஃபி இன்தி, ஆடி அபியாட்,' என்று அர்பாப் என் தலையில் தட்டுவார். நிறையத் தடவை தவறு செய்தபிறகு இறுதியில்தான் அர்பாப் வெள்ளை நிற ஆண்-ஆட்டைப் பிடிக்கச் சொல்கிறார் என்று புரிந்தது.

அதை வெளியே இழுத்து வந்து ஒருவழியாக வண்டிக்குள் ஏற்றித் தள்ளினேன். மீண்டும் மஸாராவிற்கு. அர்பாப், 'அஸ்வாட்,' என்பார். நானும் மீண்டும் பலமுறை தவறு செய்துவிட்டு இறுதியில் அவர் குறிப்பிட்ட கருப்பு ஆட்டைப் பிடித்துக்கொண்டு போவேன். இருபதாடுகளைப் பிடித்து ஏற்றியபிறகு ஒருதுளி சக்தியும் உடலிலில்லாமல் கீழே விழுந்து என்னையும் மற்றவர்களையும் சபித்துக்கொண்டேன். பயங்கர உருவம் விடுதலையடைந்துவிட்டது. எனக்கான சன்மானம் - முதுகுடையும் வேலை! என்றும் மறக்கமுடியாத அடி! மதியம் வரை பட்டினி!

பதினொன்று

வாழ்க்கையைத் தனியாக எதிர்கொள்ளத் தயாராகியிருந்தேன். இதுவரை செய்திராத வேலைகளில் என்னை நானே தயார் செய்துகொள்ள, வாழ்க்கையைப் புதிதாக எதிர்கொள்ள, அசாதாரண சூழலுக்குப் பழகிக்கொள்ள. வேறு வழியிருந்தது என்று அர்த்தமில்லை, நான் முற்றிலும் நிராதரவாக விடப்பட்டிருந்தேன். நம் எலும்பு உடைவதுவரை வேலை செய்தால்தான் சிறிது தண்ணீராவது கிடைக்கும் என்று முன்பே நமக்குத் தெரிந்திருந்தால் எலும்பு உடைவது என்ன, உயிரை விடுவது வரையும் வேலை செய்வோம்.

பயங்கர உருவத்திற்கு இரண்டு நாட்கள் வேலையில் உதவி செய்திருந்ததால் வழக்கமான வேலைகள் சிரமமாக இருக்காதென்றும் அவற்றை நான் சிறப்பாகச் செய்ய முடியும் என்று நம்பிக்கை இருந்தது. பால் கறப்பதற்கும் ஆடு மேய்ப்பதற்கும்தான் இன்னும் கொஞ்சம் பயிற்சி தேவைப்பட்டது. மீதி வேலைகளைப் பார்வையற்ற ஒருவன்கூட செய்துவிடமுடியும், உடம்பில் ஆரோக்கியமும் தெம்பும் இருந்தால். அப்படித்தான் நான் புரிந்து வைத்திருந்தேன். ஆனால் நாட்கள் செல்லச் செல்ல நிறைய விஷயங்களைப் புதிதாகக் கற்றுக்கொள்ள வேண்டியிருந்தது. ஆடுகள் செல்லும் வழிகள், அவற்றை மேய்ப்பது, ஒட்டகங்களின் பழக்கங்கள் போன்றவைகள். சந்தர்ப்ப சூழ்நிலைகள் ஒரு மனிதனை எதுவும் கற்றுக்கொள்ளும் இயல்பு மிக்கவனாக ஆக்குகின்றன.

நான் வந்து ஒருவாரம்போல் ஆகியிருந்த சமயம், ஒருநாள் நான் ஆடுகளை வழக்கம்போல் மேய்த்துக்கொண்டு சென்றபோது ஓர் ஆடு கொஞ்சம் மந்தமாகவும் சோர்வாகவும் இருப்பதைக்

கவனித்தேன். அது கர்ப்பமாக இருப்பதன் மந்தத்தனம் - சைனு இருந்ததுபோல். அர்பாபிடம் அதை மேய்ச்சலுக்குக் கூட்டிச் செல்ல வேண்டுமா என்று கேட்டபோது ஆம் என்று தலையசைத்தார். மஸாராவிலிருந்து பாதி தூரம் சென்றவுடன் அந்த ஆடு தனியாக ஒதுங்கிப் படுத்துவிட்டது. கேள்வியுடன் அதன் அருகில் நின்றேன். சிறிது நேரத்தில் முனகவும் நெளியவும் ஆரம்பித்துவிட்டது. அப்பொழுதுதான் அதற்குப் பிரசவ வலி வந்திருப்பது புரிந்தது. மீண்டும் அதை மஸாராவிற்குக் கூட்டிச் செல்ல நினைத்தபோது நான்கைந்து அடிகளில் கீழே விழுந்துவிட்டது. அதற்குள் மற்ற ஆடுகள் பாலைவனத்தில் சிதறிச் சென்றுவிட்டிருந்தன. கூட்டமாகச் சென்றதுவரை அவைகள் சரியாகத்தான் இருந்தன. ஆனால் வரிசை பிசகியதாலோ, கூட்டம் உடைந்ததாலோ அவை எல்லாத் திசைகளிலும் சென்றுவிட்டன. பின்பு அவற்றின் தன்னியல்பு வெளிப்பட்டுவிட்டது. ஆறாயிரம் ஆண்டுகள் மனிதர்களோடு வாழப் பழக்கப்படுத்தப்பட்டிருந்தாலும் ஆடுகள் எப்பொழுது முடியுமோ அப்பொழுது அதன் இயல்பு குணத்தை எடுத்துக்கொண்டன. அதனால்தான் முதல் நாளே பயங்கர உருவம் என்னிடம் மிகக் கறாராக அவைகளை வரிசையில் கூட்டமாக எப்பொழுதும் வைத்திருக்க அறிவுறுத்தியிருந்தான்.

நான் எதுவும் செய்வதற்கு முன் ஐம்பது ஆடுகள் ஐம்பது திசையில் சென்றுவிட்டிருந்தன. எனக்குக் குழப்பமாக இருந்தது - பிரசவத்தில் துடிக்கும் இந்த ஆட்டை விட்டுவிட்டு மற்றவைகளின் பின்னால் சென்று ஒழுங்குப்படுத்த வேண்டுமா அல்லது இதைக் கவனித்துக்கொண்டு மற்றவைகளை மேய விட்டுவிட வேண்டுமா? இறுதியில், வழிதவறிய ஆட்டைத் தேடி இடையன் சென்றது நினைவிற்கு வர, நாற்பத்தியொன்பது ஆடுகளை விட்டுவிட்டு பிரசவ வலியில் இருந்த ஆட்டைக் கவனிக்க முடிவெடுத்தேன்.

ஆடுகளை விடுங்கள், நான் இதுவரை எந்த விலங்கும் குட்டிபோட்டுப் பார்த்ததில்லை. பிரசவ வலியில் இருக்கும் விலங்கிற்கு எந்த மாதிரியான உதவி வேண்டும் என்று தெரியவில்லை. என்னிடம் எந்த வீட்டு விலங்கும் இருந்ததில்லை, நான் வாழ்ந்த இடத்தருகே இருந்த எந்த விலங்கு குறித்தும் இதுவரை அக்கறை கொண்டதில்லை. ஆகையால் ஒன்றும் செய்ய முடியாமல் அங்கே வெறுமனே நின்று பார்த்துக்கொண்டிருந்தேன். சிறிது நேரத்தில்

தலை வெளியே வர ஒருவித பயத்துடன் தொடர்ந்து பார்த்துகொண்டிருந்தேன். பின்பு என்னை அறியாமல் ஓடிச் சென்று வலிகள் அனைத்தையும் உள்வாங்கிக்கொண்டு மெதுவாகப் பிறந்த குட்டியை கைகளில் வாங்கிக் கொண்டேன். ஆனால் உடலில் இருந்த பிசுபிசுப்பால் அதைப் பிடிக்க முடியவில்லை. என் கைகளிலிருந்து நழுவி கீழே விழுந்தது.

எங்கிருந்தோ திடீரென்று ஏற்கெனவே அறிந்திருந்த விஷயம் பளிச்சென்று நினைவிற்கு வந்தது - அதன் நச்சுக்கொடியை நீக்க வேண்டும். குட்டியின் முகத்தையும் உடலையும் என் கைகளால் சுத்தம் செய்தேன். என்னைவிடவும் அதன் குட்டி மீது தாய் ஆட்டிற்கு அக்கறை அதிகம் இருந்தது. நொடிகளில் குட்டியை நக்கிவிட்டு சுத்தம் செய்தது. பிறந்த சிறிது நேரத்திலேயே குட்டி ஆடி எழுந்து நிற்க முயற்சி செய்து வெற்றி பெற்றது. மெதுவாக கால்கள் நடுங்க அம்மாவின் மடியைத் தேடிப் போயிற்று. அது ஓர் ஆண் ஆடு என்பதைக் கவனித்தேன்.

அந்த நொடி என் மனம் எல்லா சங்கிலிகளையும் அறுத்துக்கொண்டு நான் மறக்க நினைத்தவைகளையே நாடியது. என் சைனு கர்ப்பமாக இருக்கிறாள். நான் கிளம்பியபோது அவள் கிட்டத்தட்ட பிரசவ நாளை எட்டியிருந்தாள். ஆனால் இதுவரை அவளுக்கு என்னவாயிற்று என்று செய்தி இல்லை. ஒருவேளை அல்லா எனக்குக் காண்பிக்க நினைத்த நல்ல சகுனமாக இது இருக்கலாம். என் சைனு, என் மனைவி - பிரவித்திருக்கிறாள். நான் ஏங்கியதுபோலவே ஓர் ஆண் குழந்தை. அந்த நம்பிக்கையில் நான் அந்தக் குட்டி ஆட்டிற்கு நபீல் என்று பெயர் வைத்தேன். என் மகனுக்காக யோசித்திருந்த பெயர்.

என் கைகள் உடை, அனைத்தும் பனிக்குடம் உடைந்த ஈரத்தாலும் நச்சுக்கொடியிலிருந்த ரத்தத்தாலும் நனைந்திருந்தது. எங்கே கழுவிக் கொள்ள? ஆடுகள் இல்லாமல் மஸாராவிற்குத் திரும்பினால் அர்பாப் என்னைத் திட்டப்போவது உறுதி. என் அங்கியிலேயே கைகளைத் துடைத்துக்கொண்டு நிலைகொள்ளாமல் இருந்த அந்த அழகான ஆட்டுக்குட்டியைத் தூக்கி ஒரு முத்தமிட்டேன். அல்லா எனக்களித்த பரிசு நீதான். நன்றாக இரு, என் செல்லமே!

நபீலை அதன் தாயின் மடிக்குக் கொண்டுசென்றேன். எங்கிருந்தோ திடீரென்று விழுந்த உதையில் சில அடிகள் தள்ளி

விழுந்தேன். சில நொடி அதிர்ச்சிக்குப் பிறகு நினைவு திரும்பிய பிறகு அர்பாப்தான் என்னை உதைத்தது என்று தெரிந்தது. எரியும் கண்களுடன் என்னைப் பார்த்துக்கொண்டே, விரல்களை எங்கோ சுட்டியபடி உரக்கக் கத்திக்கொண்டிருந்தார். மீதியிருந்த ஆடுகள் பாலைவனத்தில் திக்குக்கொன்றாகச் சென்றுவிட்டிருந்தன. நான் 'ஆடு, பிரசவம், குட்டி, நச்சுக்கொடி', என்று ஏதேதோ முனகினேன். ஆனால் அதையெல்லாம் கேட்கும் மனநிலையில் அர்பாப் இல்லை. கோபமாக முன்னே வந்து குட்டி ஆட்டை அதன் தாயின் முலைக்காம்பிலிருந்து பிடித்து இழுத்தார். என்னுடைய கதறல்களையும் தாய் ஆட்டின் இதயத்தைப் பிளக்கும் பார்வையையும் கொடூரமாக உதாசீனப்படுத்தியபடி நபீலைத் தோளில் போட்டுக்கொண்டு மஸாராவிற்குத் திரும்பிச் சென்றார்.

தாய் ஆட்டை அங்கேயே விட்டுவிட்டு நான் மற்ற ஆடுகளின் பின்னால் சென்றேன். எப்படியோ மிகவும் கஷ்டப்பட்டு அவற்றை ஒருவழியாக மீண்டும் சேகரித்துக்கொண்டு வந்தேன். அவைகளை மஸாராவிற்கு அழைத்துச் சென்றபோது தாய் ஆடும் இயலாமையுடன் பின் தொடர்ந்தது.

நான் திரும்பியவுடன் இன்னும் நிறைய தண்டனைகள் காத்திருந்தன. மிக மோசமாகத் தாக்கப்பட்டு வசைபாடப்பட்டேன். அர்பாப் அன்றைய தினம் என் மீது நான்கு குற்றச்சாட்டுகளை வைத்தார். அவையாவன: ஒன்று, நான் என் கைகளிலும் உடையிலும் இருந்த ரத்தத்தைக் கழுவிக்கொள்ள நீரைப் பயன்படுத்தினேன், இரண்டு, ஆடுகளைத் திருப்பி அழைத்துக்கொண்டு வர தாமதமாக்கினேன், மூன்று, ஆடு குட்டிப்போடுவதை வேடிக்கை பார்த்தபடி நின்று நேரத்தை விரயமாக்கினேன் - ஆடுகளுக்குத் தாங்களாகவே குட்டி போடத் தெரியும், மனித உதவி அவற்றிற்குத் தேவையில்லை, மற்றும் நான்காவதும் மிக மோசமானதுமான குற்றச்சாட்டானது, பிறந்த குட்டி ஆட்டை அதன் தாயிடம் பால் குடிக்க விட்டது.

குட்டி ஆடுகள் பாலை பாத்திரத்தில்தான் குடிக்கின்றன என்று எனக்குத் தெரிந்திருந்தது. ஆனால் அப்பொழுது பிறந்த குட்டிக்குக்கூட தாய்ப்பால் அனுமதியில்லை என்பது தெரிந்திருக்கவில்லை.

ஆடு ஒன்றிற்கு அதன் குட்டியைப் பிரசவிக்க நான் செய்த உதவிக்குக் கிடைத்த பரிசுகள் - மோசமான வார்த்தைகள், உதை, காறியுமிழ்தல், இரண்டு மூன்று முறை பெல்டால் விளாசல், மதியம் வரை பட்டினி.

இருந்தும் நான் சோகமாகவோ துக்கமாகவோ உணரவில்லை. ஊரில் என் சைனுவிற்கும் என் மகனிற்கும் அல்லாவின் உண்மையான ஆசீர்வாதம் கிட்டும் என்று உறுதியாக நம்பினேன். அல்லது அவ்வாறு எனக்குச் சொல்லிக் கொண்டேன். எப்படியாவது உயிர்வாழ ஏதாவது பிடிப்புத் எனக்குத் தேவைப்பட்டது.

பதினேழு

மஸாராவிலிருந்த வேறெந்த ஆட்டையும்விட நான் நபீலின் மீது அதிக அக்கறையும் அன்பும் காண்பித்தேன். அந்த ஆட்டிற்கு அவை தேவைப்பட்டிருக்காது. அது மற்ற ஆடுகளுடன் சுலபமாகவே வாழ்ந்திருக்க முடியும். ஆனால் என்னால் அதை விட முடியவில்லை. அவன்தான் என் கைகளில் பிறந்தது. என் மகனின் இடத்தில் அல்லா எனக்குக் கொடுத்தப் பரிசு. அர்பாப் பார்க்காதபோது, அதன் தாயின் மடியிலிருந்து அடிக்கடி பால் குடிக்க விடுவேன். அங்கு மஸாராவில் இருந்த வேறெந்த ஆடுகளுக்கும் கிடைத்திராத பாக்கியம். தாயின் மடியிலிருந்து நேரிடையாகப் பால் குடிக்க விடுவதைவிடவும் நான் இந்த ஆட்டிற்கு வேறு என்ன பரிசு வழங்கிவிட முடியும்? மற்ற ஆடுகள் பொதுவான வாளியிலிருந்து பாலைக் குடிக்க நான் அதைத் தனியாகக் குடிக்க விட்டேன். அதற்கு மிருதுவான புற்களை ஊட்டி, மேய்ச்சலுக்கு அழைத்துச் சென்றபோது என்னருகிலேயே வைத்துக்கொண்டேன். குறும்புச் சிறுவனைப்போல் அது என்னிடமிருந்து விலகி ஓடி முன்னால் சென்று தலையைத் திருப்பி என்னைப் பார்க்கும். நான் அதைப் பிடிக்க ஓடினால் கூட்டத்திற்குள் புகுந்து மறைந்துகொள்ளும். அதைப் பிடித்தவுடன் அதற்கு முத்தம் கொடுப்பேன். என்னைப் பொறுத்தவரை நபீல் அங்கிருந்த ஆடுகளில் ஒன்றல்ல. நபீல் என்னுடைய சொந்த மகன்.

முதலிலிருந்தே மிகவும் குறும்பாக இருந்தான். அவனை விட பெரிய ஆண் ஆடுகளுடன் சண்டை பிடிப்பது அவன் வழக்கம். அவனுடைய குறும்புகளை சில ஆடுகள் பொறுத்துக்கொள்ளும், ஆனால் சில ஆடுகளோ கொம்பினால் முட்டித் தள்ளிவிடும். எத்தனை முறை என்னிடம் ரத்தம் வடிய வந்திருக்கிறான்.

அர்பாபிற்குத் தெரியாமல் நீரை எடுத்து அதன் காயங்களைக் கழுவிவிட்டு, அர்பாப் வைத்திருந்த மருந்தை எடுத்து அதன் மீது பூசுவேன். நான் அவன்மீது காண்பித்த பிரத்யேகக் கவனிப்பையும் பாசத்தையும் புரிந்துகொண்டு நபீல் அவற்றை எனக்குத் திருப்பி அளித்தான்.

ஒரு நாள் குபூஸ்களைத் தின்றுவிட்டு ஆடுகளைக் கூட்டிக்கொண்டு நடைக்குக் கிளம்பியபோது அர்பாப் என்னை அழைத்தார். இன்று வெளியில் செல்லத் தேவையில்லை, செய்வதற்கு வேறு வேலை இருக்கிறது என்றார்.

சிறிது நேரத்தில் அர்பாப் ஒரு பெரிய கூர்மையான கத்தியைக் கொண்டு வந்தார். எனக்குள் எதுவோ உடைந்தது. கடவுளே, இவற்றிலிருந்து சில ஆடுகளைக் கொன்று பிற்பாடு உண்பதற்கு யோசிக்கிறாரா?

அர்பாபிடம் உங்களால் எதுவும் கேட்க முடியாது. அவர் சொல்வதைக் கேட்டுக்கொள்ள முடியும், அவ்வளவுதான். அவர் சொல்வது புரிந்தாலும் புரியாவிட்டாலும் அவர் வார்த்தைகளைப் பின்பற்ற வேண்டும். இதைத்தான் இத்தனை நாட்கள் நான் செய்துகொண்டிருந்தேன். ஆகையால் அர்பாபிடம் எதுவும் கேட்க பயமாக இருந்தது. நான் அமைதியாக அவரைப் பின் தொடர்ந்தேன்.

அர்பாப் அங்கிருந்த குட்டி ஆண் ஆடுகள் வைக்கப்பட்டிருந்த மஸாராவிற்குச் சென்றார். அதில் ஒரு குட்டி ஆண் ஆட்டைக் காண்பித்துப் பிடிக்கச் சொன்னார். கொல்வதற்குத்தான் என்று நிச்சயமாகத் தெரியும். கொலைகாரன். ஆனால் அவரை எதிர்க்கும் தைரியம் எனக்கில்லை. மனம் ஒப்பாமல் மஸாராவிற்குச் சென்று அவர் வேண்டிய ஆட்டுக்குட்டியைப் பிடித்துக்கொண்டு வெளியே வந்தேன். அதன் முகத்தைத் தன்னை நோக்கித் திருப்பச் சொல்லிவிட்டு, அதன் உடலை என் தொடைகளுக்கு இடையில் பிடித்து வைத்தபடி பின்னங்கால்கள் இரண்டையும் தூக்கச் சொன்னார். அவர் ஏன் அப்படிச் செய்யச் சொன்னார் என்று எனக்குச் சுத்தமாகப் புரியவில்லை.

அந்த ஆடு தன் முன்னங்கால்களில் நின்றிருக்க, அதன் உடல் எனது தொடைகளுக்கு இடையில் இருக்க, அதன் பின்னங்கால்கள் என் கைகளிலிருந்தன. என் முன்னால் நின்றிருந்த அர்பாபிற்கு அதன் அடி பாகம் தெளிவாகத் தெரிந்தது. அந்த ஆடு பயத்தில் நடுங்கியது. நான் அதைவிடவும்

பயந்துபோயிருந்தேன். அர்பாப் கத்தியின் கூர்மையைச் சரிபார்த்தது என் நினைவில் இருக்கிறது. திடீரென்று நான் இதற்கு முன்பு கேட்டிராத ஓர் அலறல் கேட்க குழாயிலிருந்து பீய்ச்சி அடிப்பதுபோல் ரத்தம் பீய்ச்சி அடித்தது. என் பிடியில் இருந்த ஆடு தன் அனைத்து சக்தியையும் திரட்டித் திமிறியது. பிடியை இழந்துவிடுவேனோ என்று ஒரு கணம் பயந்தேன். 'அதைப் போக விடாதே,' அர்பாப் கத்தினார். அர்பாபின் கோபத்திற்கு பயந்து என் பிடி மேலும் இறுகியது. என் பலம் ஆட்டின் பலத்தை ஜெயித்தது. அடுத்த நொடி அர்பாப் தன் சட்டைப்பையிலிருந்து ஒரு ஸ்ப்ரேயை எடுத்து ரத்தம் வந்த இடத்தில் அடித்தார். அப்பொழுதும் அந்த ஆடு தன் உயிரையெல்லாம் திரட்டி அழுதது. ஆனால், ஏதோ மந்திரம்போல் ரத்தம் வருவது அப்படியே நின்றது. கொஞ்ச நேரத்தில் சுருண்டிருந்த ஆட்டின் உடல் இயல்பிற்குத் திரும்பியது. அர்பாப் என்னிடம் அதை மீண்டும் மஸாராவில் விடச் சொன்னார். மஸாராவின் கதவருகில் நான் அதை விடவும் காட்டுப் பன்றி குண்டடிபட்டுத் தப்பித்து ஓடுவதுபோல் ஓடி வேகமாகக் கூட்டத்தில் கலந்தது.

பாவம்! ஓர் ஆண் ஆடு அதன் ஆண்தன்மையை இழந்துவிட்டது. அர்பாபைப் பொறுத்தவரையில் ஒரு சிறு சதைத் துண்டும் கொஞ்சம் ரத்தமுமே பெறுமானமுள்ள ஆண்மை. எல்லா ஆண் ஆடுகளும் அதன் ஆண்மையுடன் இருக்க விடப்படவில்லை என்பதைக் கவனித்திருந்தேன். தேர்ந்தெடுத்த சில ஆடுகள் மட்டுமே அதிர்ஷ்டம் கொண்டிருந்தன. குறிப்பிட்ட வயதிற்குப் பிறகு அவை பெண் ஆடுகளுடன் வாழ அனுமதிக்கப்பட்டன. தனக்குப் பிடித்த அளவு உடலுறவுகொண்டு தன் ஆண்மையை அனுபவித்து மகிழலாம். மீதியிருந்த ஆண் ஆடுகள் விதையறுக்கப்பட்டு ஆண்மை அகற்றப்பட்டிருந்தன. அவைகள் இறைச்சிக்காக வளர்க்கப்பட்டன. விதையறுக்கப்பட்ட ஆண் ஆடுகள் வேகமாக வளர்ந்தன என்பதைக் கவனித்திருந்தேன், ஆனால் அது இத்தனைக் கொடூர நிகழ்வாக இருக்கும் என்று நினைத்துப் பார்த்ததில்லை.

அர்பாப் என்னிடம் இன்னொரு ஆட்டைக் காண்பித்துப் பிடித்துவரச் சொன்னார். மஸாராவிற்குள் நுழைந்து அதைப் பிடித்தேன். அர்பாபிற்கு ஒவ்வொரு ஆட்டின் வயதும் அதை எப்பொழுது விதையறுக்க வேண்டும் என்றும் தெரிந்திருந்தது. சிலவற்றை முதல் மாதத்திலும், சிலவற்றை இரண்டு

மாதங்களிலும். அதன் ஆணுறுப்பைப் பார்த்தே ஓர் ஆடு சுறுசுறுப்பான, ஆரோக்கியமான, நிறைய பால் சுரக்கும் ஆட்டுக்குட்டியைப் பெற்றெடுக்க முடியுமா முடியாதா என்பதைக் கணித்துவிடுவார். அதன் அடிப்படையில்தான் ஓர் ஆட்டிற்கு ஆண் தன்மை வேண்டுமா அல்லது வேண்டாமா என்பது முடிவெடுக்கப்பட்டது.

நான் அவர் கைகாட்டிய ஆடுகளை எல்லாம் பிடித்துக்கொண்டு வந்தேன். மிக இயல்பாக ஒருவரின் நகங்களை வெட்டுவதுபோல் அர்பாப் அதன் ஆணுறுப்புகளை வெட்டிக்கொண்டு வந்தார். ஐந்தாறு ஆடுகளுக்கு வெட்டி முடித்த பின்னர் அவர் கைகாட்டிய ஆட்டைப் பார்த்து என் இதயம் நடுங்கியது. அந்தக் கை என் நபீலைக் காட்டியது! நான் அதிர்ந்தேன். என் நபீலா? நீ மகிழ்ச்சியாக வளர வேண்டும் என்று நினைத்தேனே, நீயா? என் மகனே! இல்லை, என்னால் உன்னை அவர் கத்திக்கு பலியாக்க முடியாது. என்னால் முடியாது. அதை மற்ற ஆடுகளுக்கு இடையில் தள்ளிவிட்டு அர்பாப் தான் காட்டியதுபோன்று வேறொரு ஆட்டைப் பிடித்துக்கொண்டு போனேன். ஆனால் அர்பாபிற்குக் கழுகுக் கண்கள். நாள் முழுவதும் ஒன்றும் செய்யாமல் கூடாரத்திற்குள் அமர்ந்திருந்தாலும் ஒவ்வொரு ஆட்டையும் குறித்து உள்ளங்கையைப் போல் அவருக்குத் தெரிந்திருந்தது. 'அது இல்ல, மற்றது,' அர்பாபின் கைகள் நபீலை நோக்கி நீண்டன. என்னால் அவனைப் பிடிக்க முடியவில்லை. அவனுக்கு இப்படியொரு பாதகத்தை என்னால் செய்ய முடியாது. மீண்டும் அருகிலிருந்த வேறொரு ஆட்டின் கால்களைப் பிடித்தேன்.

'ஹிமார்!' என்று அர்பாப் கத்தினார். அதுதான் அவரது பொறுமைக்கு எல்லை. அடுத்து என் முதுகில் ஓர் எத்து விழும் என்று எனக்குத் தெரிந்திருந்தது. மீண்டும் மூன்றாவது முறையும் வேறொரு ஆட்டைப் பிடித்தேன். அர்பாப் என்னை நோக்கி வேகமாக வந்து என் முதுகில் எத்தினார். நான் தள்ளிப்போய் விழுந்தேன். கோபமாக நபீலின் கால்களைப் பிடித்துத் தூக்கிக்கொண்டு வெளியே இழுத்துச் சென்றார். நான் எழுந்து அர்பாபின் கால்களைத் தொட்டேன். ஓ அர்பாப், தயவுசெய்து அவனை ஓர் ஆண் ஆடாக வளர விடுங்கள். அவன் எனக்கு வேண்டும். அவனை நான் இறைச்சிக்கூடத்திற்கு அனுப்ப விரும்பவில்லை. அவன் என்னுடன் இங்கு

இருக்கட்டும். எனக்குத் தெரிந்த மொழிகளிலெல்லாம் அவரிடம் மன்றாடினேன்.

'ஹிமார்,' அர்பாப் என் மண்டையில் அடித்தார். 'என்னால சரியான ஆண் ஆடுகள இனங்காண முடியும். அதுகள் பெற்றெடுக்கும் குட்டிதான் ஆரோக்கியமாவும் வேகமாவும் வளரும். உனக்கு என்ன தெரியும்? அவன சீக்கிரம் இறைச்சிக்கூடத்துக்கு அனுப்பனும்.' எந்தக் கருணையும் இன்றி அர்பாப் நபீலை வெளியே கொண்டுசென்று அதன் பின்னங்கால்களைத் தூக்குமாறு எனக்குக் கட்டளையிட்டார். பின்பு கண்ணசைப்பதற்குள் நபீலின் ஆணுறுப்பும் மண்ணில் விழுந்தது. மற்ற ஆடுகளினுடையது போல் இதுவும் ரத்தத்தில் தோய்ந்திருந்தது.

வெட்டப்பட்டபோது நபீலிடமிருந்து எழுந்த அழுகுரல்! இப்பொழுதும் என் மனதில் அது எதிரொலிக்கிறது. என் இதயத்தைத் தகரம்கொண்டு யாரோ வெட்டியதுபோல் உணர்ந்தேன். நபீல் அழுதுகொண்டே மஸாராவிற்குள் ஓடியதுதான் நினைவிருக்கிறது. பின்பு நான் கண் விழித்தபோது வைக்கோல் கட்டுகளின் மேல் படுத்திருந்தேன். மதியமாகியிருந்தது. அர்பாப் எனக்குக் குடிக்கக் கொஞ்சம் தண்ணீர் தந்துவிட்டு மேற்கொண்டு வேலைகளைக் கவனிக்க அனுப்பிவைத்தார். நபீல் அவன் ஆண்மையை இழந்த அன்று நானும் என் ஆண்மையை இழந்தேன். ஓர் ஆடு ஆண்மையை இழந்த அன்று என் ஆண்மையையும் நான் இழந்தது எப்படி என்ற இந்தப் புதிரை இன்னும் என்னால் விடுவிக்க முடியவில்லை.

பதினெட்டு

ஆடுகளை நடைக்குக் கூட்டிப்போவது அப்படி ஒன்றும் கடினமான வேலை இல்லை என்று நீங்கள் நினைக்கலாம். அவைகளை அவ்வப்போது ஒழுங்குபடுத்தினால் போதுமே என்று நினைக்கலாம். திரைப்படங்களில் அவைகள் கூட்டமாக, ஒன்றோடு ஒன்று நெருக்கமாக நடப்பதைப் பார்த்திருப்பீர்கள். அவைகளை வழி நடத்த ஒரு தலை ஆடு இருக்கும். அது எங்கு செல்கிறதோ அங்கு இவைகளும் செல்லும். நமக்கு அறிமுகமாகியிருக்கும் தலை ஆட்டின் பொறுப்பு மற்ற ஆடுகளையும் செம்மறிகளையும் வழி நடத்துவது. நான் மாஸாராவிலிருந்த மூன்று தலையாடுகளுக்கு லலிதா, ராகினி மற்றும் பத்மினி என்று பெயர் வைத்தேன்.

உண்மையில் ஆடுகளை மேய்ப்பது அத்தனை சுலபமானதல்ல. அவைகள் எல்லாத் திசைகளிலும் நடந்து செல்லக்கூடியவை. ஒன்று இடது பக்கமாகச் சென்றால் மற்றொன்று வலது பக்கம் செல்லும். நான் ஒரே நேரத்தில் ஐம்பதிலிருந்து நூறு ஆடுகள் வரை கவனித்துகொள்ள வேண்டியிருந்தது. இந்த ஆடுகளுக்கென்று பிரத்யேக குணம் உண்டு. அவைகளின் பழக்கங்கள் பற்றி முன்பே கூறியிருந்தேன். அவைகளும் செம்மறியாடுகளைப்போலவே ஆறாயிரம் வருடங்களாக மனிதர்களுடன் வாழ்ந்து வந்தாலும் மனிதர்களுக்கு ஆட்டை வீட்டு விலங்காக்குவதிலுள்ள சிரமம்போல் வேறு எந்த மிருகத்துடனும் இருந்திருக்காது. இன்னும்கூட ஆடுகளை வீட்டு விலங்காக்குவதில் நாம் முழுமையாக வெற்றிபெறவில்லை என்றே தோன்றுகிறது. அவைகளிலும் இந்த ஆண் ஆடுகள் கட்டுப்படுத்த இன்னும் கடினமானவை. முழுதாக வளர்ந்த ஒன்று என்னளவிற்குப் பெரியதாக இருக்கும்.

பெண் ஆடுகளுக்கு இடையில் உறவுகொள்ள அவைகளை அவிழ்த்துவிட்டால் கண்டபடிக்குத் திரியும். இந்த வெப்பத்தில் எங்கும் எதற்கும் இடையில் வலிமையுடன் ஓடும் ஆண் ஆட்டினைப் பார்ப்பது விந்தையான காட்சிதான்.

ஒருநாள் அவைகளை நடைக்குக் கூட்டிக்கொண்டு போனபொழுது ஒரேயொரு முறை ஓர் ஆட்டின் பின்னால் தட்டினேன். அது பின்னால் திரும்பிப் பார்த்துக் கோபம் கொண்ட யானையைப் போல் தன் பலத்தையெல்லாம் திரட்டி உறுமியது. அதன் மூக்குத் துவாரங்களில் புகை வந்ததைப் பார்த்தேன். அடுத்த நொடி என்னை நோக்கிப் பாய்ந்து வந்து ஒரு நொடிகூட நான் சுதாரிக்க விடாமல் நேராக என் மார்பின் மீது முட்டியது. ஹிந்தி படத்தில் வில்லனை ஹீரோ தூக்கி வீசுவதுபோல் பத்தடி தள்ளிப் பறந்து விழுந்ததுதான் நினைவிருக்கிறது. எத்தனை நேரம் அங்கே மயக்கமடைந்து விழுந்திருந்தேன் என்று தெரியாது. கண்களைத் திறந்தபோது அங்கே அர்பாப் நின்றுகொண்டிருந்தார். அர்பாப் செய்ததெல்லாம் என் முகத்தில் சுடு தண்ணீரை ஊற்றியதுதான். பின்பு என்னை ஹிமார் என்று அழைத்துவிட்டு எதுவோ கூறினார்.

எப்படியோ சுதாரித்துக்கொண்டு எழுந்து சுற்றிப் பார்த்தேன் - கிட்டத்தட்ட ஐந்து கிலோமீட்டர் சுற்றளவில் ஆடுகள் சிதறிப் போயிருந்தன. என் இடது கையில் மிகுந்த வலி எடுத்ததை அப்பொழுதுதான் உணர்ந்தேன். தாங்கவே முடியாத ஆழமான வலி. கை வீங்கியிருந்தது. அர்பாபிடம் என் கை உடைந்திருக்கிறது என்று நினைப்பதாகக் கூறினேன். அவர் பெல்டைக் கழற்றி என்னை அடித்தார், ஆடுகளை வேகமாக ஓடிக் கூட்டிக்கொண்டு வரும்படி கத்தினார். அதிலிருந்து ஒரேயொரு ஆடு தொலைந்தாலும் அதற்குப் பிறகு என் உயிர் இருக்காது என்று மிரட்டினார்.

உயிர்போக வலித்த இடதுகையுடன் பாலைவனம் முழுவதும் ஓடினேன். திடீரென்று கிடைத்த சுதந்திரத்தில் தன் காட்டியல்பை வெளிப்படுத்தியபடி முழுமையாக அனுபவித்துக் கொண்டிருந்தன ஆடுகள். அடிமைப்பட்டுக் கிடந்த தேசம் ஒன்றில் திடீரென்று புரட்சி வெடித்ததுபோல் இருந்தது. அவ்வளவு குழப்பம். கஷ்டப்பட்டு ஓர் ஆட்டைப் பிடித்து இழுத்து வந்தால் ஏற்கெனவே அங்கிருந்த ஆடு ஓடிப்போயிருக்கும். இரண்டாவது ஆட்டின் பின்னால்

ஓடினால் முதல் ஆடு அதுபாட்டுக்கு மீண்டும் எங்காவது ஓடியிருக்கும். சில தடவைகள் முயன்ற பிறகு அத்தனை ஆட்டையும் மொத்தமாகத் திரட்டுவது இயலாத காரியம் என்பதை உணர்ந்தேன். கிடைத்தவரை அவற்றை இழுத்துக்கொண்டு மஸாராவிற்குச் சென்று அடைத்துவிட்டு மீண்டும் பாலைவனத்திற்கு ஓடினேன். மீண்டும் ஐந்தோ பத்தோ ஆடுகளுடன் மஸாராவிற்குத் திரும்பினேன். முதல் ஆடு மஸாராவிலிருந்து இரண்டு கிலோமீட்டர் தொலைவிலிருந்தால் மற்ற ஆடுகள் அங்கிருந்து ஐந்து கிலோ மீட்டர் தொலைவு வரை சிதறிப்போயிருக்கும். எத்தனை முறை பாலைவனத்திற்கும் மஸாராவிற்கும் இடையில் இருந்த அத்தொலைவைக் கடந்தேன் என்பது நினைவில்லை. நினைவில் இருப்பதெல்லாம் நான் மிக மிகக் களைத்துப் போயிருந்தேன். தண்ணீர் குடிக்க நின்றபொழுது அர்பாப் என்னை அடித்துவிட்டு, தண்ணீர் பாத்திரத்தைப் பிடுங்கி விசிறியடித்தார். மீண்டும் பாலைவனத்திற்கு ஓடினேன், தாகத்துடன், மூச்சிரைக்க, நாக்கு வறண்டுபோயிருக்க.

ஒவ்வொரு முறை ஓடியபோதும் வலியுடன் வானத்தைப் பார்த்து அல்லாவின் பெயரை அழுகையுடன் உரக்கக் கூறினேன். அடிவானம் வரை ஆடுகள் சிதறியிருப்பதைப் பார்க்க முடிந்தது. எப்படி அதுவரை போகப் போகிறேன்? என் கால்கள் வீங்கியிருந்தன, இடது கையில் வலி இரக்கமற்று தொடர்ந்து குத்தியது, தாகம் கடுமையாக எடுத்தது. கத்திக்கொண்டும் கதறிக்கொண்டும் ஆடுகளின் பின்னால் ஓடினேன். பேருக்குக்கூட காற்று இல்லை, வானம் சிறிதும் அசையாதிருக்க இருந்ததெல்லாம் சுட்டெரிக்கும் சூரியன் மட்டும்தான்.

மஸாராவிற்கு அனைத்து ஆடுகளையும் மீண்டும் இழுத்து வந்தபோது மதியம் ஆகியிருந்தது. பின்பொரு சமயம் அத்தனை கடுமையான வெயிலில் ஒரு துளி நீர் அருந்தாமல், சிறிதும் ஓய்வெடுக்காமல் எவ்வாறு என்னால் தாக்குப் பிடிக்க முடிந்தது என்று வியந்திருக்கிறேன். அந்தக் கட்டத்தைக் கடக்க உதவிய இரண்டு விஷயங்கள், வாழ்க்கையின் மீதிருந்த தீராத பற்றும் அல்லாவின் மீதிருந்த முடிவில்லாத நம்பிகையும்தான். கடைசி ஆட்டையும் கொண்டுவந்த பிறகு சோர்வுடன் கட்டிலில் விழுந்துவிட்டேன்.

அர்பாப் என்னருகில் வந்தமர்ந்து என் வாயில் சில சொட்டுகள் நீரை ஊற்றினார். ‘தண்ணீர்... தண்ணீர்...’ நான் மீண்டும்

மீண்டும் முனகினேன். என் அரைகுறை மயக்கத்தில்கூட அர்பாப், ‘நீங்களெல்லாம் ஊதாரிகள், தண்ணீரைச் சிக்கனமாகப் பயன்படுத்தத் தெரியாத ஊதாரிகள்,’ என்று கூறுவது கேட்டது. பின்பு மயக்கமடைந்துவிட்டேன்.

நான் மீண்டும் கண் விழித்தபோது இரவாகியிருந்தது. என் கை இன்னும் மோசமாக வீங்கியிருக்க, வலி தாங்க முடியாததாக இருந்தது. கை உடைந்திருந்தது என்று நிச்சயம் தெரிந்தது. அந்த ஆண் ஆடு முட்டியதிலிருந்து நெஞ்சும் கனத்தது. தாகத்தில் என் தொண்டை வெடித்துவிடும்போல் இருந்தது. தள்ளாடியபடி தண்ணீர் தொட்டிக்கு நடந்து சென்று ஆசை தீரும்வரை நீரைக் குடித்தேன். பின்பு அர்பாபின் கூடாரத்திற்குச் சென்றேன். இத்தனை நேரம் தூங்கியதற்காகத் திட்டிக்கொண்டே இரண்டோ மூன்றோ குபூஸ்களை என் மீது விட்டெறிந்தார். எனக்கு மிகவும் பசித்தது. தண்ணீரில் நனைத்தபடி அந்த குபூஸ்களை தின்று தீர்த்தேன். வலியால் அன்றிரவு என்னால் சிறிதுகூடத் தூங்க முடியவிலை. அழுதுகொண்டே பலமுறை அர்பாபின் கொட்டகைக்குச் சென்றேன். அவரிடம் என்னை ஏதாவது மருத்துவமனைக்குக் கூட்டிப் போகும்படி இறைஞ்சினேன். ஆனால் அர்பாப் அதைக் காதில்கூட வாங்கவில்லை. விடிந்தவுடன் பாத்திரத்தை எடுத்துக்கொண்டு என் கட்டிலுக்கருகில் வந்து வேகமாகச் சென்று பால் கறக்குமாறு கூறினார். அவரிடம் என் கையைக் காண்பித்தேன். பதிலுக்கு என் தலையில் ஓர் அடி விழுந்தது.

என் நெஞ்சில் ஏற்பட்டிருந்த வலியும் குறையவில்லை, என் கைகளின் வீக்கமும் அதிகரித்திருந்தது. மஸாராவிற்கு அந்த நிலையிலேயே நொண்டிக்கொண்டு சென்றேன். ஒற்றைக் கையில் பாலை எப்படிக் கறப்பது? நன்றாக நடந்துகொண்ட ஆடுகளிடம் பாலைக் கறக்கும்போது பாத்திரத்தைக் கீழே வைத்துவிட்டு, இரு கைகளாலும் கறப்பேன். குறும்பான ஆடுகளுக்கோ முதுகில் ஒற்றைக்கையால் தடவியபடி கறக்க வேண்டும். இப்பொழுது ஒரு கையை வைத்துக்கொண்டு நான் என்ன செய்ய? கொஞ்சம் கறந்திருந்த பாலையும் ஆடு குதித்துத் தட்டிவிட்டுவிடும். அல்லாவிடம் பிரார்த்தித்தவாறு மஸாராவில் நுழைந்தேன். போச்சக்காரி ரமணி என்று பெயர் வைத்திருந்த ஆட்டை முதலில் பார்த்தேன். அதற்கு எப்படி அந்தப் பெயர் வைத்தேன் என்பதை வேறொரு தருணத்தில் கூறுகிறேன்.

நான் ரமணியின் கண்களைப் பார்த்து அதனிடம் கூறினேன், ‘ரமணி, என்னால கைய அசைக்கவே முடியல. உன்னோட ஜோடில ஒன்னு செஞ்ச வேலதான். ஆனா அர்பாபுக்கு காலையில பால் குடிக்கனுமே. என் கை உடைஞ்சாலோ இல்ல வானம் இடிஞ்சு கீழ விழுந்தாலோ அவருக்கென்ன. அவருக்குப் பால் குடிக்கனும், அந்தப் பாலக் கறந்து நான் கொண்டு போகனும். நீ ஒத்துழச்சேன்னா அர்பாப் கிட்டருந்து அடி வாங்காம தப்பிப்பேன். என் விதி இன்னிக்கு உன் கையில தான் இருக்கு.’

உண்மையைச் சொல்லவேண்டுமென்றால் சில மனிதர்களைவிட ஆடுகள் நம்மைப் புரிந்துக்கொள்ளக்கூடியவை என்று உணர்ந்திருக்கிறேன். அன்று ரமணி எனக்காக ஒரே இடத்தில் நின்றது. எப்படியோ அர்பாபிற்குத் தேவையான பாலைக் கறந்துவிட்டு அதைக் கூடாரத்திற்கு முன்னால் வைத்தேன். என் மனதில் அவரை சபித்தேன்: குடி பன்னியே, குடி. வயிறு நிறையும்வரை குடி!

பாலைக் கவிழ்த்துக் குடித்துவிட்டு என்னிடம் வந்து மீண்டும் வேகமாகப் பாலைக் கறந்து குட்டிகளுக்கு வைக்குமாறு கூறினார். என்னால் அதைச் செய்ய இயலவில்லை. வெளிப்படையாக அர்பாபிடம், ‘என்னால் முடியாது, என்னால் முடியாது, என்னால் முடியாது!’ என்று கத்தினேன் என்பதாக நினைவு. என்னுடைய இந்தப் பக்கத்தை அர்பாப் முதன் முதலில் பார்த்தார். அவருக்கு உண்மையிலேயே அதிர்ச்சியாக இருந்தது. முதுகில் பெல்ட்டால் அடிகளை எதிர்பார்த்தபடி கட்டிலில் சென்று முகத்தைப் புதைத்துப் படுத்துகொண்டேன். மிஞ்சி மிஞ்சிப்போனால் அர்பாப் என்னைக் கொல்லக் கூடும். கொல்லட்டும். இந்த வதைகள் முடிவிற்கு வரும். சாவை ஏற்றுக்கொண்ட ஒருவனுக்கு பயம் ஏது? அல்லாவே, உன் மீதும் உன் நீதியின் மீதும் நான் தற்கொலை செய்துகொள்ள மாட்டேன் என்று சத்தியம் செய்திருந்தேன். இந்த அர்பாப் என்னைக் கொன்றுவிட என்னையே நான் கொடுத்துவிடுவது குறித்து உனக்கு எதுவும் தடை இருக்காது என்று நம்புகிறேன். என் மகனைப் பார்க்க எனக்குக் கொடுத்துவைக்கவில்லை. பரவாயில்லை, எனக்கு அது குறித்து சோகமில்லை. இந்த அர்பாபின் கைகளால் நான் சாகிறேன். என்னால் இந்தக் கொடுமைகளை இனியும் தாங்கிக்கொள்ள முடியாது.

ஆனால் நான் எதிர்பார்த்ததுபோல் அர்பாப் என் அருகே வரவில்லை. ஏற்கெனவே ஆடுகள் அமைதியிழந்து குதிக்கத் தொடங்கிவிட்டன. அவைகள் நேரத்திற்கு எதையும் செய்யப் பழகியிருந்தன. அவைகளின் அன்றாடம் பாதிக்கப்பட்டால் குதிக்கத் தொடங்கிவிடும். எதுவானாலும் நடந்துவிட்டுப் போகட்டும். எனக்கு என்ன அக்கறை? நான் அசையாமல் படுத்திருந்தேன்.

மூத்த அர்பாப் வந்தபொழுதும் நான் எழுந்திருக்கவில்லை. இருவரும் எதுவோ பேசிக்கொண்டனர். அதற்குப் பிறகு பகல் பொழுதின் அர்பாப் என்னிடம் வந்து என் கையைப் பிடித்து சோதித்தார். வீக்கமிருந்த இடத்தை மெதுவாக நீவிவிட்டார். வலியால் துடித்துப்போய் கத்தியவாறு அவரிடம் என்னை ஏதாவது மருத்துவமனைக்குக் கூட்டிச் செல்லுமாறு இறைஞ்சினேன். நான் சொன்னதைக் காதில் வாங்காதவர்போல் வண்டியை கிளப்பிக்கொண்டு எங்கோ சென்றார். நான் கட்டிலில் படுத்துக்கொண்டேன். அர்பாப் திரும்பியபோது அவர் கைகளில் சில பச்சிலைகள் இருந்தன. அவைகளை ஒரு பாத்திரத்தில் இட்டு மசித்து என் கையில் வீக்கம் இருந்த இடத்தில் பூசினார். பின்பு பழைய காலத்தில் செய்வதுபோல் சில குச்சிகளை என் கையைச் சுற்றி இறுக்கமாக வைத்துத் துணியால் கட்டினார். அவரிடம் என் நெஞ்சில் இருந்த வீக்கத்தையும் காட்டினேன். அங்கும் பச்சிலை மருந்தைத் தடவினார். இது அத்தனையின்போதும் அர்பாபிடம் மருத்துவமனைக்கு அழைத்துச் செல்ல மன்றாடினேன். அர்பாப் கூறியதெல்லாம், 'எல்லாம் சீக்கிரம் சரியாகிவிடும்,' என்பதுதான். அவரை நான் நம்பவில்லை. என் கை இன்னும் மோசமாகி, அழுகி, கையையே நீக்கிவிடும் நிலைமைக்கு வரலாம் என்று அஞ்சினேன். இரண்டோ மூன்றோ குபூஸ்களைக் கொண்டுவந்தார் அர்பாப். தண்ணீரில் நனைத்து அவற்றை விழுங்கினேன். 'ஏற்கெனவே தாமதமாகிவிட்டது. ஆடுகளை வேகமாக ஒரு நடை அழைத்துச் சென்றுவிட்டு வா,' அர்பாப் கட்டளையிட்டார். என்னால் மறுக்க முடியவில்லை. உடைந்த கையை வைத்துகொண்டு மஸாராவிற்கு ஓடினேன்.

ஆனால் மதியம் போல் என் கைவலி குறைந்து கையை அசைப்பது இலகுவாகியது. இரவில் வலி கிட்டத்தட்ட மறைந்தேவிட்டது. இரண்டே தினங்களில் கையிலும் மார்பிலும் வீக்கமும் மறைந்தது. பத்து நாட்கள் கழித்து கட்டு

பிரிக்கப்பட்டது. அதுவரை, அத்தனை ஆடுகளையும் நடைக்கு அழைத்துச் சென்றது, பால் கறந்தது என்று அனைத்தையும் ஒரே கையால்தான் செய்தேன். எனக்கு ஆச்சரியம் ஏற்படுத்தும் விதமாக அத்தனை நாட்களும் ஆடுகள் என்னை உதைக்கவில்லை, முட்டவில்லை, பால் பாத்திரத்தைக்கூட தட்டிவிடவில்லை.

அர்பாப் என்னைப் புரிந்துகொண்டதைவிட ஆடுகள் என்னை அதிகம் புரிந்துகொண்டிருந்தன. என்னை நோக்கி வந்து முட்டினாலும் நான் அவைகளை என்றும் காயப்படுத்த மாட்டேன் என்பதை அவை உணர்ந்திருக்கலாம். இருந்தும் ஆண் ஆடுகளிடமிருந்து ஜாக்கிரதையாக சற்று விலகியே இருந்தேன். அவைகள் என்னை நோக்கி முட்ட வந்தால் விலகிக்கொண்டேன் அல்லது ஆடு மேய்க்கும் கழியால் தற்காத்துக்கொண்டேன். அந்த மோசமான சம்பவத்திற்குப் பிறகு ஆடுகள் என்னை எப்பொழுதும் தாக்கவே இல்லை.

இதுவரை இந்தக் கதையில் சொல்லாத ஒன்றை இங்கு இப்பொழுது உங்களிடம் கூறுகிறேன். என் சிறிய வயதுக் கனவு ஒரு நல்ல ஆடுமேய்ப்பாளனாவதுதான் என்று சொன்னால் நம்புவீர்களா? ஒருவேளை அது 'ரமணன்' திரைப்படம் பார்த்ததால் இருக்கலாம். என் உம்மாவிற்கு ரமணன் திரைப்படம் என்றால் உயிர். ஓரிடத்திலிருந்து மற்றோர் இடத்திற்கு அலைவது, புல்வெளிகளிலும், மலைமுகடுகளிலும் ஆட்டு மந்தையைக் கூட்டித் திரிவது, ஒவ்வொரு நாளும் ஒரு புதிய இடத்தில் கூடாரத்தை அமைப்பது, பனி இரவுகளில் நெருப்பைப் பற்ற வைத்து அமர்ந்து ஆடுகளைக் கவனித்துக்கொள்வது. என்னைப் பொறுத்தவரை கனவுகள் ஆடு மேய்ப்பாளனால் ஆனவை மட்டுமே.

இறுதியில் ஆடு மேய்ப்பனாக வேலை கிடைத்தபொழுது என் கனவிலிருந்து அது எத்தனைத் தொலைவில் இருந்தது என்பதை வலியுடன் நினைத்துப் பார்த்தேன். தூரத்திலிருந்து பார்க்க நன்றாகத் தெரிபவைகளையும் என்னவென்றே தெரியாதவைகளையும் குறித்து நாம் கனவு காணக்கூடாது. அத்தகைய கனவுகள் நனவாகும்போது அவை ஏற்றுக்கொள்ள முடியாதவைகளாக இருக்கின்றன.

பத்தொன்பது

ஏதோ ஓர் ஏலியன் (வேற்றுலக மனிதர்) உலகில், ஆடுகளும், என் அர்பாபும் நானும் வாழ்ந்து வந்தோம். எந்த மாற்றமும் இல்லாமல் ஒரேமாதிரி சென்றுகொண்டிருந்த என் வாழ்க்கையில் ஏற்பட்ட ஒரே குறுக்கீடு என்றால் அது வாரம் இருமுறை வந்த தண்ணீர் வண்டியும், வாரம் ஒருமுறை வந்த வைக்கோல் வண்டியும், மாதம் ஒருமுறை வந்த கோதுமை வண்டியும்தான். வெளி உலகத் தொடர்பு என்பது எனக்கு இந்த வண்டிகளுடனான தொடர்பு மட்டுமே. பொதுவாக இந்த வாகனங்களின் ஓட்டுநர்கள் பாகிஸ்தானின் பதான்களாக இருந்தனர். இந்த மனிதர்களுடன் தொடர்பு ஏற்படுத்திக்கொண்டால் வெளி உலகுடன் தொடர்பு கொள்ள முடியும். இப்படி ஒரு மனிதன் இங்கு இருக்கிறேன் என்றாவது தெரிவிக்க முடியும். இங்கிருந்து நான் தப்பிக்கவும் அவர்கள் உதவிக்கரம் வழங்கலாம். எப்படியாவது ஒரு நாள் தப்பித்துவிடலாம் என்ற மெல்லிய நம்பிக்கை என் மனதெல்லாம் வியாபித்துக் கிடந்தது. ஆனால் அவர்கள் வந்த நாளெல்லாம் அர்பாப் என்னை சீக்கிரமாகவே பாலைவனத்திற்கு அனுப்பிவிட்டு அவர்கள் சென்ற பிறகுதான் ஆடுகளுடன் திரும்ப வேண்டும் என்று கட்டளையிட்டிருந்தார். பெரும்பாலும் தண்ணீர்த் தொட்டியை நிரப்பவோ, வைக்கோல், புற்கட்டுகளையோ, கோதுமை மூட்டைகளை இறக்கவோ நான் உதவியதில்லை. இருந்தாலும் இந்த வண்டிகள் மஸாராவிற்கு வந்த பொழுதெல்லாம் என் மனம் சொல்லவியலாத வண்ணம் குதூகலித்தது. நான் காதலிக்கும் யாரோதான் வந்துவிட்டதாக மனம் கிளர்ச்சிகொள்ளும். ஆனால் அந்த வாகனங்கள் புழுதியைக் கிளப்பிவிட்டு மறைந்தபோது உலகமே என்

கையிலிருந்து நழுவிச் சென்றதுபோல் இருக்கும். பின்பு இதயத்தை வற்றச் செய்யும் களைப்பு என்னை ஆட்கொள்ளும்.

ஒருநாள் எதிர்பாராதவிதமாக ஓர் இழுவண்டி ஏற்றியிறக்க உதவியாள் இல்லாமல் வந்தது. அர்பாப் என்னைப் பாலைவனத்திலிருந்து திரும்பிவர அழைத்தார். அந்த ஓட்டுநர் ஒரு பாகிஸ்தானி. நீண்ட காலத்திற்குப் பிறகு என் இரு அர்பாப்களும் போலல்லாத ஒரு மனிதனைப் பார்த்தேன். சாதாரண மனிதர்களின் வாசனையே மறுக்கப்பட்டிருந்ததால் இந்த மனிதனின் வியர்வைக்கு ஒரு பிரத்யேக மணம் இருந்ததாக நினைத்தேன். மனிதன் ஒருவனைப் பார்த்த மகிழ்ச்சியில் ஒருமுறை அவனைத் தொடக்கூட செய்தேன். ஏதோ ஒருவித திருப்தி எனக்குள் இறங்கியது.

சாமான்களை இறக்கியபோது அவனிடம் என் துயரங்களையெல்லாம் எனக்குத் தெரிந்த பாஷையில் கூறிவிட்டு அந்த நரகத்திலிருந்து என்னை எப்படியாவது காப்பாற்றுமாறு வேண்டினேன். இருந்தும் அவன் முகம் பனியைப் போல் இறுகியிருந்தது. அவன் என்னைக் கண்டுகொள்ளக்கூட இல்லை. நான் உணர்ந்த வலி இருக்கிறதே! அர்பாப் என்னைக் கூப்பிட்டபோது ஆடுகளை விட்டுவிட்டு அவனிடம் அத்தனை நம்பிக்கையாக ஓடி வந்தேன். வாழ்க்கை ஒளியை அடைந்துவிடுவதற்கான எதிர்பார்ப்புடனான ஓட்டம் அது. ஆனால் அந்த ஓட்டுநரின் உணர்ச்சியற்ற முகம் என் நம்பிக்கையை வற்றச் செய்தது. அவன் என் தலைமீது வைக்கோல் மற்றும் புற்கட்டுகளை வைத்தபோதெல்லாம் அவனைப் பாவமாகப் பார்த்துவிட்டு என் உடல் மொழியால் ஏதேதோ கூறி அவன் கவனத்தைப் பெற முயன்றேன். என்னைக் காப்பாற்றுமாறு அவனிடம் இறைஞ்சினேன். ஒருமுறை வேண்டுமென்றே வைக்கோல் கட்டைக் கீழே போட்டுவிட்டு குனிந்து எடுப்பதுபோல் அவன் கால்களைத் தொட்டேன். இருந்தும் அவன் என்னைப் பார்க்கக்கூட இல்லை. நான் சோகமானேன். என் இதயம் உடைந்தது.

சாமான்களை இறக்கிய பிறகு என்னைப் பார்த்துப் புன்னகைக்கக்கூட இல்லாமல் வண்டியை ஓட்டிச் சென்றுவிட்டான். என் எதிர்பார்ப்பு வடிந்தது. அவனை எத்தனை சபித்தேன்! இந்த உலகில் வேறு யாரும் தனக்கு அறிமுகமில்லாத ஒருவரை இந்த அளவு சபிக்கவோ வெறுக்கவோ முடியாது. அந்தக் கோபத்தைத் தணிக்க என் நெஞ்சில் நானே இரண்டு

முறை அறைந்துகொண்டு ஆடுகளைக் கூட்டிவர மீண்டும் பாலைவனம் நோக்கி நடந்தேன்.

அர்பாப்களைப் பல வருடங்களாகத் தெரிந்திருந்த அந்த ஓட்டுநரின் இயலாமையை நான் இன்று புரிந்துகொள்கிறேன். அவன் என்னுடன் பேச முயன்றிருந்தால் அந்த அர்பாப் என்ன செய்திருப்பார் என்று தெரியாது. ஒருமுறை கோதுமை வண்டியின் ஓட்டுநர் என்னிடம் பேச முயன்றபொழுது அர்பாப் தன் துப்பாக்கியை எடுத்துக்கொண்டு வெளியே குதித்தார். தண்ணீர் வண்டியின் ஓட்டுநர் என்னிடம் பேச முயன்றதற்காக தன் ரைஃபிளின் பின்னால் அர்பாப் அந்த ஓட்டுனரைக் கீழே தள்ளியதைப் பார்த்தேன். இந்த மஸாராவில் என்னைப் போன்று இதற்கு முன்பு எத்தனை ஆடுகள் சிக்கியிருந்தனவோ? அவர்களில் ஒருவரைக் காப்பாற்றப் போய் தான் சந்தித்த ஆபத்து இன்னும் அந்த பாகிஸ்தானியின் மனதில் ஆழப் பதிந்திருக்கலாம். தன் வண்டியில் உட்கார்ந்தபடி என்னை இப்படி இதயமற்று நிர்தாட்சண்யமாக மறுத்துப் போனதற்காக அவன் அழுதுகொண்டிருக்கலாம். அவ்வாறு இல்லையென்றாலும் நான் அப்படித்தான் நம்ப விரும்பினேன். என் இதயத்தை அப்படித்தான் சமாதானம் செய்ய முயன்றேன். அவ்வாறுதான் நான் என் பல துயரங்களிலிருந்து மீண்டு வர முடிந்தது. கருணைகொண்ட அல்லாவே, நீங்கள் விதித்திருப்பதுபோல் நான் இந்தக் கொடுமையான நாட்களை வாழ வேண்டியிருப்பது என் தலைவிதி. அந்த அப்பாவி மனிதனை அதற்காக நான் சபித்ததற்காகவும் கோபப்பட்டதற்காகவும் என்னை மன்னியுங்கள்.

★★★

தொடக்கத்தில் மஸாராவில் இருந்த ஒவ்வொன்றிலிருந்தும் தாங்க முடியாத நாற்றம் அடித்தது. ஆடுகளின் மூத்திரத்திலிருந்து அடித்த நாற்றம், அதன் விட்டைகளிலிருந்து வெளிப்பட்ட நாற்றம், மூத்திரத்தில் நனைந்திருந்த வைக்கோல் மற்றும் புற்களிலிருந்து அடித்த நாற்றம். இதற்கு முன் இப்படியொரு நாற்றத்தை நான் சர்க்கஸ் கூடாரத்தில்தான் அனுபவித்திருக்கிறேன்.

ஆட்டின் பாலில்கூட அந்த நாற்றம் அடித்தது. எப்பொழுதெல்லாம் குபூஸைப் பாலில் நனைத்துச் சாப்பிட முயன்றேனோ அப்பொழுதெல்லாம் அந்த நாற்றம் என் நாசியைத்

துளைக்கும். முதல் சில நாட்களில் எத்தனையோ முறை வாந்தியெடுத்திருக்கிறேன். பின்பு மெதுவாக அது என்னிடமிருந்து மறைந்தது. அல்லது நான் மறந்துவிட்டேன். பின்பு நான் எத்தனை முறை அதை நினைத்துப் பார்க்க முயன்றும் அந்த நாற்றம் நினைவில்லை. என்னில் ஓர் அங்கமாகவே ஆகியிருந்ததால் அந்த நாற்றம் என்ற ஒன்று இருந்ததாகக்கூட நினைவில்லை. அதுமட்டுமில்லை, ஆடுகளிலிருந்து வந்த வெவ்வேறு வகையான நாற்றங்களை என்னால் இனங்காண முடிந்தது. ஆண் ஆடுகளிடம் ஒருவகையான விசித்திரமான நாற்றம் வெளிப்பட்டது என்றால் செம்மறியாடுகளிடம் அது வேறு வகை. நூற்றுக்கணக்கான செம்மறியாடுகள் இருந்தன, ஒவ்வொன்றும் தனித்துவமான நாற்றத்துடன். கர்ப்பிணியாடுகளிடமிருந்தது ஒருவகை நாற்றம், குழந்தை பெறப்போகும் தருணத்தில் இருந்த ஆடுகளிடமிருந்து இன்னொருவகை நாற்றம். அந்த நாற்றத்தின் அடிப்படையில் ஓர் ஆடு பிரசவிக்கப்போகும் தேதியைக் கூட என்னால் கணிக்க முடிந்தது. பிறந்த குட்டியாடுகளிடம் மற்ற குட்டியாடுகளிடமிருந்து வீசும் நாற்றமில்லாமல் வேறு வகை நாற்றம் அடித்தது. வெப்பத்தில் ஆடுகள் வேறுவிதமாக நாற்றமடித்தன. ஒட்டகங்களின் நாற்றம் மற்றனைத்தையும்விட மிக வித்தியாசமானது. இரண்டு விதமான ஒட்டகங்கள் இருக்கின்றன - ஒரு திமில் கொண்டவை, இரண்டு திமில்கள் கொண்டவை. ஒவ்வொரு வகையும் வெவ்வேறு நாற்றம் கொண்டவை. அந்த மஸாராவில் நாற்றம் வீசாத ஒரே உயிரினம் உண்டென்றால் அது நான்தான்.

ஒரு நாள் சைனுவிற்குக் கடிதம் எழுத வேண்டும் என்ற இச்சை தோன்றியது. அவளை அக்கடிதம் எப்படி சென்று சேரும் என்பதைக் குறித்துக் கவலைப்படவில்லை. எனக்கு எப்படியாவது எழுத வேண்டும். எழுதியே ஆக வேண்டும். குபூஸ் மற்றும் நீர் கொண்ட மதிய உணவை முடித்த பின்பு கிடைத்த சிறிது இடைவேளையில் கட்டிலின் அடியிலிருந்த என் பையை வெளியே எடுத்தேன். பாம்பேயிலிருந்து வாங்கி வந்திருந்த பேனாவும், மடல் கற்றையும் இருந்தன. அவைகளை வெளியே எடுத்தேன். நிறைய முறை கிறுக்கிய பிறகுதான் பேனா மிக லேசாக எழுதத் தொடங்கியது. நான் முதன்முறையாகக் கடிதம் எழுதினேன். எப்படி ஒரு கடிதம் எழுத வேண்டும் என்று தெரியாது. இருந்தும் என் எண்ணங்களை ஒன்றுதிரட்டி எழுதத் தொடங்கினேன்.

என் பேரன்பிற்குரிய சைனு,

நான் பத்திரமாக வந்து சேர்ந்தேன். வேலையில் மூழ்கிவிட்டதால் என்னால் ஒரு கடிதம்கூட எழுத முடியவில்லை. நீ என்னைக் குறித்துக் கவலைப்பட்டிருப்பாய் என்று தெரியும். வீணாகக் கவலை கொள்ளாதே. உன் இக்கா இங்கு நன்றாக இருக்கிறேன். பாலும் கம்பளியும் தயார்செய்யும் மிகப் பெரிய நிறுவனத்தில் வேலையில் இருக்கிறேன். இது ஒரு நல்ல வேலை. நாம் எதுவும் செய்யத் தேவையில்லை. இயந்திரங்களே அனைத்தையும் பார்த்துகொள்ளும். நான் இங்கே வேலைகளை மேற்பார்வை பார்க்கிறேன். என் முதலாளிக்கு என் மீது நல்ல பிரியம். என் வேலை அவருக்குப் பிடித்திருப்பதால் அடிக்கடி ஏதாவது பரிசுப்பொருளைத் தருவார். நல்ல வசதியான இடத்தில்தான் தங்கியிருக்கிறேன். கட்டிலில் உட்கார்ந்தால் என்னைச் சுற்றி இருக்கும் அனைத்தையும் பார்க்கலாம். அந்தக் காட்சி மிகவும் அழகானது. உணவைப் பற்றிச் சொல்ல வேண்டுமே. இதுவரைப் பார்த்திராத புதிய உணவுகளை அர்பாப் தினமும் எடுத்து வருகிறார். குபூஸும் சிக்கன் கறியும் மட்டன் மசாலாவும் உண்டுவிட்டு ஒரு கிளாஸ் பால் அருந்திய பிறகு இந்தக் கடிதத்தை எழுதத் தொடங்கினேன். இந்த சில நாட்களிலேயே எடை கூடியிருக்கிறேனோ என்று நினைக்கத் தோன்றுகிறது. இப்பொழுது இங்கு மதிய வேளை – ஓய்வுக்கான நேரம். இன்னும் சிறிது நேரத்தில் வேலைக்குத் திரும்பிச் செல்ல வேண்டும். அதுவரை இனிமையாக வீசும் இந்தக் காற்றின் கீழ் கொஞ்சம் உறங்கிக்கொள்ளலாம்.

நம் ஊரிலிருந்து சிலர் இங்கு என்னுடன் இருக்கிறார்கள். ராவுத்தன், ராகவன், விஜயன், பொக்கர் இன்னும் பலர். நான் அவர்களுடன் பெரிதாக உரையாடுவதில்லை, அர்பாபிற்குப் பிடிக்காது. அர்பாபிற்கு தேவதையைப்போல் ஒரு பெண் உண்டு. ஒவ்வொரு மாலையும் அவளும் நானும் நடை செல்வோம். நான் வரவேண்டும் என்று அவள்தான் நிர்பந்திப்பாள். அவள் பெயர் மேரிமைமுனா.

இப்போதைக்கு இவ்வளவுதான். நீயும் உம்மாவும் நன்றாக இருக்கிறீர்கள் என்று நம்புகிறேன். மீண்டும் எனக்கு நேரம் கிடைக்கும்பொழுது கடிதம் எழுதுகிறேன்.

என்றும் உன் அன்பு இக்கா

நஜீப்

கடிதத்தை மடித்தேன். கண்களை மூடினேன். சிறிது நேரம் அழுதேன். அந்தக் கடிதத்தில் உண்மை இல்லை, ஆனால் என் கண்ணீரில் இருந்தது. அந்த உண்மையை யாரும் படிக்கவில்லை.

இருபது

ஒருநாள் ஆடுகளைக் கூட்டிக்கொண்டு நடந்தபொழுது கிழக்கு வானம் இருண்டு மேகமூட்டமாக இருந்ததைக் கண்டேன். பாலைவனத்தை முந்தைய தினங்களில் கவனித்திருந்தேன். பொதுவாக பருவநிலை மாற்றம் தொடங்கும்பொழுது புழுதிக்காற்று வீசும். புழுதிக்காற்று வீசி மறையும் நேரம் பருவ மாற்றமும் நிகழ்ந்திருக்கும். பாலைவனத்தில் எல்லா மாற்றங்களும் திடீரென்றுதான் ஏற்படும், எதுவுமே இங்கு மெதுவாக நிகழாது. முதல் நாள் வெப்பம் தாங்கமுடியாமல் இருக்கும், மறுநாள் எலும்பை ஊடுறுவும் குளிருடன் விடியும், ஒருநாள் நடுங்கும் குளிர் இருந்தால் மறுநாள் வெப்பம் அதீதமாக இருக்கும். ஒரு நொடி வானத்தில் ஒருதுளி தூசி இல்லாமல் சுத்தமாகத் துடைத்து வைத்ததுபோன்று இருக்கும், அடுத்த நொடி புழுதிக்காற்று அச்சுத்தத்தைக் கலைத்துப்போட்டுச் சென்றுவிடும். இப்பொழுது அடிக்கும் காற்றும் திடீரென்றுதான் தோன்றியது. நாள் முழுவதும் கடுமையாக இருந்த வெப்பத்தை திடீரென்று வானத்தின் ஒரு மூலையில் தோன்றிய கருமேகங்கள் தணித்தன. சில நொடிகளுக்குள்ளாக மூலையிலிருந்த கருமை வானம் முழுவதிற்கும் பரவி பூமியைப் போர்த்தியது. சில்லென்று வீசிய காற்று என் உடலையும் உள்ளத்தையும் ஊடுறுவியது. பாலைவனத்திலிருந்து தென் துருவத்திற்கு வீசியெறியப்பட்டதுபோல் உணர்ந்தேன். பித்துப் பிடித்ததுபோல் ஆடுகள் திக்கு தெரியாமல் குதித்துக்கொண்டிருந்தன. என்னையும் அதுபோன்றதொரு உணர்வு ஆட்கொண்டது. மிகவும் பரவசமாக உணர்ந்தேன். ஆடுகளை மேயவிட்டுவிட்டு

கைகளை விரித்து அந்தச் சில்லென்ற காற்றினூடாக சுற்றித் திரிந்தேன்.

அர்பாப் தன் வண்டியில் வந்து அறிவுறுத்தியபோதுதான் ஆடுகளை அழைத்துக்கொண்டு மஸாராவிற்குத் திரும்பினேன். மஸாராவிற்குத் திரும்புவதற்குள் சாரலடிக்கத் தொடங்கியது. முதல் துளி என் மீது விழுந்தபோது யாரோ கத்தியால் என்னைக் குத்தியதுபோல் அலறினேன். என் கணக்குப்படி கடந்த எட்டு அல்லது பத்து மாதங்களில் என் உடல் மீது ஒரு துளி தண்ணீர் பட்டது அப்பொழுதுதான். அந்த அனுபவம் நம்பமுடியாத அளவிற்கு வலியைத் தந்தது. விரைவில் மழை பெய்யத் தொடங்கியது. ஒவ்வொரு துளி விழும்போதும் என் உடலை அது குத்தித் துளைத்ததுபோல் இருந்தது. அந்த வலியைத் தாங்கமுடியாமல் போர்வை ஒன்றைப் போர்த்திக்கொள்ள ஓடினேன். நான் மட்டுமல்ல, ஆடுகளும் துன்புற்றன. ஒரு விந்தையான சத்தத்தை வெளியிட்டவாறு அவை கனைக்கத் தொடங்கின. எதற்கும் கலங்காத ஒட்டகங்கள்கூட மழையால் தொந்தரவடைந்து, சோகமாகத் திரும்பின.

மழையுடன் இடியும் மின்னலும்கூட இணைந்துகொண்டன. மின்னல் தாக்கி அந்த ஒட்டுமொத்த மஸாராவும் எரிந்துவிடும் என்று தோன்றியது.

மழையின் ஒவ்வொரு துளி நீரும் என் தலையில் விழ, என் தலைமுடி விறைத்து நின்று நடுங்கியது. என் உடலோ எரிந்து அதிர்ந்தது. மழையில் முழுவதுமாக நனைந்து குளிக்க ஏங்கினேன். ஆனால் என்னால் மழையைத் தாங்க முடியவில்லை. என்னால் இனி தாங்க முடியாது என்று தோன்றியபோது அர்பாபின் கூடாரத்திற்குள் நுழைந்தேன். அங்கு நான் பார்த்த காட்சி! ஒரு மூலையில் அர்பாப் கோழையைப் போல் சுருண்டு கிடந்தார். உலகத்தில் எதுவொன்றைவிடவும் அவர் தண்ணீருக்கு பயப்படுகிறார் என்று தோன்றியது. இதற்கு முன்பு இதுபோல் ஒரு பயந்த மனிதனை நான் பார்த்ததில்லை. அர்பாப் தன்மீது தண்ணீர் படுவதைப் பார்த்து ஏதோ ஜினியொன்று தொட்டதுபோல் பயந்தார். காற்றில் மழையின் சாரல் கூடாரத்திற்குள் நுழைய இன்னும் மூலையில் ஒதுங்கிக்கொண்டார் அர்பாப். தன் வாழ்நாளில் ஒருமுறை கூட அர்பாப் குளித்திருக்க மாட்டார் என்று நினைத்தேன்.

இதற்கு முன்பு நிகழாத அதிசயமாக அர்பாப் என்னை கூடாரத்திற்குள் அழைத்தார். நான் தரையில் அமரச் சென்றபொழுது என்னைக் கட்டிலில் அமரச் சொன்னார். பயந்த குழந்தையைப்போல் என் கையைப் பிடித்துக்கொண்டு மழையைப் பார்ப்பதைத் தவிர்க்க ஒரு போர்வைக்குள் நுழைந்துகொண்டார். அந்த நிலையில் உட்கார்ந்திருந்த எனது கை தலையணைக்குக் கீழ் இருந்த ஏதோவொன்றின் மீது பட்டது. ஜாக்கிரதையாக அது என்னவென்று மீண்டும் தொட்டுப் பார்த்தேன். அது அர்பாபின் துப்பாக்கி. மெதுவாக அதை வெளியே எடுத்தேன். அதை அர்பாப் கவனிக்கவில்லை. 'யா அல்லா, யா அல்லா,' என்று மழை நிற்கப் பிரார்த்தித்தவாறு இருந்தார்.

ஒருவித வெறித்தனம் என்னை ஆட்கொண்டது. விசையைப் பிடித்து இழுத்து அவனைக் கொன்று தப்பித்துவிடு. வெளியே நிற்கும் வண்டியில்தான் சாவி தொங்கிக்கொண்டிருக்கிறது. வழியைக் கண்டுபிடித்து எப்படியாவது தப்பிக்க முடியும். இந்த நொடி அல்லா உனக்காக, நீ தப்பிப்பதற்காக ஏற்படுத்திக்கொடுத்தது. இந்த வாய்ப்பைப் பயன்படுத்தவில்லை என்றால் மீண்டும் இதுபோன்றதொரு வாய்ப்பு எப்பொழுதும் கிடைக்காமலேயே போய்விடும். இதுபோன்ற வாய்ப்புகள் மீண்டும் மீண்டும் கிடைக்காது என்பது உனக்குத் தெரியும். செய். இந்த நரகத்திலிருந்து எப்படியாவது தப்பித்துச் செல். என் கை விசையை நோக்கி நகர்ந்தது.

திடீரென்று அர்பாப் உரக்கப் பிரார்த்தித்தார், 'அல்லாவே, நீங்கள்தான் எங்களை பத்திரமாக வைத்திருப்பது. நஜீப் மட்டும் இப்பொழுது இலையென்றால் நான் பயத்திலேயே இறந்திருப்பேன்.' அர்பாப் என் பெயரைச் சொன்னது அதுதான் முதல் முறை. அவருக்கு என் பெயர் தெரிந்திருக்குமா என்றுகூட சந்தேகப்பட்டிருக்கிறேன். என்னை எப்பொழுதும், 'ஹிமார்', அல்லது, 'இன்தி', என்றுதான் விளித்தார். அந்தப் பிரார்த்தனைக் குரல் என் இதயத்தை இளக்கியது. என் உதவி கேட்டு அழும் ஒரு கோழையைக் கொன்றுவிட்டு தப்பிக்க நான் விரும்பவில்லை. துப்பாக்கியை அதன் இடத்தில் திரும்ப வைத்தேன்.

கூடாரத்திற்குள் வெப்பமாக உணர்ந்தேன். ஈரமாகியிருந்த போர்வையை அகற்றிவிட்டு அர்பாபின் கைகளை விடுவித்தேன். ஈர உடைகளை வீசியெறிந்துவிட்டு மழையில் நடந்தேன்.

முதலில் என் உடல் பல அம்புகளால் குத்தப்பட்டதுபோல் துடித்தது. அதை நான் பொறுத்துக்கொள்ள கொஞ்சம் கொஞ்சமாக வலி விலகியது. அதற்குப் பிறகு ஒவ்வொரு துளியும் எனக்குப் புத்துணர்ச்சியளித்தது. மழையை அனுபவித்தேன். மழை வரப்போகும் அறிகுறிகளைத் தெரிந்துகொண்டு குதிக்கும் ஆட்டுக்குட்டிகளைப்போல் நான் சுற்றினேன். அவ்வாறு, பல நாட்களுக்குப் பிறகு மழை என்னை சுத்தப்படுத்தியது. என் உடலிலிருந்து அழுக்கு வேகமாகக் கரைந்தோடியது.

இரவு மழை விட்டிருந்த ஏதோ ஒரு சமயத்தில் அர்பாப் கூடாரத்திலிருந்து வெளியே ஓடி வண்டியைக் கிளப்பிக்கொண்டு சென்றுவிட்டார். அன்றிரவு அவர் திரும்பி வரவில்லை. சிறிது நேரத்தில் மழை மீண்டும் வலுக்கத் தொடங்கியது. அந்த இரவு முழுவதும் மற்றொருவரின் கட்டுப்பாடோ நிர்பந்தமோ இல்லாமல் நான் சுதந்திரமாக இருந்தேன். அன்றிரவே நான் தப்பித்திருக்க முடியும். ஆனால் நான் எங்கும் செல்லவில்லை. எப்பொழுதும்போல் எங்கு போய் பத்திரமாகச் சேர்வேன் என்பது தெரியவில்லை. ஆகையால் தப்பிக்கும் ஆசையைக் கைவிட்டேன். ஒவ்வொரு நாளும் நாம் இவ்வாறு தப்பிக்கும் வாய்ப்புகளை எப்படியெல்லாம் இழக்கிறோம்? வாய்ப்புகள் தங்கக் கிண்ணத்தில் நம் கைகளைத் தேடி வரும்பொழுது அவற்றை வீசியெறிபவர்கள் நாம்.

அன்றிரவு ஒரு விஷயம் செய்வதற்கான தேவையை உணர்ந்தேன். அடிமைத்தனத்தை மீறும் ஒன்று, அர்பாபைக் கோபப்படுத்தும் ஒன்று. எதுவும் செய்யவில்லை என்றால் அந்த அற்புத சுதந்திர நொடிகளை வீணடித்ததாகிவிடும். திடீரென்று அந்த ஆசை பூத்தது. அருகிலிருந்த மஸாராவிற்குச் சென்று ஹக்கீமைப் பார்க்க வேண்டும். இந்த நாட்டிற்கு வந்த அன்றிரவு அவன் அங்கே விடப்பட்டான், அதற்குப் பிறகு அவனைப் பார்க்க முடியவில்லை. அவன் இன்னும் உயிருடன் இருக்கிறானா, அல்லது இறந்துவிட்டானா, அல்லது தப்பித்துவிட்டானா என்று எதுவும் எனக்குத் தெரியவில்லை. அந்தப் பையன் அருகிலேயே இருந்தாலும் வெகு தூரத்தில் இருந்திருக்கிறான். அப்பொழுதுதான் என்னுடைய சிறைப்பட்ட வாழ்க்கையை என்னால் இன்னும் அதிகம் உணர முடிந்தது. ஒன்றிரண்டு முறைகள் அர்பாபிடம் ஹக்கீம் குறித்துக் கேட்டபொழுதெல்லாம் நான் கேட்டதே காதில் விழாததுபோல்

என்னை உதாசீனப்படுத்தினார். கொட்டும் மழையில் ஹக்கீமின் மஸாராவை நோக்கி நடந்தேன். அச்சத்துடன் அந்த மஸாராவின் பூட்டிய இரும்புக் கேட்டில் தட்டினேன். ஒருவேளை அங்கு அர்பாப்கள் இருந்தால் எனக்குப் பிரச்சனையாகலாம் என்று பயந்தேன். இருந்தும் கத்திக் கூப்பிட்டேன். ‘ஹக்கீம், ஹக்கீம், உனக்குக் கேக்குதா? நான்தான் நஜீப்... உன்கூட கல்ஃபுக்கு வந்தவன். இங்கதான் இருக்கியா?’

தொடர்ச்சியாகத் தட்டியபிறகும் எந்த பதிலும் இல்லை. ஏமாற்றத்துடன் நான் திரும்பிச் செல்ல எத்தனித்தபொழுது தூரத்தில் ஒரு நிழலுருவம் அசைந்தது தெரிந்தது. நான் சத்தமாகக் கூப்பிட்டேன். ‘ஹக்கீம், நீதானா? நான்தான் நஜீப்.’ மழையின் ஊதல் சத்தத்தில் என் குரல் கேட்காமல் போய்விடுமோ என்று அஞ்சினேன்.

ஆனால் அந்த நிழலுருவம் என்னை நோக்கி வருவது தெரிந்தது.

‘ஹக்கீம், நீதானா அது? கிட்டக்க வா... நான்தான் நஜீப்.’

அந்த உருவம் அருகில் வந்தபொழுது அதைக் கவனமாகப் பார்த்தேன். கருத்து, எலும்பாக, சுருக்கங்களுடன், அசிங்கமாக இருந்தது. இன்னொரு பயங்கர உருவம். அது என் ஹக்கீம் இல்லை. அது ஹக்கீமைப் போல் இல்லை. ஹக்கீம் அழகன். நல்ல நிறம். பார்க்க அத்தனை அம்சமாக இருப்பான். நல்ல திடகாத்திரமானவன். நான்கூட ஒருமுறை போகிற போக்கில் அவனிடம் பாம்பேயிலேயே தங்கி ஹிந்தி படங்களில் நடிக்க முயற்சிக்கச் சொன்னேன்.

‘இங்க யாராவது ஹக்கீம்னு இருக்காங்களா? அவன் எனக்குத் தெரிஞ்சவன்தான். என்னோடதான் வந்தான். ஆனா அதுக்கப்புறம் இன்னிக்குவரை அவன பாக்கல. அவனத் தெரியுமா? எங்கயிருக்கான்னு சொல்ல முடியுமா?’ அந்த பயங்கர உருவம் என்னை நோக்கி வந்துகொண்டிருந்தபோது ஒரேமுச்சில் என் கேள்விக்கணைகளால் தாக்கினேன்.

சிறிது நேரம் அந்த மர்மமான உருவம் கேட்டிற்கு அந்தப்பக்கத்திலிருந்து ஏதோ அந்நிய மொழியில் நான் பேசுவதுபோல் என்னை வெறித்துப் பார்த்தது. திடீரென்று எதிர்பாராத நொடியில் கேட்டில் தன் தலையை மோதிக்கொண்டே அழத் தொடங்கினான். நான் பயந்துவிட்டேன். பின்பு அழுகையினூடாக, இதயத்தைப்

பிளக்கும் அவன் குரல் கேட்டது, 'என் நஜீப் இக்கா'. அப்பொழுதுதான், அப்பொழுதுதான் நான் அது ஹக்கீம் என்று தெரிந்துகொண்டேன். சூழ்நிலைகள் ஒரு மனிதனை அங்கீகரிக்க முடியாதபடி எப்படியெல்லாம் உருமாற்றும் என்பது புரிந்தது. இதே சூழ்நிலைகள் என்னையும் கூட மொத்தமாக உருமாற்றியிருக்கக்கூடும் என்பதைக் கணிக்க முடிந்தது. பாலைவனத்தில் நுழைந்த அன்றிலிருந்து நான் இதுவரை கண்ணாடியை ஒருமுறை கூடப் பார்க்கவில்லை. பார்த்திருந்தால் எனக்கே என்னை அடையாளம் தெரியாமல் போயிருக்கலாம்.

உம்மாவையும் உப்பாவையும் சொந்தங்களையும் அல்லாவையும் நினைவுகூர்ந்து அவன் நிறைய அழுதான். என்னிடம் அவனுக்கான பதில்கள் இல்லை. இரும்புக் கம்பிகள் வழி அவன் கைகளை எடுத்து என் நெஞ்சோடு அணைத்துக்கொண்டு அவனுடன் சேர்ந்துகொண்டு அழும் தெம்பு மட்டும்தான் இருந்தது. அந்த இரவை எங்கள் கண்ணீர் கழுவிச் சென்றது.

இருபத்தொன்று

மேலும் இரு தினங்கள் மழை பெய்தது. மழை விட்டபோது மஸாரா முழுவதும் அசிங்கமாக சேறாக இருந்தது. ஆட்டுப் புளுக்கைகள், மூத்திரம், அழுகிக்கொண்டிருந்த வைக்கோல் மற்றும் புற்களின் துர்நாற்றம் காற்றை நிரப்பியிருந்தன. மூன்று நான்கு தினங்கள் முதுகு உடைய அந்த இடத்தைச் சுத்தம் செய்தேன்.

பின்பு பாலைவனத்தின் கதவுகள் பனிக்காலத்திற்காக விரிந்து திறந்தன. காலை வேளைகள் பனிமூட்டமாகவும் குளிராகவும் இருந்தன. கண்விழித்துச் சுற்றிப் பார்த்தால் வெறும் வெள்ளைப் படலம்தான் தெரிந்தது. மஸாரா, ஆடுகள், கூடாரம், அர்பாப் - அனைத்தும் அந்த வெள்ளைப் படலத்தில் மறைந்தன. ஒன்பது மணியளவில்தான் வெள்ளை பனிப்படலம் மறைந்து மீண்டும் அனைத்தும் காட்சிக்கு வந்தன - ஒன்பது மணி என்பது என்னுடைய யூகம்தான், நேரம் காலம் குறித்த பிரக்ஞையற்ற தனியொரு உயிரினம் நான். அதனால் அனைத்து வேலைகளும் தடைபட்டன. கோடையில் நாட்கள் நீளமாக இருந்தன. விடிகாலை மூன்று மணிக்கே உதித்த சூரியனின் வெளிச்சம் இரவு ஏறத்தாழ எட்டு மணியளவு வரை மறையவில்லை. ஆனால் பனிக்காலத்திலோ காலை ஒன்பது மணிவரை சூரியன் எழவில்லை. மதிய உணவு இடைவேளைக்குப் பிறகு சிறிது நேரத்திலேயே வெளிச்சம் மங்கி நான்கு மணிக்கே இருள் கவியத் தொடங்கியது. ஆகையால் ஒருவர் வேலை பார்க்கக்கூடிய மணி நேரங்கள் குறைந்தன. கோடை காலத்தில் பத்திலிருந்து பதினைந்து மணி நேரங்கள் செய்த வேலைகளை பனிக்காலத்தில் ஆறேழு மணி நேரங்களுக்குள்ளாக முடிக்க வேண்டும். குளிரினால் வேலைகள் மேலும் தாமதமாகும்.

மதியப்பொழுதில்கூட தண்டுவடத்தில் ஊடுறுவமளவு குளிரடித்தது. நீரைத் தொடக்கூட முடியவில்லை. நீரில் வேலைபார்க்க நேர்ந்தால் என் கைகள் மரத்துப் போயின. அந்த நாட்களில்தான் குளிர்நீர்கூட தோலை எரிக்கும் என்று தெரிந்துகொண்டேன். சிறிது நேரம் குளிர் தண்ணீரில் கையை வைத்தவுடன், வெந்நீரை எடுத்து ஊற்றியதுபோல் என் இடது உள்ளங்கையில் வெடிப்புகள் தோன்றின. துருவங்களில் இத்தகைய குளிர் இருக்கும் என்று கேள்விப்பட்டிருக்கிறேன், ஆனால் பாலைவனத்தில் எங்கிருந்து இந்தக் குளிர் வருகிறது என்று தெரியவில்லை.

குளிரிலிருந்து என்னைப் பாதுகாத்துக்கொள்ள என்னிடம் அதற்கான சிறப்பு உடைகள் இல்லை. நான் இங்கு வந்த முதல் நாள் அர்பாப் எனக்கு அளித்த அந்த அழுக்கான நீள உடைதான் இருந்தது. அதை நான் என் உடலிலிருந்து கழட்டவே இல்லை. அந்த பயங்கர உருவம் விட்டுச் சென்ற கம்பளிப் போர்வை ஒன்று இருந்தது. அதைக் குளிர் காலத்தின் முதல் சில நாட்கள் போர்த்திக்கொண்டேன். ஆனால் அது வேலை செய்ய தொந்தரவாக இருந்தது. ஒருவர் போர்வையை போர்த்திக்கொண்டு ஆடுகள் பின்னால் ஓடவும், தொட்டியில் நீரை நிரப்பவும், வைக்கோலை எடுத்து வைக்கவும் எவ்வாறு இயலும்? நான் அதைக் கைவிட்டேன். இந்த ஒற்றை ஆடையுடன் அக்குளிரில் நடப்பது எனக்குப் பழகிப்போனது.

நான் சற்றுத் தாமதமாக அறிந்துகொண்டாலும் குளிர்காலத்தின் உச்சத்திலும் எனக்குச் சூட்டையளித்த ஒன்று இருந்தது - ஆடு! அவற்றின் இடையில் நடப்பது உண்மையில் இதமாக இருந்தது. ஊதக்காற்று அடித்த போதெல்லாம் ஆடு ஒன்றை அணைத்துக்கொள்வேன். கம்பளியைத் தாண்டி ஊடுறுவிய குளிர் என் உடலைத் தாக்கியபோதெல்லாம் மஸாராவிற்குள் சென்று ஆடுகளை அணைத்தவாறு படுத்துகொள்வேன். குளிர் காலத்தை ஆடுகளிடையே ஓர் ஆடாகத்தான் கழித்தேன்.

குளிர் காலத்தில் முரட்டுத்தனமான குளிரைத் தாண்டி வந்த இன்னொரு வேண்டாத விருந்தாளி ஈக்கள். எங்கு பார்த்தாலும் ஈக்கள்தான். வெளியே எடுத்தால் ஆயிரம் ஈக்கள் குபூஸின் மீது அமர்ந்துகொள்ளும். ஒரு கை எப்பொழுதும் அவற்றை விரட்டிக்கொண்டிருக்க வேண்டும். மஸாராவிற்குள் சென்றால் தேனீக்கள் ரீங்காரமிடுவதைப்போல் அவைகள் சத்தமிடுவதைக் கேட்கலாம். எனக்கு அந்த பாவப்பட்ட ஈக்களைப்

பிடிக்கவில்லையென்றாலும் அவைகளும் எங்காவது வாழ வேண்டுமே என்று நினைத்தேன். அவைகளுக்கு மஸாராதான் பிடிக்கிறதென்றால் அங்கேயே வாழ்ந்துவிட்டுப் போகட்டுமே.

★★★

அந்தக் குளிர்காலத்தில் பனிப்படலத்தின் உதவியுடன் ஹக்கீமை அழைத்துக்கொண்டு நான் அங்கிருந்து தப்பியிருக்கலாம். ஆனால் முதல் மழை நாளில் எனக்குத் தோன்றிய அதே சந்தேகம் என்னை அங்கிருந்து தப்பிக்க விடாமல் செயலிழக்கச் செய்தது. எங்கு செல்ல? எனக்கு இந்த நாட்டைக் குறித்து ஒன்றும் தெரியாது, நான் எந்தப் பகுதியில் இருக்கிறேன் என்பதுகூடத் தெரியாது. எந்தத் திசையில் ஓடி - கிழக்கா, மேற்கா, வடக்கா, தெற்கா - நான் வழியைக் கண்டுபிடிக்க வேண்டும்? இங்கே எனக்குத் தேவையான உணவோ, நீரோ, உடையோ, தூங்குவதற்கான இடமோ, கூலியோ, கனவுகளோ, ஆசைகளோ இல்லைதான். ஆனால் விலைமதிக்க முடியாத ஒன்று இருந்தது - என் உயிர்! எப்படியோ அதைப் பிடித்து வைத்துக்கொண்டிருக்கிறேன். எனக்குத் தெரியாத பாலைவனத்திற்குள் ஓடினால் அதையும் நான் இழக்க நேரிடலாம். இதுவரை நான் அனுபவித்ததற்கெல்லாம் என்ன அர்த்தம் மிஞ்சும்?

ஒவ்வொரு சிறைக்கும் அதற்கென்ற பாதுகாப்பு ஒன்று உள்ளது. பாதுகாப்பு என்னும் அந்தக் குமிழை நான் உடைக்க விரும்பவில்லை. நான் சரியான சந்தர்ப்பத்திற்காகக் காத்திருந்தேன் - பாதுகாப்பான இடத்தை அடைவோம் என்பதற்கான உத்திரவாதம். என் முடிவு சரியானதா? எனக்குத் தெரியவில்லை.

★★★

குளிர்காலத்தின் தொடக்கத்தில் ட்ரக்கிலிருந்து நிறைய ஆடுகள் மஸாராவில் இறக்கப்பட்டன. கோடைக்காலம் வரைக்குமான ஆறு மாதங்கள்தான் அவைகளின் இனப்பெருக்கத்திற்கானவை. சொல்லப்போனால் ஆடுகள் குளிர்காலத்தில், மலைப்பிரதேசங்களில் இருப்பது போன்ற குளிரில்தான் சிறப்பாக வளரக்கூடியவை. பாலைவனத்தில் அவற்றை அடைத்திருப்பது அநீதியானது. தீவிரமான தட்ப வெப்பத்தை அவை பொறுத்துக்கொள்ளக்கூடியவை என்பதால் இந்தப் பாலையின் வெப்பமும் அவைகளுக்கு உகந்ததுதான்.

அவைகளின் கம்பளியை விற்று லாபமீட்டுவதற்காக அர்பாப் அவைகளை இங்கு வளர்த்தார். வேனிற்காலம் எட்டுவதற்குள் நான்கில் மூன்று பங்கு ஆடுகள் விற்கப்பட்டுவிட்டாலும் எஞ்சியவை துன்பப்பட்டன. வெப்பம் ஏற ஏற அவற்றின் கம்பளிக்குள்ளேயே புழுங்கி அவை இறக்க நேர்ந்தன. நான் இதை நிறைய தடவைகள் பார்க்க நேர்ந்தது. அர்பாப் அவைகளின் இறந்த உடலை அப்புறப்படுத்தவில்லை. அவற்றை வண்டியில் போட்டுக்கொண்டு சென்றுவிடுவார். நல்ல புதிய இறைச்சியாக அவை ஏதாவது உணவகங்களில் பயன்படுத்தப் பட்டிருக்கக்கூடும்.

ஒரு நாள் குளிர்காலம் முடியும் தருவாயில் இரண்டு பேர் ஆடுகளின் ரோமங்களை கத்தரிப்பதற்காக வந்தனர். அவர்கள் சூடானிலிருந்து வந்திருந்தவர்கள், இருவரும் அகலப் புன்னகை கொண்டிருந்தனர். நீண்ட நாட்களுக்குப் பிறகு மனிதர்களைச் சந்தித்த மகிழ்ச்சியில் நிரம்பிய நான் அவர்கள் பின்னால் நாய்க்குட்டியைப்போல் சென்று கொண்டிருந்தேன். நான் சொன்னது அவர்களுக்கோ அவர்கள் சொன்னது எனக்கோ புரியவில்லை. நான் கூறிய எதுவொன்றும் புரியாமலேயே அவர்கள் புன்னகையுடன் இருந்தனர்.

அந்த வருடம் சூடானியர்கள் ஓர் இயந்திரத்தையும் அது இயங்குவதற்கான மின்னியக்கியையும் ஆடுகளின் ரோமங்களை அகற்றக் கொண்டுவந்தனர். இதற்கு முன்பு கத்திரிக்கோல்களால் கைகளில்தான் செய்தனர். மின்னியக்கியும் இயந்திரமும் இயங்கத் தொடங்கியதும் அர்பாப் இங்கும் அங்கும் தொந்தரவிற்குள்ளான ஜினியைப்போல் குதிக்கத் தொடங்கினார். அவருடைய முதல் பயம் ஆடுகளை மின்சாரம் தாக்கும் என்பது. பாவப்பட்ட அந்த இருவரும் அர்பாபிடம் இந்த இயந்திரம் ஆடுகளை மின்சாரத்தால் கொல்லாது என்று நம்பவைக்கப் போராடினர். அர்பாபின் இரண்டாவது பயம், இந்த இயந்திரம் தேவைக்கதிகமாக ஆடுகளின் கம்பளியை நீக்கிவிட்டால் அவை வேனிற்காலத்தில் வெப்பம் தாங்காமல் இறந்துவிடும் என்பது (அத்தகைய ஆடுகளுக்கு சந்தையில் எந்த மதிப்பும் இல்லை). அவர்கள் ஓர் ஆட்டினைப் பிடித்து அந்த இயந்திரம் ஒரு குறிப்பிட்ட அளவை மீறி ரோமங்களை நீக்காது என்று செய்து காண்பித்ததும்தான் அரை மனதாக அர்பாப் சம்மதித்தார். இருந்தும் இயந்திரம் பயன்படுத்துவது குறித்த தன் விருப்பமின்மையை வெளிப்படுத்தியபடி இருந்தார்.

ரோமம் நீக்குவதற்கு ஆடுகளைப் பிடித்து வருவது என் வேலை. தினப்படி வேலைகளை செய்துமுடித்துவிட்டு இதையும் நான் செய்ய வேண்டும். விரைநீக்கம் செய்யக் குட்டிகளைப் பிடித்திருந்ததுபோல் ஆட்டின் தலையை என் தொடைகளுக்கு இடையில் அழுத்திப் பிடித்திருந்தேன்.

ஓர் ஆட்டின் ரோமத்தை நீக்க ஒன்றிரண்டு நிமிடங்கள் போதுமானதாக இருந்தது. ஆனால் இரண்டு நாட்களில் ஓர் அறுநூறு ஆடுகளைப் பிடித்து அவ்வாறு உட்கார்ந்திருந்தது என் முதுகை நோவுறச் செய்தது. வாலில் மட்டும் கொஞ்சம் ரோமம் விடப்பட அந்த இயந்திரம் ஆட்டின் உடலிலிருக்கும் மொத்தக் கம்பளியையும் நீக்கிவிடும். 'இப்படித்தான் எங்கள் நாட்டில் செய்வது வழக்கம். வாலில் விடப்படும் ரோமம் ஆடு, ஈக்களை ஓட்டிக்கொள்வதற்காக நாங்கள் தரும் பரிசு,' என்று சூடானியர் தன் வெண்பற்கள் தெரிய புன்னகைத்தார்.

மறுநாள் மதியத்திற்குள் மொத்த ஆடுகளும் ரோமம் நீக்கப்பட்டு பார்ப்பதற்கு மிக அழகான வளரிளம் பருவத்து ஆண்கள் மற்றும் பெண்கள் போல் இருந்தன. மாலைக்குள் அந்த சூடானியர்கள் கம்பளியை சாக்குப்பைகளில் போட்டுக்கொண்டு தங்கள் வாகனத்தில் கிளம்பிவிட்டனர். அவர்கள் சென்றதும் எனக்குள் ஏற்பட்ட சோகம் இருக்கிறதே! அதுவரை இரண்டு மனிதர்களின் வாசனையை நான் அனுபவித்துக்கொண்டிருந்தேன். இப்பொழுது நானும் மிருகங்களும்தான். மழையாக துக்கம் ஏற்பட்டது.

மனிதன் எப்படிப்பட்ட பாவச் செயல் செய்திருந்தாலும் பூமியிலிருந்து உயிர்களைத் துடைத்தெறிவது அத்தனை சுலபமல்ல என்பதை வசந்தகாலம்தான் எனக்குக் கற்றுக்கொடுத்தது. எத்தனை மாதங்கள் இந்தப் பாலைவனம் சுட்டெரிக்கும் வெயிலில் காய்ந்துகொண்டிருந்தது! இந்த எரியும் மணலில் உயிர்களின் அறிகுறி இருந்ததில்லை. வேனிற்காலத்தின் இறுதியில் சில்லென்ற காற்று வீசவும் இந்தக் காய்ந்த மணலிலும் பச்சைப் புல்வெளி தோன்றியது. இது மழை வந்து இரண்டு நாட்களுக்குள்ளாக. பொன்னிற மணலின் அடியில் உயிரின் அத்தனை நறுமணங்களும் உயிர்த்தெழுதலின் இசையைக் கேட்கத் திணறிக்கொண்டிருந்ததுபோல் இருந்தது. கள்ளிச் செடிகள், கொடிகள், பாறைப் பூஞ்சைகள், தொட்டாச் சிணுங்கிகள், பளபளக்கும் இலைகளைக்கொண்ட செடிகள். வானத்தின் முடிவுகளிலிருந்து நீண்ட சிறகுகளை விரித்தபடி

பாடும் தூக்கணாங்குருவிகளும், பேசும் பச்சைக்கிளிகளும், கூவும் ஜோடிப்புறாக்களும் கூட்டம் கூட்டமாகப் பறந்து வந்தன. எங்கிருந்து இவை வருகின்றன?

இந்தச் செடிகளும் பறவைகளும் பாலைவனத்தின் வெயிலைத் தாங்கி, தங்கள் உயிர்களைப் பாதுகாக்க அமைதியாக இருந்துவந்திருக்கின்றன என்ற புரிதல் எனக்குள் மகிழ்ச்சியை நிரப்பியது. இந்தச் செடிகள் பெரிதாக வளர்ந்து பூக்களும் கனிகளும் தாங்கி பூமியின் கருவில் தங்கள் எதிர்காலத்திற்கான வாழ்க்கையை மறைத்து வைத்திருந்ததை என் கண் முன்னால் கண்டேன். நான் அவைகளைப் பார்த்து வியக்கிறேன்! இந்தச் செடிகள் நம்பிக்கை என்ற வாழ்க்கையின் உயரிய பாடத்தை எனக்குக் கற்றுத் தருகின்றன. அவைகள் என்னிடம் மெதுவாக: நஜீப், இந்தப் பாலைவனத்தின் தத்தெடுக்கப்பட்ட பிள்ளையே, எங்களைப்போல் நீயும் உன் உயிரைப் பாதுகாத்து இந்தப் பாலையுடன் போரிடு. எரிக்கும் சூரியனும் தகிக்கும் வெப்பமும் கடந்து போகும். அவைகளிடம் சரணடையாதே. சோர்ந்துபோனால் உன் வாழ்க்கையையே இழக்க நேரிடலாம். மனம் தளராதே. தியானிப்பதுபோல் பாதி உயிரற்றுக் கிட. சூன்யத்தைப் பாசாங்கு செய். இனிமேல் மீண்டெழ முடியாததுபோல் பாவனை செய். ரகசியமாக அல்லாவிடம் வேண்டிக்கொள். அவர் உன் இருப்பை அங்கீகரிப்பார். அவர் உன் அழுகைக்கு செவிசாய்ப்பார். இறுதியில் உனக்கான தருணம் வரும். இந்த வெப்பக் காற்று கடந்துபோகும். சூடு தணியும். காலம் என்ற குளிர் காற்று உன்னைத் தழுவும். அப்பொழுதுதான், அப்பொழுது மட்டும் தான் பூமியிலிருந்து மெதுவாகத் தலையை உயர்த்தி உன் இருப்பைப் பிரகடனப்படுத்தி பின்பு வேகமாக விடுதலையை நோக்கி ஓடு. அதற்குப் பிறகு பூ பூத்துக் கனியாகு.

அந்தச் சிறிய செடிகளின் வார்த்தைகளுக்கு நான் செவி சாய்த்தேன். எனக்கான மிகச் சரியான தருணத்திற்காகக் காத்திருந்தேன்.

இருபத்தி இரண்டு

எனக்கு ஆண் ஆடுகள் மீது பயமும் வெறுப்பும் இருந்தாலும் ஒரு சந்தர்ப்பத்தில் அவைகளில் ஒன்று என் உயிரைக் காப்பாற்றியது. ஒருநாள் அவைகளை எப்பொழுதும்போல் நடைக்கு அழைத்துச் சென்றேன். அவைகளைத் திரியவிட்டுவிட்டு மணல்மேட்டில் ஏறி அமர்ந்துகொண்டேன். ஏன் என்று தெரியவில்லை திடீரென்று என் ஊரைப்பற்றிய சிந்தனைகள் மேலெழுந்தன. அடக்கி வைக்கப்பட்டிருந்த எண்ணங்கள் கிளறப்பட்டு ஓர் எரிமலையாய் மேலெழுந்தது. இங்கிருந்து தப்பிக்க வேண்டும். வீடு செல்ல வேண்டும். என் உம்மாவிடம் போக வேண்டும். என் சைனுவைப் பார்க்க வேண்டும். என் நபீலைப் பார்க்க வேண்டும். என் மண்ணைப் பார்க்க வேண்டும். தூசுபடிந்த சாலைகளைப் பார்க்க வேண்டும். என் ஆற்றைப் பார்க்க வேண்டும். என் ஓடத்தைப் பார்க்க வேண்டும். என் மழையைப் பார்க்க வேண்டும். என் நிலத்தைப் பார்க்க வேண்டும். இவ்வாறான பொழுதுகளில் வீடு திரும்ப வேண்டுமென்பதன் அர்த்தத்தைத் துல்லியமாக உணர்ந்தேன். அது ஒரு சபலம். நாம் இருக்கும் தற்போதைய நிலையை வெறுக்க வைக்கக்கூடிய ஒரு தீவிர சபலம். இந்த சபலம் பித்தேறி, நம்மை வீட்டிற்குப் போகத் தூண்டிவிடும். சுடப்பட்ட காட்டுப்பன்றி கரும்புக்கொல்லைக்குள் வெறிபிடித்து ஓடுவதைப்போல், இது எப்பொழுதாவதுதான் நிகழும். அவ்வாறு நிகழும்போது திடீரென்று மேலெழும்பியிருக்கும் எண்ணங்களை முடக்குவது அத்தனை சுலபமானதல்ல.

தனது தொலைநோக்கியால் வண்டியின் மீது ஏறி நின்றவாறு அர்பாப் கவனித்துக்கொண்டிருந்தார். அப்போதைக்கு, மணல்மேட்டில் நான் அமர்ந்திருந்த பக்கம் தொலைநோக்கியின்

பார்வை எல்லைக்குள் வரவில்லை. இந்த சந்தர்ப்பத்தைத் தப்பிக்கப் பயன்படுத்தினேன். இதற்குமேலும் தாமதித்தால் இந்த வாழ்க்கையே வாழ்நாளுக்கும் விதிக்கப்பட்டுவிடும் என்று பயந்தேன். அல்லாவே அழைத்ததுபோல் ஏறிக் குதித்தேன். எதைக்குறித்தும் கவலைப்படாமல் பாலைவனத்தில் ஓடினேன். என்னருகில் நின்றிருந்த ஓர் ஆண் ஆடும் என்னுடன் சேர்ந்து ஓடத் தொடங்கியது. அதை விலகிப்போகவைக்க என் கழியால் அடித்தும் குத்தியும் எத்தனை முயற்சித்தாலும் அது என் பின்னாலேயே ஓடி வந்தது. தப்பிக்க வேண்டும் என்ற ஆர்வத்தில் நான் திரும்பிக்கூடப் பார்க்கவில்லை. வெகு தொலைவு, எவ்வளவு முடியுமோ அவ்வளவு தொலைவு என்று மட்டும்தான் என் மனம் சொல்லிக்கொண்டிருந்தது. எங்கே போய்க்கொண்டிருந்தேன் என்று தெரிந்திருக்கவில்லை. ஓடு, தப்பித்துவிடு என்றுமட்டும் எனக்கு நானே சொல்லிக்கொண்டேன். அந்த ஆடு என் பின்னாலேயே வந்துகொண்டிருந்தது. அதைப் பார்க்க எந்நேரமும் என் மீது பாய்ந்துவிடும் போல் தெரிந்தது. அதனால் என் வேகத்தை இருமடங்காகக் கூட்டினேன்.

திடீரென்று என் பின்னால் வண்டியின் உறுமல் சத்தம் கேட்டது. பயம் என்னுள் நெருப்பாக எரிந்தது. அர்பாப் நான் ஓடுவதைப் பார்த்துவிட்டார். என்னை விரைவில் எட்டிவிட்டால் சாகும்வரை அடித்துத் தீர்ப்பார். திடீரென்று துப்பாக்கிக் குண்டு ஒன்று வெடித்தது. நல்லவேளையாக அது என்னைத் துளைக்கவில்லை. தப்பிக்க முடியாது என்று தெரிந்திருந்தும் ஓடிக்கொண்டே இருந்தேன், இன்னும் வேகமாக. இரண்டாவது குண்டுச் சத்தம் கேட்டதும் அந்த ஆடு என்னை நோக்கிக் கத்திக்கொண்டே வேகமாகப் பாய்ந்து வந்து என் மீது விழுந்தது. அதன் மார்பிலிருந்து மோட்டார் பம்பிலிருந்து கொட்டுவதுபோல் ரத்தம் பீய்ச்சியடித்தது. தாங்க முடியாத வலியில் தாவி ஓடப் பார்த்தது. சிறிது தூரத்தில் சோர்ந்துபோய் கீழே விழுந்தது. அதற்குள் அர்பாப் என்னருகே வந்துவிட்டிருந்தார். நான் ஓடிச் சென்று அவர் காலடியில் விழுந்தேன். அர்பாப் தன் பெல்டைக் கழற்றி என்னை விளாசினார். நான் கதறினேன். வண்டியில் ஏறுமாறு அர்பாப் கட்டளையிட்டார். வாலை கால்களுக்கிடையில் வைத்துக்கொண்டு தன்னுடைய கூண்டுக்குள் ஓடும் நாயைப்போல் அழுதுகொண்டே ஓடிச்சென்று வண்டியின்

பின்புறம் ஏறி அமர்ந்தேன். அதற்குள் அந்த ஆடு இறந்திருந்தது. அதை இழுத்து வண்டிக்குள் போட்டுவிட்டு அர்பாப் மீண்டுமொருமுறை என்னை அடித்தார். கீழே விழுந்து அங்கேயே அமர்ந்து அழத் தொடங்கினேன். கண்களைத் திறந்தபடி அந்த ஆட்டின் சடலம் எனக்கருகே கிடந்தது. எனக்காகத்தான் அது இறந்திருக்கிறது என்று அறிய என் அழுகை கூடியது. என் அன்பு ஆடே, உன்னை யார் என் பின்னால் ஓடி வரச் சொன்னது? எனக்காக விதிக்கப்பட்ட குண்டிற்கு உன் மார்பை யார் காட்டச் சொன்னது? தப்பிப்பதற்கான நேரம் அது என்று நான் நினைத்தது தவறாகப் போய்விட்டது. அல்லாவின் முடிவு என்று தவறாகக் கணித்திருக்கிறேன். பல சமயம் இப்படித்தான் - நாம் நமது ஆசைகளை அல்லாவின் முடிவு என்று நினைத்துக்கொள்வோம். ஆனால் நடப்பவை அல்லாவின் விருப்பப்படிதான் நடக்கும். அந்த விருப்பத்தைப் புரிந்துகொள்ள ஒருவர் அல்லாவிற்கு இன்னும் அருகில் செல்ல வேண்டும். நான் சமிக்ஞைகளை சரியாகக் கணித்திருக்கவில்லை. ஆனால் அல்லா என்னைக் காப்பாற்றிவிட்டார். நீ எனக்காகத்தான் பலியிடப்பட்டாயா? இறைத்தூதர் இப்ராஹிமின் புதல்வனுக்குப் பதிலாக பலியிடப்பட்ட ஆட்டைப் போல?

வண்டி கூடாரத்தின் முன்பு நின்றது. அர்பாப் என்னை வெளியே இழுத்து என்னைக் கட்டிப்போட்டு மஸாராவிற்குள் வைத்துப் பூட்டினார். பின்பு அவர் மனம் திருப்திகொள்ளும் வரை அடித்துத் தீர்த்தார். உடலின் அனைத்துப் பாகங்களிலிருந்தும் எனக்கு ரத்தம் கொட்டியது. இருந்தும் நான் அழவில்லை. ஒரு துளிக் கண்ணீர் சிந்தவில்லை. அனைத்தையும் தாங்கிக்கொண்டேன். ஓர் ஆடு எனக்காக உயிர் துறந்திருக்கிறது. என் விதியை நினைத்து நான் அழுதால் அல்லாகூட என்னை மன்னிக்க மாட்டார்.

அர்பாப் அந்த ஆட்டை அங்கேயே தோலுரித்தார். அதைத் துண்டுத் துண்டாக வெட்டி வெட்டவெளி நெருப்பில் போட்டு வாட்டினார். வயிறு நிறையும்வரை உண்டுவிட்டு மீதத்தை என்னிடம் கொண்டு வந்தார். நான் மறுத்தபோது என்னை மேலும் அடித்துவிட்டு அத்துண்டங்களை என் வாயில் வைத்து நிர்பந்தமாக உண்ண வைத்தார். என் சகோதரனின் இறைச்சியைப் புணர்வதுபோல் எனக்குக் குமட்டல் வந்தது. என்னால் உண்ண முடியவில்லை. உள்ளே சென்ற சிறிது மாமிசமும் வாந்தியாக வெளியே வந்தது. அதிலிருந்து நான்

ஆட்டிறைச்சி உண்பதே இல்லை. உண்ணத் தோன்றியதும் இல்லை.

அந்த நாளும் அதற்கடுத்த நாளும் அர்பாப் என்னை அங்கேயே கட்டிப்போட்டுவிட்டுச் சென்றார். என்னை வெளியே விடவேயில்லை, ஒரு சொட்டு நீரோ ஒரு துண்டு குபூஸோகூடத் தரவில்லை. இரண்டு நாட்கள் எந்தப் புகாருமற்று நான் அங்கே கிடந்தேன். இரண்டாவது நாள் இரவு மிகவும் பசித்தது. அர்பாப் நன்றாக உறங்குகிறார் என்று தெரிந்தவுடன் மெதுவாக என் கால்கட்டை அவிழ்த்துக்கொண்டு ஆடுகளூடாக நீந்தியவாறு தண்ணீர் இருந்த பாத்திரம் வரை சென்று என் தாகம் தணியும்வரை தண்ணீரைப் பருகினேன். அடுத்த பாத்திரத்தில் ஆடுகள் உண்ணாமல் மீதம் வைத்திருந்த கோதுமைகள் இருந்தன. அவைகளை எடுத்துத் தின்றேன். பச்சைக் கோதுமை. தோல் நீக்காதது. அருகிலிருந்த தூக்கில் கொஞ்சம் உப்பு இருந்தது. கோதுமையை உப்புடன் பிசைந்து சாப்பிட்டேன். அன்றுதான் சமைக்காத கோதுமைகூட ருசியாக இருக்கும் என்பதை உணர்ந்தேன். மீண்டும் பாத்திரத்தில் இருந்த தண்ணீரைக் கவிழ்த்துக்கொண்டேன். ஆடுகளுடன் மஸாராவில் உறங்கினேன்.

அதற்குள் நான் ஓர் ஆடாகவே மாறிவிட்டிருந்தேன்.

இருபத்தி மூன்று

கோடைக்காலம் தொடங்கியிருந்தாலும் வெப்பம் தாங்கக்கூடியதாகவே இருந்தது. ஆனால் பின்னால் அறிந்துகொண்டதுபோல் அது பருவ நிலை மாற்றத்தின் தொடக்கத்தில் இருக்கக்கூடியது மட்டுமே. நாட்கள் செல்லச் செல்ல தட்பவெப்பம் கூடியது. காற்றை வெப்பம் மூர்க்கமாக நிறைத்தது. ஒவ்வொருமுறை காற்றடித்தபோதும் உலைக்களத்திற்குள் இருப்பதுபோல் உணர்ந்தேன்.

என் முதல் கோடைக்காலத்தில் இந்தப் பாலைவனத்தில் என்ன வேண்டுமென்று நினைத்தேன் தெரியுமா? விடுதலை? தண்ணீர்? நல்ல உணவு? என் குழந்தையைப் பார்ப்பது? என் சைனுவை ஒருமுறையாவது அழைப்பது? இல்லை, இவையொன்றும் இல்லை. கொஞ்சம் நிழலில் சிறிது நேரமாவது அமர்வது மட்டுமே நான் வேண்டியது. நான் நினைத்து ஏங்கியதும் கனவு கண்டதும் அதுதான் என்றால் என் வேதனையை நீங்கள் உணர முடியும். என் உடையை வைத்து சிறிது நிழல் ஏற்படுத்திக்கொள்ள முயன்றேன். காகத்தின் சிறகளவிற்குக்கூட நிழல் இல்லாத இடங்களைப் பற்றிக் கேள்விதான் பட்டிருக்கிறேன். பாலைவனத்தில்தான் அந்த நிஜத்தை நான் அறிந்தேன்.

இந்தக் கோடையில் கட்டிலிற்கு மேல் கம்பளியைக் கட்டி ஒருவாறு கூரை அமைத்துக்கொண்டேன். அதன்கீழ் உட்கார்ந்தபோது வெப்பம் ஓரளவு தாங்கக்கூடியதாக இருந்தது. ஆனால் எனக்கு அதன் கீழ் உட்கார்ந்து ஓய்வெடுக்க நேரமே கிடைக்கவில்லை. காலை ஐந்து மணிக்குத் தொடங்கிய வேலை இரவு பத்து மணியானாலும் ஓயவில்லை. ஒரு

மஸாராவிலிருந்து ஆடுகளை அழைத்துச் சென்று திரும்பியிருந்தால் அதற்குள் அர்பாப் அடுத்த மஸாராவிலிருந்து ஆடுகளைத் திறந்துவிட்டிருப்பார். அந்தத் துருப்பிடித்த இரும்புத் தொட்டியில் கொதித்துக்கொண்டிருந்த நீரிலிருந்து இரண்டு குடுவை எடுத்து அருந்தத்தான் நேரமிருந்தது. அதற்குள் ஆடுகள் அங்கு பாலைவனத்தில் பிரிந்து செல்லத் தொடங்கியிருக்கும். அவைகளை நேரத்திற்குச் சென்று ஒன்றிணைக்கவில்லையென்றால் ஒவ்வொன்றும் அதனதன் வழியில் சென்றுவிடும். அதற்குப் பிறகு அவைகளை இணைப்பது சாத்தியமில்லாதது. மஸாராவில் ஒரு நொடி கூட வீணடிக்காமல் வெறிநாயின் வாயில் நுரைவந்ததுபோல் நான் அவைகளை நோக்கி ஓடியிருக்கிறேன்.

கண்களை ஆகாயத்தை நோக்கி உயர்த்திக் கேட்பேன், என் அல்லாவே, உங்களுக்கும் என் தந்தைக்கும் நான் என்ன பாவம் செய்துவிட்டேன், இப்படி ஒரு வீணனாகப் பாலைவனத்தில் விலங்குகளுடன் திரியும்படி என்னை நீங்கள் விட்டதற்கு? எரியும் சூரியனின் உருவத்தில் அல்லா என்னைத் திரும்பிப் பார்ப்பார். எனக்கான துயர அனுபவங்கள் இன்னும் தீரவில்லை என்பார். பாலைவனத்தின் நபியைப்போல் கொதிக்கும் மணலில் முழந்தாலிட்டு வானத்தை நோக்கி வேண்டுவேன்: என் அல்லா, என்னை இத்துயரத்திலிருந்து விடுவியுங்கள். இஸ்ரேலியர்களுக்காக அனுப்பி வைத்த மோசஸைப்போல் எனக்கும் ஒரு மீட்பரை அனுப்புங்கள். எனக்கு இந்த சிறையிலிருந்து விடுதலையளியுங்கள்.

நான் கூறியது அல்லாவின் காதுகளில் விழுந்ததா என்று தெரியவில்லை. ஆனால் அல்லா என்னைக் கவனித்துக்கொள்கிறார் என்ற நம்பிக்கை எனக்குள் ஒரு புது நம்பிக்கையை விதைத்தது. இறை நம்பிக்கை இல்லாதவர்கள், அல்லா உங்களுக்கு அளித்த இனிமையான புல்வெளியில் மகிழ்ச்சியாக வாழும் அதிர்ஷ்டமானவர்கள், பிரார்த்தனைகளை நீங்கள் அர்த்தமில்லாத சடங்காகப் பார்க்கலாம். ஆனால் எனக்கு பிரார்த்தனைகள்தான் நான் தப்பிப்பதற்கான ஒரே வழி. என் உடல் எத்தனை பலவீனமாக இருந்திருந்தாலும் என் உள்ளத்தில் நான் உறுதியாக இருந்ததற்குக் காரணம் என் இறை நம்பிக்கை மட்டுமே. இல்லையேல் அந்தச் சுட்டெரிக்கும் சூரியனில் உதிர்ந்து கருகிய புல்லாக என்றோ ஆகியிருப்பேன்.

சூடாவதை விட மணல் அதி வேகமாகக் குளிர்ச்சியடையும். இரவு எட்டு அல்லது ஒன்பது மணிக்குள் மணல் சில்லென்றாகிவிடும். அதற்குப் பிறகு அதில் படுத்துறங்குவது இதமானது. பூமிக்குள்ளிருந்து வசந்தம் முளைத்து அதன் மேற்பரப்பிலிருந்த மண்ணையும் அதன்மீது இருந்த என்னையும் குளிர்விப்பதாகத் தோன்றும். ஆஹா, எத்தனை இனிமையான அனுபவம் அது! நாள் முழுவதுமான களைப்பை நொடியில் நீக்கிவிடும். பூமிக்குள் இருப்பது கொதிக்கும் வெப்பம் என்பதை நான் நம்ப மறுக்கிறேன். அதேபோல் பாலைவனத்தில் நீர் இல்லை என்பதையும் நான் நம்பவில்லை. இப்பெரிய மணற்பரப்பில் நான் எங்கோ கிடக்க, அதன் அடியில் அமைதியாக ஒரு நதி ஓடிக்கொண்டிக்கிறது என்று உறுதியாக நம்புகிறேன். ஓர் ஓடத்தில் படுத்திருப்பதுபோல் நான் அதன் ஓட்டத்தின் மீது படுத்திருக்கிறேன். அந்த அனுபவத்தை மீண்டும் நினைத்துப்பார்ப்பதே இப்பொழுது என் மன அமைதியையும் உறக்கத்தையும் இரட்டிப்பாக்குகிறது. ஆனால் என் மன அமைதி வெகு நேரம் நீடிக்கவில்லை. அது ஒருவித பயத்தில் முடிந்தது. ஏன் என்று சொல்கிறேன்.

ஒருநாள் காலை மஸாராவிற்குள் நுழைந்தபோது நான்கைந்து ஆடுகள் செத்துக்கிடந்ததைப் பார்த்தேன். எனக்குத் தூக்கிவாரிப்போட்டது. நேற்று கூட எந்தப் பிரச்சனையுமின்றி துள்ளிக்குதித்து விளையாடிக்கொண்டிருந்தன. அவைகளில் ஒன்று குட்டிபோடும் நிலையில் இருந்தது. என்ன நடந்தது என்று என்னால் யூகிக்க முடியவில்லை. ஏதாவது வியாதி அவைகளைத் தாக்கியிருக்குமா? அல்லாவே, இது ஏதாவது தொற்று வியாதியா? அப்படியானால் ஏன் எனக்கு எதுவும் அறிகுறிகள் தெரியவில்லை. நடுக்கத்துடன் நான் அர்பாபின் கூடாரத்திற்குள் சென்றேன். அவரிடம் நடந்தவைகளைக் கூறினேன், மலையாளத்தில். அர்பாபிற்கு என் மொழி அதற்குள் புரிந்திருக்க வேண்டும். இல்லையென்றாலும், தேவையோ நிர்பந்தமோ ஏற்பட்டால் ஒருவருக்குத் தான் கேட்கும் மொழி புரிகிறது என்றுதான் பலமுறை ஊர்ஜிதமாகிவிட்டதே! இருந்தும் என் அனுபவத்தில் அது எந்த மொழியாக இருந்தாலும் பேசுபவரது தேவை கேட்பவரது தேவையை விட அதிகமாக இருந்தால் கேட்பவருக்கு அந்த மொழி புரிவதில்லை என்று அறிந்தேன்.

அர்பாப் என்னுடன் சேர்ந்து மஸாராவிற்கு வந்தார். இறந்த ஆடுகளை ஒருமுறைச் சுற்றிப் பார்த்துவிட்டுத் தொட்டுப் பரிசோதித்தார். கண் இமைகளைத் திறந்து உள்ளே பார்த்தார். குற்றம் சாட்டப்பட்டு அடிவாங்குவதற்காக நான் காத்திருந்தேன். ஆனால் ஒன்றும் நடக்கவில்லை. அர்பாப் மஸாராவைச் சுற்றி நடந்து வந்து ஏதாவது தடயம் கிடைக்கிறதா என்று தேடினார். பின்பு அவர் வண்டியிலிருந்து மண்வாரியை எடுத்து வந்து என்னைக் குழிதோண்டச் சொன்னார். தோண்டி முடித்ததும் ஆடுகளை இழுத்துவந்து அக்குழிக்குள் போட்டார். எனக்கு ஆச்சரியமாக இருந்தது. புண்ணில் தடவ சிறிது உப்பைக்கூட வீணடிக்காத என் அர்பாப் இவ்வளவு ஆட்டுக்கறியை வீணடிப்பதா? எனக்குச் சுத்தமாகப் புரியவில்லை, அவரும் விளக்கம் தரவில்லை. நான் மீண்டும் என் வேலைகளுக்குத் திரும்பினேன்.

ஆடுகளைப் பால் கறந்து அதிலிருந்து கொஞ்சம் அர்பாபிற்குத் தந்து, மீதமிருந்ததில் நான் கொஞ்சம் குடித்துவிட்டு, கடைசியாகக் குட்டி ஆடுகள் குடிக்க வைத்தேன். ஆடுகளுடன் நடைக்குச் சென்றுவிட்டுத் திரும்பி, இரண்டு குபூஸ்களை உண்டுவிட்டு, மஸாராவைச் சுத்தப்படுத்திவிட்டு வெவ்வேறு பாத்திரங்களிலும் அவற்றிற்கானதை இட்டு நிரப்பினேன். என் வேலைகள் எதுவும் நிற்கவில்லை. ஆடுகள் உயிரோடிருந்தாலென்ன இறந்தாலென்ன, அது அர்பாபிற்குத் தான் இழப்பு. இழக்கவோ பெறவோ எனக்கு அதில் எதுவும் இல்லை. இருந்தும் பூச்சி கடித்து உண்டாகும் புண் கொடுக்கும் வலியைப் போல் நாள் முழுவதும் எனக்குள் ஒரு வலி இருந்துகொண்டே இருந்தது. உணர்ச்சிவசப்படாமல் இருக்க எவ்வளவோ முயன்றும் அந்த ஆடுகளின் இறப்பு என்னைத் தொந்தரவு செய்துகொண்டே இருந்தது. குறிப்பாக கர்ப்பமாக இருந்த ஆட்டின் இறப்பு. அந்த ஆடு முதன்முறை குட்டிபோடவிருந்தது. அதன் நடையிலும் பார்வையிலும் எல்லாம் நான் அதன் பெருமையை உணர்ந்தேன். ஆடாக இருந்தாலும் அதற்கென்றும் கனவுகள் இருந்திருக்காதா. எத்தனை முறைகள் தான் தாயாவது குறித்தும் குட்டிக்குப் பாலூட்டுவது குறித்தும் அதனுடன் சேர்ந்து விளையாடுவது குறித்தும் கனவு கண்டிருக்கும்? பாவப்பட்ட ஜீவன், அனைத்தும் ஒரே இரவில் முடிந்தது. இது தான் வாழ்க்கை.

ஆடே, என் அன்பு ஆடே, உன் வாழ்க்கையும் என் வாழ்க்கையும் நமக்குக் கிடைத்த பரிசு. யார் நமக்கு அந்தப் பரிசை அளித்திருக்கிறார்களோ அவரது அனுமதியைத் தாண்டி நீயோ நானோ ஒரு நாள் கூட அதிகமாக வாழ்ந்துவிட உரிமையில்லை. நமக்கு விதிக்கப்பட்டதை அனுபவிக்காமல் இந்த உலகத்தை விட்டுப் போகவும் நமக்கு அனுமதியில்லை. ஆடே, உனக்கு அதிர்ஷ்டம் இருந்ததால்தான் உன் குழந்தையைப் பார்ப்பதற்கு முன்பே நீ இறந்துவிட்டாய். ஆனால் நான் இருமுறை சபிக்கப்பட்டவன். நான் இந்த நரகத்தையும் அனுபவிக்க வேண்டும். என் குழந்தையையும் பார்க்க முடியாது. என்ன ஒரு துயரமான வாழ்க்கை!

இரவில் குபூஸ் சாப்பிட்ட பிறகு ஒரு கல்லைத் தலையணையாய் வைத்து வெறும் மணலில் படுத்துக் கிடந்தேன்.

எனக்கு ஆச்சரியம் ஏற்படும்படி அர்பாப் தன் வண்டியைக் கிளப்பினார். அவர் கொஞ்ச நேரம் என்னை இங்கு தனிமையில் விட்டுச் செல்லக்கூடும் என்ற நம்பிக்கை எனக்குள் எழுந்தது. அப்படியானால் நான் ஓடிவிட வேண்டும். அவரைக் கவனிக்காததுபோல் நான் அப்படியே படுத்துக் கிடந்தேன். ஆனால் என் ஐம்புலன்களும் கூர்மையடைந்தன. அர்பாப் வண்டியில் மஸாராவைச் சுற்றியவாறு வலம் வந்தார். மிக மெதுவாக, எதையோ தேடுவதுபோல். ஒரு நான்கைந்து முறைகள் சுற்றிய பிறகு கூடாரத்திற்குத் திரும்பி வண்டியை அணைத்தார். மீண்டும் கூடாரத்திற்குள் சென்றுவிட்டார். நொடியில் எனக்குள் எழுந்த நம்பிக்கை நட்சத்திரங்கள் அனைத்தும் இருளில் மூழ்கின. கோபமாகவும் வெறுப்பாகவும் இருந்தது. அனைத்தையும் சபித்தேன். அல்லாவையும் சேர்த்தே சபித்தேன்.

அன்றிரவு அர்பாப் தன் வண்டியில் மஸாராவைப் பலமுறை வலம் வந்தார். அவர் ஏன் அவ்வாறு செய்கிறார் என்று எனக்குத் தெரியவுமில்லை நான் அவரிடம் கேட்கவுமில்லை. ஆடுகள் மனிதனுடன் பேசுவதில்லையே.

மணல் தந்த சுகத்தில் உறங்கிவிட்டேன். ஆடுகளின் கனைப்புகளும் அங்குமிங்குமாக அவை பதட்டத்துடன் உலாவியதும் ஏற்படுத்திய குழப்பத்தில் கண்விழித்த போது பின்னிரவாகியிருந்தது. சுற்றும்முற்றும் பார்த்தபோது அர்பாப் இரும்பு வேலியைச் சுற்றி பயந்தவாறு ஓடிக்கொண்டிருந்ததைப்

பார்த்தேன். 'ஹய்யா... ஹய்யா...' என்று அவர் என்னையும் அழைக்கவும் குதித்தெழுந்து அவர் பக்கமாகச் சென்று நின்றுகொண்டேன். அர்பாப் என்னிடம் ஒரு குச்சியைக் கொடுத்து மஸாராவிற்குள் தள்ளிவிட்டார். என்ன நடக்கிறது என்றே புரியாமல் நான் அங்கே நின்றிருக்க அந்த இடத்தில் வெளிச்சம் ஏற்படுத்த அர்பாப் வண்டியை இயக்கினார். ஆடுகள் தொடர்ந்து கனைத்துக்கொண்டிருந்தன. மெதுவாக ஒவ்வொரு ஆடாகக் கடந்து அவைகளை எது தொந்தரவு செய்கிறது என்று தேடினேன். ஆடுகள் ஏன் இவ்வளவு குதிக்கின்றன என்பதன் காரணத்தை இறுதியில் கண்ணால் கண்டேன். பாம்பு! அங்கொரு பாம்பு ஆட்டின் கால்களைச் சுற்றியிருந்தது. நான் பயத்தில் அலறியவாறு வெளியே ஓடினேன்.

ஊரில் மண் பாம்போ நீர்ப்பாம்போ காணப்பட்டால் அந்த திசையில் குறைந்தது மூன்று நாட்களாவது தலைவைத்தும் படுக்க மாட்டேன். பாம்பு என்று யாராவது கூறுவதைக் கேட்டாலே எனக்கு பயம். நான் மிகவும் பயந்து வெளியே வந்ததைப் பார்த்து அர்பாப் கோபமாக வண்டியிலிருந்து இறங்கி வந்து மீண்டும் என்னைத் தொழுவத்திற்குள் தள்ளி வெளியிலிருந்து அதன் கதவைப் பூட்டினார். எனக்கு இப்பொழுது இரண்டு வழிகள்தான் இருந்தன. ஒன்று பாம்பைக் கொல்ல வேண்டும் இல்லை பாம்பு கடித்து இறக்க வேண்டும். சூழல் மனிதனுக்கு இதுவரை அவன் அறிந்திராத பலத்தைக் கொடுக்க வல்லது. நிறைவேறாத நிறைய ஆசைகள் எனக்குள் இன்னும் உயிர்ப்புடன் இருந்தன, ஆகையால் நான் தைரியமாக இருக்க வேண்டும். உயிருடன் இருப்பது என்பது என்னுடைய தேவை.

விரல் நுனியில் நடந்து பாம்பு சுற்றியிருந்த ஆட்டின் காலை நோக்கிச் சென்றேன். கூட்டமாக இருக்கும் மனிதர்கள் அல்லது ஆடுகளுக்கு இடையில் பாம்பைக் கொல்வது கடினம். குச்சி அதன் உடலைத் தொட்டபோது அது என் பக்கம் திரும்பி 'ஹிஸ்' என்றது. நான் வெளியில் ஓடிவிட்டேன். ஆனால் மஸாராவின் கதவு பூட்டப்பட்டிருந்தது. பயத்தில் மூளை குழம்பி இடதும் வலதுமாக அடிக்கத் தொடங்கினேன். பெரும்பாலும் அனைத்து அடிகளும் ஆடுகளின் முதுகில்தான் விழுந்தன. அவை ஓடத் தொடங்க நான் தொடர்ந்து அடித்துக்கொண்டிருந்தேன். ஓர் அடிகூட பாம்பின் மீது விழவில்லை. ஆனால் அடிவிழும்

சத்தம் கேட்டு அது பயந்திருக்க வேண்டும், அதுவாகவே வந்த வழி சென்றுவிட்டது.

அர்பாப் என்னை மோசமாகத் திட்டினார். என் அடி தாங்காமல் ஆடு ஒன்று இறந்துவிட்டது. அன்றிரவு நான் அமைதியிழந்தேன். சில்லென்ற மணல் மீது உறங்கும் இன்பத்தையும் துறந்தேன். விஷப்பாம்பின் கருணைக்கு என் முடிவை விட்டுவிட்டு எத்தனை நாட்கள் மணலில் படுத்துறங்கிக் கொண்டிருந்திருக்கிறேன்? அது என்னை நோக்கி ஊர்ந்து வந்திருக்கலாம், என்னைக் கொத்தியிருக்கலாம், கொன்றிருக்கலாம். பாலைவனம் பாம்புகளின் விஷத்தன்மையை அதிகரிக்கும் என்று அறிந்திருந்தேன். லேசாகத் தொட்டாலே உயிர் போய்விடக்கூடும். ஆனால் நான் மணலில் உறங்கிக்கொண்டிருந்த இத்தனை நாட்களில் ஒருமுறைகூட என்னைப் பாம்பு வந்து தீண்டவில்லை. நான் இங்கே உறங்கிக்கொண்டிருக்கிறேன் என்று அறிந்து அவை வேறு திசையில் சென்றிருக்கக்கூடும். கருணை மிகுந்த அல்லா அனைத்தையும் முன்கூட்டியே தீர்மானிக்கிறார். அவர் திட்டமிட்டபடிதான் ஒவ்வொன்றும் நடக்கின்றன. அவர் அனுமதியில்லாமல் ஒரு பாம்புகூட கடிக்க முடியாது. அல்லாவே, எல்லாப் புகழும் உனக்கே!

மறுநாள் காலை மூன்று குட்டியாடுகள் மஸாராவில் இறந்துகிடந்தன. அவற்றுள் என் நபீலும் ஒன்று.

இருபத்தி நான்கு

பாலைவனத்தில் நான் பார்த்ததிலேயே மிகவும் அழகான காட்சி எதுவென்று கேட்டால் என் பதில் சூரிய அஸ்தமனமாகத்தான் இருக்கும். சூரியனைப் பார்ப்பதற்கு மணலுக்குள் புதையும் ஆமையைப்போல் தோன்றும். மெதுவாக மணற்காட்டில் மறைந்துகொள்ளும். சைனுவும் இந்தக் காட்சியைப் பார்க்க என்னுடன் இருந்திருக்க வேண்டும் என்று விரும்பியிருக்கிறேன். என் வீடு, என் ஊர், சைனு குறித்த நினைவுகளையெல்லாம் நான் தள்ளிவைக்க நினைத்தாலும் இதுபோன்ற சமயங்களில் அவள் குறித்த எண்ணங்கள் வெளிப்படும். என் இதயம் அப்பொழுதெல்லாம் வலிக்கும். இத்தகைய அழகான காட்சியைப் பார்க்க ஒரு துணை இல்லை என்பதுதான் இருப்பதிலேயே அதிகமாகத் துயர் தருவது. கண்களை சூரிய அஸ்தமனக் காட்சியிலிருந்து விலக்கிவிட்டு கட்டிலில் முதுகை சாய்த்துப் படுத்துக்கொண்டேன். அநாதைப் பிணம்போல்.

அந்த இரவு நட்சத்திரங்கள் பதித்த வானத்தின் கீழ் உறங்கச் சென்றேன். கண் விழித்தபோது காற்று இல்லையென்றாலும் சுற்றி புழுதி படிந்திருந்ததைப் பார்த்தேன். எங்கிருந்தோ புகுந்த புழுதிக் காற்றை நிறைத்திருந்தது. என் உடம்பைப் பார்த்தபோது சிரிக்கத் தோன்றியது. ஏதோ படத்தில் வரும் நகைச்சுவை நடிகரைப்போல் என் உடலெல்லாம் புழுதி போர்த்தியிருந்தது.

ஆடுகளைப் பார்த்தேன், அவற்றின் மீதும் புழுதியின் வண்ணம். மஸாராவில் இருந்த வாளிகள், இரும்பு வேலி, ஒட்டகங்கள், அர்பாபின் கூடாரம், வண்டி, என் கட்டில், வைக்கோல் கட்டுகள் - அனைத்திலும் புழுதி போர்த்தியிருந்தது. குளிர்ப்

பிரதேசங்களில் பனிப் போர்வையைக் காட்டும் திரைப்படக் காட்சிகள் என் நினைவிற்கு வந்தன.

நான் என் தலையை வேகமாக அசைக்க, முடியிலிருந்து சிறு செங்கல் துண்டு வந்து விழுந்தது. முடிக்குள் விரல் விட்டுக் கோதப் பார்க்க, மணலும் புழுதியும் அதை அடையாக்கி வைத்திருந்ததால் என் விரல்கள் உள்ளே நுழையவில்லை. என் முடி ஏற்கெனவே தோள்கள் வரை வளர்ந்திருந்தது. தாடியும் வளர்ந்திருந்தது. ஆட்டுக் கம்பளியை நறுக்கும் பெரிய கத்திரியை எடுத்து என் முடியையும் தாடியையும் கைகளாலேயே வெட்டிக்கொண்டேன். கழுவப்படாத முடியும் தாடியும் சமயங்களில் மோசமான அரிப்பைத் தந்தன. அக்குள்களிலும் மர்ம உறுப்பிலும் இருந்த அழுக்கு முடியால் கொப்புளம் வந்து, பார்க்கவே அருவருப்பாகியிருந்தன. பேன்கள், பூச்சிகள் மற்றும் ஆடுகளின் உடலிலிருந்து சிறு பூச்சிகள் ஏற்கெனவே அங்கு குடியேறியிருந்தன. இரவில் வேர்க்கும்போது அங்கு மோசமாக அரிப்பெடுத்தது. என் உடலே பூச்சிகளின் கிடங்காகியிருந்தது. பேன்களும் பூச்சிகளும் என் தோலின்மீது இன்னொரு தோலாக ஆகியிருந்தன. என்னைவிட ஆடுகள் சுத்தமாக இருந்தன.

இருபத்தைந்து

போச்சக்காரி ரமணியின் கதையைச் சொல்கிறேன் என்று சத்தியம் செய்திருந்தேன் அல்லவா? இப்பொழுது சொல்கிறேன். நான் திட்டுவதற்கும் கொஞ்சுவதற்கும் சுலபமாக அடையாளம் காண உதவிய ஆடுகள் ஒவ்வொன்றிற்கும் ஒரு பெயர் வைத்திருந்தேன். என் ஊரிலிருந்த அராவு ராவுத்தர், மேரிமைமுனா, இண்டி பொக்கர், நண்டு ராகவன், பாரிப்பூ விஜயன், சக்கி, அம்மினி, கௌசு, ரௌஃபத், பிங்கி, அம்மு, ரஸியா மற்றும் தாஹிரா போன்றோர்களும் பிரபலங்களான ஜகதி, மோகன்லால், ஏன் ஈ.எம்.எஸ். *(E.M.S. Namboodiripad)* போன்றோர்களும்கூட என் மஸாராவின் ஓர் அங்கம்தான். இவர்கள் ஒவ்வொருவரும் ஒவ்வொரு வகையில் என் மனதிற்கு நெருக்கமானவர்கள். எப்பொழுதாவது ஆட்டின் முகத்தைக் கவனமாகப் பார்த்திருக்கிறீர்களா? மனிதனின் முகத்தைப் போலவே இருக்கும். நான் ஆடுகளுக்குப் பெயர்களை அவைகளின் முகத்தைப் பார்த்து மட்டும் வைக்கவில்லை, அவைகளின் நடை, பாவனை, அவை எழுப்பிய சத்தம், எனக்கு நியாபகம் வந்த சில விஷயங்கள் இவற்றின் அடிப்படையிலும் வைத்தேன். ஊரில் நாம் எப்படிப் பட்டப்பெயர் வைப்போமோ அது போல.

என்னைத் தாக்கி என் கையை உடைத்த முரட்டு ஆண் ஆட்டைப் பற்றிக் குறிப்பிட்டிருந்தேன். எங்கள் ஊரில் இருந்த பெரிய போக்கிரியான அராவு ராவுத்தர் பேரை அதற்கு வைத்தேன். ஒரு நாள் என் உப்பா ஒரு குறுகிய பாலத்தில் சிறு ஓடையைக் கடந்துகொண்டிருந்தார். ராவுத்தர் எதிர் திசையில் வந்துகொண்டிருந்தான். பாலம் மிகக் குறுகியதாக இருந்ததால் அதில் கஷ்டப்பட்டாலும் ஒருவர்தான் செல்ல

இயலும். உப்பா ஏற்கெனவே பாதி தூரம் நடந்து வந்திருந்தார் என்பதைக் கருத்தில் கொள்ளாமல் ராவுத்தர் அவரைத் திரும்பிப் போகச் சொன்னான். உப்பாவிற்கு விருப்பமில்லை. ராவுத்தர் ஒருமுறை அவரை எச்சரித்தான், இரண்டாம் முறையும் எச்சரித்து உப்பா நகராமல்போக மீண்டும் கேட்பதைக் குறித்து அலட்டிக்கொள்ளாமல் எம்பி அவர் நெஞ்சின்மீது தன் தலையால் முட்டினான். கிட்டதட்ட பனிரெண்டடிகள் கீழேயிருந்த ஓடையில் அப்பா விழுந்தார். அவர் கைமுட்டி ஒரு பாறாங்கல்லில் மோதி அவரது இடதுகை முறிந்தது. உடனடியாக ஆலப்புழா மாவட்ட மருத்துவமனைக்கு அழைத்துச் செல்லப்பட்டாலும் அவர் கை என்றென்றும் பலவீனமாக, மடங்கியபடியே இருந்தது. இவ்வாறு என் உப்பாவிற்கு குட்டக்கை அப்து என்ற பட்டப்பெயர் கிடைத்தது. உண்மையான அராவு ராவுத்தர் எப்படி என் உப்பாவை மோதியிருக்கக்கூடும் என்று நினைத்தேனோ அதேபோல் இந்த ஆடும் என்னை மோதியதால் அதற்கு அராவு ராவுத்தர் என்ற பட்டப் பெயரை எதுவும் சிரமமில்லாமல் சூட்டினேன். மேலும், எனக்கும் என் அப்பாவைப்போல் கை உடைந்திருந்தது.

ஆகையால் ஒவ்வொரு ஆட்டின் பெயரின் பின்னாலும் விந்தையான அந்தரங்கமான பல காரணங்கள் இருந்தன. இப்பெயர்களின் தர்க்கம் மற்றவர்களுக்குப் புரியாமல் இருக்கலாம். ஆனால் அவை என்னைப் பொறுத்தவரை மிகச் சரியான அர்த்தம் கொண்டிருந்தன.

மேரிமைமுனா என்ற பெயரும் அத்தகையதொரு கதையைக் கொண்டிருந்தது. என் காதல் கதையின் முதல் நாயகி அவள்தான். என் முதல் காதல் நான் ஐந்தாம் வகுப்புப் படித்துக்கொண்டிருந்தபோது ஏற்பட்டது. நான் அறிந்தவரையில் மிகவும் புத்திசாலியான அழகான பெண் அவள்தான். அவள் நன்றாகப் பாடவும் செய்தாள். நான் அவளைக் குறித்துக் கண்ட கனவுகளுக்கு எல்லையே இல்லை. எப்படியோ என் உம்மா இதைக் கண்டுபிடித்துவிட்டார். சாமர்த்தியசாலி, ஏமாற்றுக்காரன் - என் மூத்த இக்கா அப்து - என்னிடமிருந்து என் ரகசியத்தை நைச்சியமாகப் பெற்று என் உம்மாவிடம் கூறியிருக்க வேண்டும். அதைக் கேட்டதும் தன் பெரிய மார்புகள் குலுங்க என் உம்மா சிரித்தார்.

'பேரக் கேட்டா கிறிஸ்துவப் பெண் மாதிரி இருக்கே,' இடிச் சிரிப்புகளிடையே கடுமையாக முகத்தை வைத்துக்கொண்டு கேட்டார்.

'இல்ல உம்மா, மேரி நம்ம மதம்தான்,' நான் உற்சாகத்துடன் கூறினேன்.

'நம்ம மதத்தில் மேரியா?' உம்மா பெரிதாகச் சிரித்தார்.

அப்பொழுதுதான் அவள் மதம் குறித்தே நினைத்துப் பார்த்தேன் - ஆம், அவள் எங்கள் மதத்தைச் சேராதவளாக இருக்கலாம். 'அவ பேரு மேரி இல்ல, உம்மா,' எனக்கு மனதில் வந்த பெயரைக் கூறினேன், 'மேரிமைமுனா.'

'அப்டியா? சரி. நான் உன் பள்ளிக்கூடத்துக்கு வந்து அந்த பேருல யாரு இருக்காங்கன்னு பாக்கறேன்,' உம்மா தொடர்ந்து சிரித்தார்.

என் உம்மாவால் என் மேரிமைமுனாவைப் பார்க்க பள்ளிக்கு வர முடியவில்லை. அவள் பள்ளிக்கு வருவதற்கு முன்பே நான் செல்வதை நிறுத்திவிட்டிருந்தேன். அந்த வருடம்தான் என் தந்தை இறந்தார்.

அந்தப் பெயரை நான் சுத்தமாக மறந்துவிட்டிருந்தேன். மேரிமைமுனா. ஒரு குறிப்பிட்ட அழகான ஆட்டினை மஸாராவில் பார்த்தபொழுது அந்த நினைவுகளெல்லாம் பெரும் அலையாய் என்னிடம் மீண்டும் வந்தன. என்னைப் பொறுத்தவரை அந்த ஆடும் மேரிமைமுனாவைப் போல் அழகாக இருந்தது.

என் மஸாராவில் ஜகதிபோல் சிரிக்கும் ஆடும், மோகன்லால் போல் நடக்கும் ஆடும், ஈஎம்எஸ் போல் திக்கும் ஆடும் இருந்தன என்று சொன்னால் நம்புவீர்களா? சில ஆடுகள் மட்டுமே மஸாராவின் நிரந்தர குடிமைப் பெற்றவைகள். தொடர்ந்து பிள்ளை பெற்று, போதிய பாலைச் சுரந்த சில பெண் ஆடுகளும், நல்ல ஆண்மையைக் கொண்டிருந்த சில ஆண் ஆடுகளும். மற்ற ஆடுகள் அனைத்தும் சந்தைக்கு ஏதாவது ஒருநாள் கொண்டு செல்லப்பட்டன. இதில் சுவாரசியமான விஷயம் என்னவென்றால் ஆடுகள் சந்தைக்குச் சென்றுவிட்டால் அவற்றுடன் அதன் பெயர்கள் இறந்துவிடுவதில்லை. சிறிது காலத்திலேயே அதே குணாதிசயங்களைக்கொண்ட ஆடுகள் வந்தன. நானும் மீண்டும் அதே பெயர்களை வைத்தேன்: ஜகதி, மோகன்லால், நண்டு ராகவன், கௌசு, அம்மிணி... மனிதன், ஆடு, இருவருக்கும்

பிறப்பு என்பது தலைமுறை தலைமுறையாக மறுபிறவிதான் என்று நினைக்கிறேன்.

பால் கறப்பதற்கு முதலில் நான் அணுகிய ஆட்டினை போச்சக்காரி ரமணி என்ற பெயரில் அழைக்கத் தொடங்கினேன். அதன் மடியைத்தான் நான் முதன் முதலில் தொட்டேன். அந்த பெயர்க் காரணம் நான் சிறுவனாக இருந்தபோது நடந்த ஒரு விபத்தில் இருக்கிறது. என்னுடைய மாமாக்களில் ஒருவரான பொக்கர் மாமா எங்கள் வீட்டிற்கு அடிக்கடி வருவார். அவர் வரும்பொழுதெல்லாம் என்னை அவருடன் மதியம் நடைக்கு அழைத்துச் செல்வார். நாங்கள் வீட்டை விட்டு இறங்குவதற்கு முன் அவர் என் உம்மாவிடம், 'அத்தா, ஒரு இருபத்தஞ்சு பைசா தாங்க, இவனுக்கு இனிப்பு வாங்கனும்,' என்று கூறுவார். ஒவ்வொரு முறையும் உம்மாவும் அவரிடம் இருபத்தைந்து பைசாக்களைத் தருவார். ஆனால் எனக்கு ஒருமுறைகூட இனிப்பு கிடைத்ததில்லை. அதுமட்டுமில்லை, பொக்கர் மாமா என்னை அருகிலிருந்த வயலுக்குதான் அழைத்துச் சென்றார். நாங்கள் அங்கு பெண்கள் வந்து புற்களைப் பிடுங்குவதற்காகக் காத்திருப்போம். அப்படி அங்கு வந்த நிறையப் பெண்களில் ரமணியும் ஒருவர். மாமா என் உம்மாவிடமிருந்து எனக்கு இனிப்பு வாங்குவதற்காகப் பெற்ற பணம் இருபத்தைந்து காசுகளை அவள் மார்பகங்களைப் பிடித்துத் தடவுவதற்காக அவளிடம் தந்து விடுவார்.

எனக்கும் அவள் மார்புகளைப் பிடித்துத் தடவ வேண்டும் என்று ஆசை பிறந்தது. 'நீயும் இருபத்தஞ்சு பைசா கொடுத்தா என் மார்ப தடவலாம்,' என்றாள் போச்சக்காரி ரமணி. நான் அவளிடம் பணம் இல்லை என்று சொன்னதும் என் தலையைத் தட்டித் துரத்திவிட்டாள். வீட்டில் பணம் கேட்க பயமாக இருந்தது. அடிதான் விழும். ஆனாலும் எனக்கு அந்த மார்பகங்களைத் தடவ வேண்டும். என் உம்மாவின் அரிசிப் பெட்டியில் இருந்து பைசாவைத் திருடினேன். நானும் மகிழ்ச்சி கொள்ளும் வகையில் ஒருநாள் தீவனம் தரும் பெண் ரமணியின் மார்பகங்களைத் தடவ முடிந்தது. ஆனால் ஒவ்வொரு பைசாவையும் கணக்குப் பார்த்து வைத்திருந்த உம்மா நான் திருடியதைக் கண்டுபிடித்துவிட்டார். என்னிடம் கேட்டபோது நான் உண்மையைச் சொல்லிவிட்டேன். அதற்குப் பிறகு எங்கள் வீட்டிற்கு பொக்கர் மாமாவின் வருகை நின்றுபோனது, அவருக்கும் 'மார் மாமா' என்ற பட்டப் பெயர் வைக்கப்பட்டது. கடைசியில் போச்சக்காரி எங்கள் ஊரின் பெயர்போன பரத்தையானாள்.

இருபத்தி ஆறு

நம் துயரங்களைப் பகிர வேறொருவர் இருந்தால் நாம் எத்தகைய துயரங்களையும் தாங்க முடியும். ஆனால் தனிமை கொடுமையானது. வார்த்தைகள் என்னுள் வெள்ளிமீன்களாகத் துடிதுடித்தன. பகிரப்படாத உணர்ச்சிகள் எனக்குள் அடித்துகொண்டு குமிழ்களாகி வாயில் நுரை தள்ளின. என் துக்கங்களைக் கொட்டித் தீர்க்க ஒரு காது, என்னைப் பார்க்க இரு கண்கள், என்னருகே ஒரு கன்னம், நான் உயிர் வாழ அவசியமாகின. இவைகள் இல்லாதபோது ஒருவர் பைத்தியமாகலாம், தற்கொலைக்கு முயற்சிக்கலாம். தனிமையில் சிறைப்படுத்தப்பட்டவர்கள் புத்தியிழப்பதற்கு இது காரணமாக இருக்கக்கூடும்.

அந்த வார்த்தைகளை வெளியே கொண்டு வருவது, பிடித்துத் தள்ளுவது மிகப் பெரிய மனச் சமாதானத்தை வழங்கக்கூடியது. இந்த வாய்ப்பில்லாதவர்கள் வார்த்தைகளில் மூச்சுத் திணறி இறக்கலாம். நானும் அவ்வாறே இறந்திருக்கக்கூடும். ஆனால் நான் என் போச்சக்காரி ரமணி, என் மேரிமைமுனா, என் கௌசு, என் அராவு ராவுத்தர் - இவர்களிடம் நான் கூறிய கதைகளால் எனக்குள் சேர்ந்து கொண்டிருந்த வார்த்தைகளை வெளியேற்றினேன். என் மனதிற்குப் பிடித்தவர்களுடன் உரையாடுவதுபோல் நான் அவர்களுடன் பால் கறக்கும் போதும், நடை அழைத்துச் செல்லும்போதும், பாத்திரங்களை நிரப்பும் போதும், தீவனம் கொடுத்த போதும் எல்லாம் உரையாடினேன். என் கண்ணீரை, வலிகளை, துயரங்களை, உணர்ச்சிகளை, கனவுகளைக் கொட்டினேன். அவர்கள் எதுவும் புரிந்துகொண்டார்களா என்பது எனக்குத் தெரியாது. ஆனால் அவர்கள் எனக்குச் செவி சாய்த்தார்கள், கண்களைத்

தூக்கி என்னைப் பார்த்தார்கள், என்னுடன் சேர்ந்து கண்ணீர் விட்டார்கள். அதுபோதும் எனக்கு.

ஆடுகள் மட்டுமே எனக்காக இருந்த அந்த நாட்களில் என் துயரங்களையும் வலிகளையும் மட்டுமல்லாமல் என் உடலையும் பகிர்ந்துகொண்ட ஒரு தருணம் இருந்தது. ஒருநாள் இரவு நான் படுத்திருக்க என்னால் உறங்க முடியவில்லை. ஏன் என்று தெரியவில்லை என் உடல் முழுவதும் வியர்வையில் நனைந்திருந்தது. என்னுள் ஒரு தீராத ஆசை, பாலைவன புயலைப்போல் எனக்குள் கிளர்ந்தெழுந்த வேட்கை. நிறைய காலம் ஆண்மையற்று இருந்தேன். மீண்டும் எனக்குள் உடலுறவுக்கான வேட்கை பிறக்குமென்று நினைத்துப்பார்க்கவில்லை. ஆனால் அது நடந்தது. இத்தனை நீண்ட காலம் உறங்கிக் கிடந்த ஒன்று விழித்தெழுந்தது. அதைத் தணித்துக்கொள்ளும் என் முயற்சிகள் யாவும் அதன் மீதான ஏக்கத்தையே இன்னும் அதிகமாக்கியது. இச்சையைத் தூண்டும் நிர்வாணப் பெண் உடல்கள் என் கண் முன் தவழ்ந்தன. அந்த உணர்வெழுச்சியில் நான் உருகினேன். அணைத்துக்கொள்ள ஓர் உடல் தேவைப்பட்டது. ஓடி ஒளிந்துகொள்ள ஒரு குகை. நான் பைத்தியமானேன். பைத்தியக்காரத்தனத்தின் உச்சத்தில் எழுந்துகொண்டு வெளியே ஓடினேன். காலையில் களைத்துப் போயிருந்த கண்களைத் திறந்தபோது நான் மஸாராவில் இருந்தேன். போச்சக்காரி ரமணி என்னருகில் கிடந்தாள்.

ஹக்கீம் அருகிலிருந்த மஸாராவில்தான் இருக்கிறான் என்று அறிந்ததிலிருந்து அவனைப் பார்க்க வேண்டும் என்ற விருப்பமும் கூடியது. இன்னொரு மனிதனைப் பார்க்க வேண்டும் என்ற ஏக்கம் என் கண்களில் இருந்தது. அவனும் என்னைச் சந்திக்கும் வழிகளைத் தேடிக்கொண்டிருந்தான். வெவ்வேறு பாதைகளில் நாங்கள் ஆடுகளை ஓட்டிக்கொண்டு சென்றுகொண்டிருந்ததால் இதுவரை சந்தித்துக்கொள்ள முடியவில்லை என்று உணர்ந்தோம். எங்கள் இரண்டு மஸாராக்களுக்கு இடையிலும் ஒரு சிறிய பள்ளத்தாக்கு இருந்தது. நாங்கள் சந்தித்திருக்கக்கூடிய வாய்ப்புகளை எல்லாம் அதுதான் கெடுத்தது. எப்படியோ மெதுவாக நான் அந்தப் பள்ளத்தாக்கை நோக்கிப் போகத் தொடங்கினேன். ஹக்கீமை தொலைவில் என்னால் பார்க்க முடிந்தது. அவனும் என்னை நோக்கி வரத் தொடங்கினான். என் அர்பாப் திட்டினாலும் நாங்கள் அடிக்கடி சந்தித்துக்கொண்டோம். நான் அவர் வார்த்தைகளுக்கு செவி சாய்க்கவில்லை. தொடர்ந்து

அவருக்கு பயந்துகொண்டேயிருந்ததால் என் பயம் நாளடைவில் மறைந்து போனது. என்ன நடக்கும்? கொஞ்சம் திட்டு? கொஞ்சம் அடி? நான் அவற்றிற்குப் பழகிவிட்டேன்.

ஹக்கீமின் அர்பாப் என் அர்பாபைவிட மோசமானவர். சில சமயம் அவன் அனுபவித்த வதைகளைக் கூறினான். அவன் அர்பாபின் பொழுதுபோக்கு ஹக்கீமின் முகத்தில் கொதிக்கும் நீரைக் கொட்டுவது, முடியைப் பிடித்து இழுப்பது, பின்னுறுப்பில் குச்சியை விடுவது, நெஞ்சில் உதைப்பது, தண்ணீரில் அவன் தலையை முக்குவது போன்றவை. அவன் அர்பாப் கண்டுபிடிக்கக்கூடும் என்பதால் ஹக்கீம் என்னைச் சந்திக்கவே மிகவும் பயந்தான். அப்படியே வந்தாலும் ஒன்றிரண்டு வார்த்தைகள் கூறிவிட்டு ஓடிவிடுவான். நாங்கள் ஒருவரையொருவர் சந்திக்க வேறு வழிமுறைகளைக் கையாண்டோம். அதன் அங்கமாக, நான் ஓர் ஆட்டின் பின்னுறுப்பில் குச்சியை விடுவேன் அல்லது அதன் வாலைப் பிடித்துத் திருகுவேன். அந்த ஆடு பித்துப் பிடித்து ஓடும். நான் அதன் பின்னால் ஓடி அடிக்க, அது இன்னும் வேகமாக ஓடும். இவ்வாறு எப்படியோ நான் ஹக்கீமின் அருகில் சென்றுவிடுவேன். அர்பாப் தூரத்திலிருந்து தொலைநோக்கியில் பார்க்கும்பொழுது நான் ஆட்டைத் துரத்திக்கொண்டு போய்தான் அங்கே சென்று சேர்ந்திருக்கிறேன் என்று தோன்றும். நாங்கள் விரைவாக ஒன்றிரண்டு வார்த்தைகளைப் பரிமாறிக்கொள்வோம். அங்கேயே எங்கள் உரையாடல் முடிந்துவிடும். முடிய வேண்டும். எங்கள் எண்ணங்களை எல்லாம் இரண்டு ஜோடி வார்த்தைகளில் அடக்க வேண்டுமென்றால் நாங்கள் எங்களை எவ்வளவு கட்டுப்படுத்திக்கொண்டிருப்போம் என்று நினைத்துப்பாருங்கள். நாள் முழுவதும் ஓயாமல் பேசும் வாய்ப்புப் பெற்றிருக்கும் ஒருவரால் என் வேதனையை அவ்வளவு சுலபத்தில் புரிந்துகொள்ள முடியாது.

இருபத்தி ஏழு

ஒருநாள் மணல்மேட்டில் அமர்ந்துகொண்டு ஆடுகளைப் பார்த்துக்கொண்டிருந்தேன். ஹக்கீமை அவனது ஆடுகளுடன் தூரத்தில் பார்க்க முடிந்தது. அவனிடம் சிறிது நேரம் உரையாட நினைத்தேன். ஆனால் அர்பாப் தொலைநோக்கியிலிருந்து கண்களை எடுக்கவில்லை. கடந்த சில நாட்களில் அவரது மேற்பார்வை அதிகரித்திருந்தது. சொல்லப்போனால் நானும் ஹக்கீமும் சந்திக்கவே கூடாது என்று கறாராகக் கூறியிருந்தார். நாங்கள் அடிக்கடி சந்தித்துக்கொண்டால் ஒன்றாகச் சேர்ந்து தப்பிக்கும் ஆசை எங்களுக்குள் எழலாம் என்று அவர் பயந்திருக்கலாம். ஆனால் அர்பாப் என்னிடம் கூறிய காரணமோ வேறு - அதாவது ஹக்கீமின் மஸாராவில் கிருமிகளும் வியாதிகளும் இருக்கலாம் என்றும் ஹக்கீமுடன் நான் தொடர்புகொண்டால் அங்கிருக்கும் வியாதிகளும் எங்கள் மஸாராவிற்கும் பின்பு ஆடுகளுக்கும் தொற்றிவிடும் என்றார். அவர் சொன்னதைக் கேட்டு எனக்கு சிரிக்க வேண்டும்போல் இருந்தது. ஏதோ எங்கள் மஸாரா தூய்மையின் உறைவிடம்போல.

இருந்தும் ஹக்கீமுடன் பேச வேண்டும் என்ற ஆசையை அடக்கிக்கொண்டேன். என்னால் அடிகளையும் திட்டுகளையும் வாங்கிக்கொள்ள முடியும், ஹக்கீமிற்கும் ஏன் அத்துன்பத்தை நான் தர வேண்டும்?

ஹக்கீமை அவ்வாறு தூரத்தில் பார்த்ததாலோ என்னவோ திடீரென்று ஊர் பற்றிய நினைப்பு என்னை வாட்டியது. மஸாராவில் வாழ்ந்த என் வாழ்க்கையில் இதுபோன்ற நினைவுகள் அடிக்கடி வந்ததில்லை. வந்தபொழுது என்னுள்

இருந்த அனைத்து ஏக்கங்களும் ஒன்றாக மேலெழுந்தன. என் சைனு, என் உம்மா, என் மகன்... என் மகள்...? என் வீடு, என் ஓடம். எத்தனை முறை வெளிநாட்டிலிருந்தவர்களின் ஊர் பற்றிய ஏக்கத்தைக் குறித்துக் கேட்டிருக்கிறேன். பின்னாளில் இந்த மோசமான சூழலில்கூட நொறுங்கிய என் கனவுகள் குறித்து நான் சோகப்படவில்லை என்றுணர ஆச்சரியமாக இருந்தது. வெளியே செல்லும் வழி அறிந்தவர்களுக்குத்தான் அத்தகைய கவலை இருக்கும். இந்த நரகத்திலிருந்து தப்பிக்க முடியும் என்று நான் நினைத்ததில்லை. ஒருமுறை சிக்கிய பிறகு, தப்பிப்பதற்கான எந்த நம்பிக்கையுமற்றுதான் நான் வாழ்ந்துகொண்டிருந்தேன். இறந்தவர்கள் வாழ்க்கை குறித்துக் கனவு காண்பதில்லை. ஆனால் அன்று, நானும் தப்பிக்க முடியும் என்ற சிறு நம்பிக்கை என்னுள் முளைத்தது.

கருணை மிகுந்த அல்லாவே, எத்தனையோ பேர்களின் வாழ்வில் நீங்கள் அதிசயம் நிகழ்த்தியிருக்கிறீர்கள். பிச்சைக்காரனுக்கு அதிர்ஷ்டம் அடிக்கிறது, வியாதிகொண்டவன் ஒரு நாள் காலையில் மீண்டும் ஆரோக்கியத்துடன் கண் விழிக்கிறான், பெரும் விபத்து நடந்த இடத்திலிருந்து சிறு சிராய்ப்புகளுடன் ஒருவன் உயிர் தப்பிக்கிறான், விமான விபத்தில் அத்தனை நூறுபேர்கள் இறக்க, ஒரேயொருவன் உயிர் பிழைக்கிறான், உடைந்த கப்பலின் கப்பலோட்டி கரையைச் சேர்கிறான், நிலநடுக்கத்தின் இடிபாடுகளிலிருந்து பல வாரங்களுக்குப் பிறகு ஒருவன் உயிருடன் எழுந்து வருகிறான். இப்படி எத்தனையோ விஷயங்கள் நம் அறிவிற்கு அப்பாற்பட்டு நடப்பதில்லையா? என் வாழ்விலும் அத்தகையதொரு அதிசயம் நிகழ்த்தமாட்டீர்களா? அதற்கு நீங்கள் மனது வைக்க வேண்டும், அவ்வளவுதான். வைக்கோல் வண்டிக்காரன் எனக்காக அவன் வண்டியை நிறுத்தினால் என்ன? தண்ணீர் வண்டிக்காரன் என்னை அழைத்துச் சென்று எங்காவது பாதுகாப்பான இடத்தில் விட்டால்? ஏன், இந்த அர்பாபே என்மீது கருணை கொண்டு என்னைத் திருப்பி அனுப்பினால்? உங்கள் விருப்பம் மட்டுமே தேவை. உங்கள் இரக்கம். நான் வானத்தைப் பார்த்தேன். வெளிர் மேகங்கள் அநாதையாக உலாவிக்கொண்டிருந்தன, நம்பிக்கையின் எந்த அறிகுறியையும் எனக்களிக்காமல்.

அப்பொழுதுதான் இரண்டு முரட்டு ஆண் ஆடுகள் ஒன்றுக்கொன்று கொம்பைப் பூட்டிக்கொண்டிருந்தன. இவ்வாறு இந்த ஆடுகள் கொம்பைப் பூட்டிக்கொள்ளும்போது

வழக்கத்தைவிட இன்னும் இருமடங்கு வலிமையாகிவிடும். கொம்புகள் உடைந்து ரத்தம் கொட்டினால்தான் இவை சண்டையை நிறுத்தும். ஓர் ஆணிற்கு இன்னொரு ஆணின் மீது இருந்த வெறி. நான் அங்கே ஓடிச்சென்று அவைகளை அடித்தேன். கோபம் கொப்புளிக்க ஒன்று நகர்ந்து சென்றது. மற்றொன்று என் பக்கம் திரும்பி மூக்கிலிருந்து கோபமாகப் புகைவிட்டபடி அதன் கண்களை என்மீது பதித்தது. தன் வெறியையெல்லாம் கொம்புகளில் கொண்டுவந்தது. நான் நின்றிருந்த இடத்திலிருந்து நகரவில்லை. அது என் மீது தாவியபோது நான் அதனிடமிருந்து வேகமாக விலகினேன். இப்படியான திறனை என் அனுபவத்திலிருந்து கற்றிருந்தேன். ஆடு எப்பொழுதும் தற்செயலாகத் தாக்காது. நின்று, குறி பார்த்து, பின்பு தாவும். அதுவரை ஒருவர் அசையாது நிற்க வேண்டும். நம் மீது அது பாயும்போது நகர்ந்துவிட வேண்டும். முன்னே செல்லும் இயங்குவிசையின் வேகத்தில் அதனால் திசையை மாற்ற முடியாது. வெறிகொண்ட ஆண் ஆட்டின் தாக்குதலை அப்படித்தான் ஏய்க்க முடியும்.

குறி தவறியதால் நேராகக் கீழே பாய்ந்து மணலில் போய் முட்டியது ஆடு. அவ்வாறு விழுந்ததால் அதன் வெறி அடங்கியது. எப்படியோ சமாளித்து எழுந்துகொண்டு வேறு திசையில் சென்றுவிட்டது. ஆடு விழுந்த இடம் மண்ணில் புதைவை உண்டாக்கியிருந்தது. இன்னும் கவனமாகப் பார்த்தபோது என் கண்ணில் வேறெதுவோ பட்டதுபோல் தோன்றியது. முன்பே தோண்டப்பட்டதன் தடயங்கள் அங்கே இருந்தன. பதட்டத்துடன் நான் அங்கு சென்றேன். அந்தக் காட்சி என்னைச் செயலிழக்கச் செய்தது. அர்பாபை நிமிர்ந்து பார்த்தேன். தொலைநோக்கியைத் தள்ளி வைத்துவிட்டு ஓய்வெடுத்துக்கொண்டிருந்தார். நான் உட்கார்ந்து மெதுவாகத் தோண்ட ஆரம்பித்தேன். என் சந்தேகம் ஊர்ஜிதமாகியது. அதைப் பார்த்தபோது பயத்தில் குதித்தெழுந்தேன். ஒரு மனிதனின் உள்ளங்கை. எலும்பு தெரிய அழுகிக்கொண்டிருந்த உள்ளங்கை. பயத்திலும் படபடப்பிலும் இன்னும் தீவிரமாக மணலை விலக்கிப் பார்க்கத் தொடங்கினேன். கொஞ்சம் லேசாக மணலை ஒதுக்கியதுமே ஒரு மனித எலும்புக்கூடு பார்வையில் தட்டியது. இப்பொழுது என் பயம் இன்னும் அதிகமாகியது. கொஞ்சம் பின்னால் நகர என் காலில் எதுவோ தட்டுப்பட்டது. இன்னும் மக்கியிராத தோலாலான இடுப்புப் பட்டை ஒன்று.

அதை எங்கோ பார்த்தது போலிருந்தது. திடீரென்று என்னை மின்னல் தாக்கியது. நான் மஸாராவிற்கு வந்த மூன்றாவது நாளே காணாமல் போன அந்த பயங்கர உருவம் அணிந்துகொண்டிருந்த பெல்ட்தான் அது.

நான் ஆடுகளை அங்கேயே விட்டுவிட்டு மஸாராவை நோக்கி ஓடினேன். அர்பாபின் காலடிகளில் விழுந்தேன். 'எனக்கு எங்கேயும் போக வேண்டாம். நான் இங்கிருந்து ஓடிப் போகப் போவதில்லை. என்னை நீங்கள் கொல்லாமலிருந்தால் போதும். எனக்கு இப்படி வாழ்வதில் எந்தப் பிரச்சனையும் இல்லை. சாவை நினைத்தால் பயமாக இருக்கிறது.' நான் தொடர்ந்து அழுதுகொண்டிருந்தேன். அர்பாப் குழப்பமாகப் பார்த்தார். நான் திடீரென்று இப்படி உடைந்து அழுததற்கான காரணம் அவருக்குப் புரியவில்லை.

இருபத்தி எட்டு

ஒவ்வொரு அனுபவத்திற்கும் ஒரு முடிவு உண்டு. மகிழ்ச்சியோ, துக்கமோ, பிணியோ, பசியோ. முடிவை எட்டும்போது நம் முன் இரண்டு வழிகளே கொடுக்கப்பட்டிருக்கின்றன: நம் வாழ்க்கையை உள்ளபடி ஏற்றுக்கொண்டு வாழ்வது அல்லது எதிர்த்துப் போராடி இறுதியாகத் தப்பிக்க முயற்சிப்பது. இரண்டாவது வழியைத் தேர்ந்தெடுத்து நாம் ஜெயித்தால் நமக்குப் பாதுகாப்பு. இல்லையேல், நாம் பைத்தியக்கார விடுதிக்குப் போவதோ வாழ்க்கையே முடிந்துபோவதோ தான் நிகழும்.

இதுவரை நான் தப்பிக்க முயற்சிக்கவில்லை. முதல் சில தடவைகள் செய்தது முதிர்ச்சியற்ற எத்தனங்கள். என் எல்லையின் முடிவை நான் எட்டியிருக்கவில்லை. என் சூழ்நிலையுடன் பொருந்தி நான் வாழப்பழகிவிட்டேன். நம் வலிகள் ஆழமாக இருந்தாலும் நம் சோதனைகள் கடினமாக இருந்தாலும் என் அனுபவம் எனக்குக் கற்றுக்கொடுத்த பாடம் நாம் இவற்றுடன் காலப்போக்கில் சமாதானமாகி விடுவோம். ஒரு வருடத்தில் நான் என் துன்பங்களுடன் வாழப் பழகிவிட்டேன். எனக்கு அது இனியும் கடினமாக இல்லை. கடந்த காலங்களில் பிச்சைக்காரர்கள், மிகவும் ஏழ்மையானவர்கள், நிரந்தர ரோகம் கொண்டவர்கள், கண் தெரியாதவர்கள், உடலூனம் உற்றவர்கள் எப்படித் தங்கள் வாழ்க்கையை வாழ்கிறார்கள் என்றும் அவர்கள் முகத்தில் பிரியும் புன்னகையைக் கண்டும் வியந்திருக்கிறேன். எனக்கு அதற்கான பதில் என் வாழ்க்கையிலிருந்தே கிடைத்தது. இனியும் என் வாழ்க்கையில் எனக்குத் துன்பங்கள் இருந்ததாகத் தோன்றவில்லை. நான் என்ன செய்ய வேண்டியிருந்தது? காலையில் எழுந்து ஆட்டுப்பாலைக் கறக்க வேண்டும்,

விலங்குகளுக்குத் தீவனம் வைக்க வேண்டும், ஆடுகளை நடைக்குக் கூட்டிச் சென்று திரும்பிக் கூட்டிவர வேண்டும், குபூஸ் சாப்பிட்டுவிட்டு பகல் வெளிச்சத்திலும் நிலவொளியிலும் படுக்கைக்குச் செல்ல வேண்டும். எந்த எண்ணங்களும் துக்கங்களும் ஆசைகளும் இல்லை. எனக்கு வேறு என்ன கவலை? வெளியுலகத்தில் நடந்துகொண்டிருந்தவை குறித்து எதுவும் எனக்குத் தெரிந்திருக்கவில்லை. என் குடும்பம், என் வீடு, என் ஊர் அனைத்தையும் மறந்தேன். வேறு வாழ்க்கையிலோ வேறு உலகிலோ என்னுடன் வாழ்ந்த மனிதர்களாக அவர்கள் ஆகிவிட்டிருந்தனர். அவர்களின் துன்பங்களோ துயரங்களோ என்னைப் பாதிக்கவில்லை. என் வாழ்க்கை மகிழ்ச்சியாக இருந்தது. மகிழ்ச்சி.

இவ்வாறு என் வாழ்க்கையில் கோடை வந்தது, வசந்தம் வந்தது, காற்று வந்தது, புழுதிப் புயற்காற்று வந்தது, மழை அவ்வப்போது வந்தது, சாமான் வண்டி வாரம் ஒருமுறை வந்தது. எல்லாம் வந்தன. எல்லாம் சென்றன. என் ஆடுகளும் நானும் மட்டும் மஸாராவில் எப்பொழுதும் இருந்தோம். அப்பொழுதுதான் அந்த அதிர்ஷ்டமற்ற மூன்றாமவன் எங்களுக்கு இடையில் வந்தான். அவன் ஹக்கீமின் மஸாராவிற்கு அழைத்து வரப்பட்டிருந்தான். ஹக்கீமும் அவனும் எப்பொழுதும் இணைந்தே இருந்தனர். முதன்முறை ஒரு மனிதன்மீது நான் ஆழமாகப் பொறாமை கொண்டது அப்பொழுதுதான். சொல்லப்போனால் நான் கடுப்பில் இருந்தேன். ஹக்கீமிற்குப் பேசவும் உரையாடவும் ஒருவன் இருந்தான். நான் இந்த மஸாராவில் ஆடுகளுடன் ஆடாகவே இருந்தேன். நான் என்னை இன்னும் அதிகமாக வெறுத்தேன்.

இருபத்தி ஒன்பது

ஹக்கீமிடம் மாற்றம் கண்கூடாகத் தெரிந்தது. புதிதாக வந்தவன் யார் எங்கிருந்து வந்திருக்கிறான் போன்ற எதுவுவொன்றும் எனக்குத் தெரியவில்லை. ஆனால் அவன் ஹக்கீமின் வாழ்வில் பெரும் மாறுதலைக் கொண்டு வந்தான். அவன் முகத்தில் பெரிய புன்னகைகள் விரிந்தன. அவன் வார்த்தைகளில் மகிழ்ச்சியிருந்தது. வெறும் பொறாமையில் நான் என் ஓட்டிற்குள் சுருங்கினேன். மொத்த உலகத்தின் மீதும் கோபமும் வெறுப்பும் ஏற்பட்டது. புதிதாகப் பிறந்த ஆட்டுக்குட்டிகளின் விறைகளைப் பிடித்து நசுக்குவது, பால் சுரக்கும் ஆடுகளின் மடியில் என் கழியால் மொத்துவது, செம்மறியாடுகளின் பின்னுறுப்பில் கழியை விடுவது என்று என் வெறுப்பை மஸாராவில் இருந்த ஆடுகளின் மீது தணித்துக்கொண்டேன்.

முதலில் நான் ஆடுகளை மேய்த்த இடத்திற்கு வர ஹக்கீம் மிகவும் பயந்தான். ஆனால் அவனுக்குத் துணை கிடைத்தவுடன் அங்கு அடிக்கடி வரத் தொடங்கினான். மிக அருகில் வரவில்லையென்றாலும் கூப்பிடு தொலைவுவரை வந்தான். எல்லை கடந்து இப்படி வந்ததற்காக அவன் அர்பாப் அவனை அடித்தாலும், புதிதாகக் கிடைத்த நட்பின் தைரியத்தில் ஹக்கீம் தொடர்ந்து வந்தான். எனக்கு அவன் நண்பனைப் பார்க்க வேண்டும்போல் இருந்தது. ஆனால் அவன் அவ்வளவாக மஸாராவை விட்டு வெளியே வரவில்லை. ஹக்கீம் ஆடுகளைக் கூட்டி நடைக்கு வந்தபோது அவன் மஸாராவின் உள்ளிருந்த வேலைகளைக் கவனித்துக்கொண்டான்.

ஒரு நாள் ஹக்கீம் என்னைச் சந்திக்க அவனை அழைத்துவந்தான். அவன் நல்ல பிரமாண்டமாக இருந்தான், நல்ல உயரமும்கூட. அவனைப் பார்த்ததும் என் முதல் எண்ணம் நபிகள் மூஸாவின் காலத்திலிருந்து வந்திருந்த ஒரு கதாபாத்திரம் போல் தோன்றியது. தூரத்திலிருந்தே அவன் பாகிஸ்தானிலிருந்து வந்த ஒரு பதான் என்று நிச்சயமாக நம்பினேன். அவர்கள் அருகில் வர ஹக்கீம் அவனை எனக்கு அறிமுகப்படுத்தினான்: இப்ராஹிம் கதிரி, சொமாலியாவிலிருந்து வந்தவன் என்று. ஆப்பிரிக்கப் பாலைவனத்தில் வளர்ந்த ஓர் ஆலமரம். அந்த ஆலமரத்தின் முன்பு ஹக்கீமும் நானும் வாடிய கொடிகள் போல் இருந்தோம். (அந்த சந்திப்பினால் இரண்டு இளஞ்செடிகளுக்கும் நன்கு உதை விழுந்தது.)

அந்த சந்திப்பு முடிந்த சில தினங்களில் ஹக்கீமும் நானும் பாலைவனத்தில் பார்த்துக்கொண்டபோது அவன் மணல்மேடு ஒன்றின் மீது ஏறி நின்று கத்தினான். 'உங்களுக்காக ஒரு செய்தி எழுதி வெச்சிருக்கேன். அதப் படிங்க,' என்று கூறிவிட்டு அவன் போய்விட்டான். சிறிது நேரத்தில் என் ஆடுகளுடன் அவன் நின்றிருந்த மணல்மேட்டின் மீது ஏறிப் பார்த்தேன். அங்கே ஒரு கல்லின் அடியில் சிறு காகிதம் ஒன்று வைக்கப்பட்டிருந்தது. எடுத்துப் படித்தேன்.

'இப்ராஹிம் கதிரி இந்த நாட்டில் இதற்கு முன்பு இருந்திருக்கிறான். அவனுக்கு அனைத்து சாலைகளும் இடங்களும் தெரியும். தப்பிக்கத் திட்டம் போடுகிறான். நம்மையும் அழைத்துப் போவான். எதுவும் முடிவானால் உங்களுக்குத் தெரிவிக்கிறேன். கருணை மிகுந்த அல்லாவை நம்புங்கள்.'

எனக்குள் பொங்கிய மகிழ்ச்சி இருக்கிறதே! அதை வார்த்தைகளால் விவரிக்க முடியாது! பாலைவனத்தில் நிர்பந்தமாகப் பூக்க வைக்கப்பட்ட மலர் போல் ஆனேன். என் ஊர் பற்றியும் வீடு பற்றியும் நான் நினைக்கவில்லை என்று கூறியதெல்லாம் பொய். கடைந்தெடுத்த பொய். என் ஒவ்வொரு எண்ணமும் என் ஊரைக் குறித்த கற்பனைகளால்தான் நிரம்பியிருந்தது. அவைகளை சூழ்நிலை காரணமாக தணலாக்கிப் புதைத்து வைத்திருந்தேன். வாய்ப்பு என்ற சிறு காற்று வீசியதும் அவைகளில் நெருப்புப் பற்றியதைக் கண்டேன். என் இதயம் வலித்தது. இறுக்கிப் பிழிந்ததுபோல் வலித்தது. நான் அழுதேன். என்னருகில் இருந்த மேரிமைமுனாவை

அணைத்துக்கொண்டு முத்தம் கொடுத்தேன். நான் உன்னைவிட்டுப் போகிறேன், பெண்ணே. நான் போகிறேன். இங்கேதான் உனக்கு அராவு ராவுத்தர்களும் மூரி வாசுக்களும் துணைக்கு இருக்கிறார்களே. எனக்கு யாரும் இல்லை. என் சைனுவிற்கும் எனக்கும் யாரும் இல்லை. எனக்கு அவள் வேண்டும். அவளுக்கு நான் வேண்டும்.

நான் மண்ணில் விழுந்து வணங்கினேன். என்னை நினைவில் இருத்தியதற்காக அல்லாவிற்கு நன்றி தெரிவித்தேன். என் அழுகைக்கு செவி சாய்த்ததற்காக. இப்ராஹிம் கதிரி என்ற நபியை என்னை விடுவிக்க அனுப்பியதற்காக. அல்லாஹு அக்பர்! அல்லாஹு அக்பர்!

அந்த நாள் மிக மகிழ்ச்சியாக மாறியது. ஒவ்வொரு வேலையையும் நான் எத்தனை புத்துணர்ச்சியுடன் செய்தேன்! என்னுள் ஏற்பட்ட மாற்றத்தைப் பார்த்து அர்பாப் ஆச்சரியமடைந்திருக்க வேண்டும். அர்பாப், ஜாக்கிரதை. இன்னும் சில நாட்கள்தான். எல்லாம் முடியப் போகிறது. நான் போகப்போகிறேன். நீ யார் மீது எச்சில் துப்புவாய், உன் பெல்டால் அடிப்பாய் என்று அப்பொழுது பார்க்கலாம். நீ தனியாக இருக்கப் போகிறாய். அப்பொழுதுதான் இந்த நஜீபின் அருமை உனக்குப் புரியும்.

என் விடுதலை விரைவில் வரும் என்று நம்பினேன். ஆனால் அன்று எதுவும் நடக்கவில்லை. மறுநாள் ஆவலாகக் காத்திருந்தேன். முதல் நாளைவிட என் எதிர்பார்ப்பு அன்று உறுதியாக இருந்தது. ஆனால் எதுவும் நடக்கவில்லை. அதற்கடுத்த நாளும் எதிர்பார்ப்பு இருந்தது. ஆனால் அதன் தீவிரம் குறைந்திருந்தது. பின்பு, கடக்கும் ஒவ்வொரு தினத்திலும் நம்பிக்கை என்ற அலை ஓயத் தொடங்கியது. இறுதியில் மோசமான விரக்தியில் முடிந்தது. நான் என்னையே வெறுத்தேன். என்னை ஏமாற்றியதற்காக இப்ராஹிம் கதிரியையும் ஹக்கீமையும் வெறுத்தேன்.

அந்த வெறுப்பு இரண்டு நாட்கள் தொடர்ந்தது. பின்பு சந்தேகம் எட்டிப் பார்த்தது. என்னை விட்டுவிட்டு அவர்கள் தப்பித்துவிட்டார்களா? என்னால் அப்படிக் கற்பனைக்கூட செய்ய முடியவில்லை. அப்படி நடந்திருந்தால் அவர்களைப் பழி வாங்க நான் தற்கொலை செய்துகொள்வேன் என்றெல்லாம் நினைத்தேன். ஆடுகளை ஒவ்வொரு நாள் காலையும் நடைக்குக்

கூட்டிக்கொண்டு போனபோது பதற்றத்துடன் ஹக்கீமைத் தேடினேன். அவர்கள் இன்னும் அங்குதான் இருந்தார்கள் என்றறிய என் மனம் விவரிக்க முடியாமல் இரங்கியது. நான் இங்கு தனியாக இல்லை என்ற எண்ணத்தில் இருந்து பிறந்த இரக்கம்.

மெதுவாக நான் என் விதியை நொந்துகொண்டேன். அல்லாவிற்கு என்னுடன் விளையாடுவதும், என்னிடம் பொய் கூற வைப்பதும், என்னைத் துன்புறுத்துவதும் ஒரு பொழுதுபோக்கு. எதைச் செய்தாலும் அதை அனுபவிக்கத்தான் நஜீப் இருக்கிறானே. அல்லா, நீ எனக்கு இதைச் செய்திருக்க வேண்டாம்.

அடுத்த சில நாட்களில் என்னிடமிருந்த ஒட்டுமொத்த நம்பிக்கையும் வடிந்துவிட்டது. என்னைக் காப்பாற்ற எந்தக் கதிரியும் பொதிரியும் இல்லை. என் விதி இங்கே வாழ்ந்து இங்கேயே இறப்பது. எப்படி இருந்ததோ அதேபோல் மீண்டும் என் நாட்கள் சுழன்றன. நம்புவதற்கும் கனவு காண்பதற்கும் எதுவுமற்று. ஓர் ஆட்டின் வாழ்வு.

முப்பது

நான் எதிர்பாராதபொழுது அது நடந்தது. ஹக்கீம் என்னருகே ஆட்டை ஓட்டிக்கொண்டு வந்தான். ‘நாளை மறுநாள் ஏதோவொன்னு நடக்கப்போகுது. தயாரா இருங்க,’ என்று கூறிவிட்டுத் திரும்பி ஓடிவிட்டான். என் மனதில் எரிதழல்களைக் கொட்டியது போலிருந்தது. ஏதாவது? அது என்னவாக இருக்கும்? அவன் என்னைத் தயாராக இருக்கச் சொல்லியிருந்தான். இது ஒரு நல்ல சகுனம்தான். ஆனால் நான் அனுபவித்த பயம் இருக்கிறதே! திடீரென்று தப்பிப்பதற்கான அனைத்து ஏக்கத்தையும் இழந்தேன். சுதந்திரமாக விட்டாலும் கூட்டுக்குள் வளர்க்கப்பட்ட ஆடு மீண்டும் கூட்டுக்கேதான் திரும்பி வரும். நான் அதுபோல் ஆகிவிட்டேன். இந்த உருவத்தையும் உடலையும் வைத்துக்கொண்டு என்னால் எங்கும் செல்ல முடியாது. நான் ஓர் ஆடு. என் வாழ்க்கை இந்த மஸாராவில்தான். நான் என் வாழ்க்கையை முடித்துக்கொள்வது வரை, அல்லது ஏதாவது நோய் வந்து இறப்பது வரை இந்த அழுக்கான உடலையும், அழுக்கான முகத்தையும், அழுக்கான வாழ்க்கையையும் யாருக்கும் நான் காட்டப்போவதில்லை. என்னுடையது ஓர் ஆட்டின் வாழ்வு.

இங்கு வந்ததிலிருந்து இந்த வாய்ப்பிற்காகத்தான் காத்திருந்தேன். ஆனால் அந்த வாய்ப்பு வந்தபொழுது அதிலிருந்து விலகிப்போனேன். வாழ்க்கை என்பது இதுபோன்ற முரண்களால் ஆனதுதான். அந்த இரண்டு நாட்களில் நான் எதுவும் தயார் செய்துகொள்ளவில்லை. எதுவும் மகிழ்ச்சியாகவும் உணரவில்லை. என் மனதை இப்படிப்பட்டத் தப்பிக்கும் வாய்ப்பிற்கு எத்தனை முறை தயார் செய்து வைத்திருந்தேன். ஆனால் என் விதியோ, திருமணத்தன்று மணமகன் ஏமாற்றிவிட்டு

ஓடிப்போன மணமகளின் நிலையை ஒத்திருந்தது. ஆகையால் என் நம்பிக்கையை நான் வளர்த்துகொள்ள விரும்பவில்லை. அந்த ஆப்பிரிக்கக் கபடன் இப்ராஹிம் கதிரியின் வார்த்தைகளை நம்பியதற்காக ஹக்கீமையும் சபித்தேன்.

அன்று மாலை அதிசயமாக அர்பாப் என்னைக் கூடாரத்திற்குள் அழைத்தார். உள்ளே அமரச் சொன்னார். எனக்கு ஆச்சரியமாக இருந்தது. ‘இன்னிக்கு ராத்திரி பெரிய அர்பாபோட மகளுக்குக் கல்யாணம். அதனால ரெண்டு பேரும் இங்க இருக்க மாட்டோம். இரவு கண் முழிச்சு ஆடுங்களப் பாத்துக்கோ. நரி, பாம்பெல்லாம் வரும். திருடன்கூட வரலாம். எல்லாத்தையும் கவனமா பாத்துக்கோ. நான் காலைல வரும்போது உனக்கு குபூஸ், பிரியாணி, மஜ்பூஸ் எல்லாம் கொண்டு வரேன். சரியா? நீதான் என்னோட நம்பிக்கையான வேலையாள். இதுவரைக்கும் உன்ன மாதிரி எனக்கு ஒரு வேலையாள் இருந்ததில்ல. இங்க இருந்த எல்லாருமே ரொம்ப சோம்பேறிங்க. நீ நல்லா வேல பாக்குற. எனக்கு உன்னப் பிடிச்சிருக்கு. அல்லா உன்னக் காப்பாத்தட்டும்.’

நான் தலையசைத்தவாறு அனைத்தையும் கேட்டுகொண்டேன். ஹக்கீம் குறிப்பிட்டிருந்த வாய்ப்பு இதுதான். அப்படியானால், இன்றுதான் அந்த மகிழ்ச்சியான தினம். பட்டாம்பூச்சியின் சிறகைப்போல் என் மனம் மகிழ்ச்சியில் அடித்துக்கொண்டது. ஆனால் அதை நான் வெளிக்காட்டிக்கொள்ளவில்லை. அசுவாரசியமாகக் காட்டிகொண்டு கூடாரத்திலிருந்து வெளியே வந்தேன். இதுவரை நான் உழைத்தக் கடின உழைப்பிற்கெல்லாம் இதுதான் சன்மானம். ஆம், இந்த வார்த்தைகள்தான். எனக்கு வேறெதுவும் கிடைக்கவில்லை.

இரவில் நான் இதுவரை பார்த்திராத ஒருவர் வண்டியில் வந்தார். அவர் அணிந்திருந்த உடையின் வெண்மையையும் தூய்மையையும் பார்த்த பிறகுதான் நான் இருந்த நிலைமையைக் கவனித்தேன். ஓ, எத்தனை பரிதாபமாக இருக்கிறேன்! தீட்டின் கடவுளாக என்னையே நினைத்துக்கொண்டேன்.

வந்தவர் என் அர்பாபைக் கூட்டிக்கொண்டு கிளம்பியபிறகு என்னை ஒருவித விநோதமான மகிழ்ச்சி ஆட்கொண்டது. பெற்றோர் விருந்திற்குச் சென்றுவிட வீட்டில் தனியாக விளையாட விடப்பட்டிருக்கும் சிறுவர்களைப்போல். பரவசத்தில் மஸாரா முழுவதும் சுற்றி வந்தேன். கத்திக்கொண்டு, சிரித்துக்கொண்டு, குதித்துக்கொண்டு. ஹக்கீமின் மஸாராவிற்கு

ஓடிச் சென்றேன். ஹக்கீம் அங்கே மகிழ்ச்சியாக இருந்தான். அவன் என்னைப் பார்த்ததுமே என்னிடம் ஓடிவந்தான். என்னைக் கட்டிபிடித்து முத்தம் கொடுத்தான். நாங்கள் இருவரும் அணைத்துக்கொண்டு அழுதோம். 'இக்கா, நான் உம்மாவைப் பாக்கனும், உப்பாவைப் பாக்கனும். ஷஹினாவைப் பாக்கனும். என்னால இனி இங்க இருக்க முடியாது இக்கா,' வேதனையில் அழுதான்.

'நீ நினைக்கறதெல்லாம் நடக்கும்பா. இதுவரைக்கும் அல்லா கூட்டிட்டு வரலையா? இன்னும் சில மணி நேரம்தான். நம்மகூட கடவுள் இருக்காரு. தைரியமா இரு,' அவன் கன்னங்களைத் தட்டி ஆறுதல் கூறினேன்.

இப்ராஹிம் கட்டிலில் அமர்ந்திருந்தான். 'நாம கிளம்பலையா?' அவனிடம் சென்று பரபரப்புடன் கேட்டேன். அவன் ஈறு தெரிய என்னைப் பார்த்துப் புன்னகைத்தான். குழந்தையினுடையதைப் போல் கள்ளங்கபடமற்றப் புன்னகை. 'இவ்வளவு தூரம் துன்பப்படலியா நஜீப்?' எழுந்துகொண்டு என் தோள்களைப் பற்றினான். 'இன்னும் கொஞ்சம் பொறுத்துக்கோ. அர்பாப் அவங்க போக வேண்டிய இடத்துக்குப் போய்ச் சேரட்டும். திரும்பி வர ரொம்ப நேரமாகுற தூரம் வரைக்கும் போகட்டும். நாம நடந்து போகனுங்கறத மறந்துடாத. இப்போ உன் மஸாராக்குப் போ. நாங்க கிளம்பும்போது உன்னையும் வந்து அழைச்சுக்கறோம்.'

இவ்வாறு நான் அனுபவித்த கொடுமைகள் எல்லாம் முடிவுக்கு வரப்போகின்றது. இந்த ஆட்டுக் கொட்டகையிலிருந்து நான் தப்பிக்கப் போகிறேன். எதிர்காலம் என்னவென்று தெரியவில்லை. ஆனால் இந்தளவிற்கு நரகமாக இருக்காது என்பது உறுதி. அல்லா, கருணையின் வடிவானவரே, எல்லாப் புகழும் உனக்கே. எல்லாப் பெருமையும் உனக்கே.

நான் என் மஸாராவிற்குத் திரும்பி ஓடினேன். என்னுடைய பை கட்டிலின் மீது இருந்தது. வெயிலாலும், மழையாலும், பனியாலும், காற்றாலும், மணலாலும் உருக்குலைந்து கொண்டிருந்தது அந்தப்பை. ஒரு நூற்றாண்டின் மணல் அதன் மீது கெட்டியாகப் படிந்திருந்தது. மணலைத் தட்டிவிட்டு அதன் ஜிப்பைத் திறந்தேன். உறுதியாக அதைப் பிடித்து இழுத்ததால் பையின் மேல் பாகம் கிழிந்து வந்துவிட்டது. அதிலிருந்து மூக்கைத் துளைக்கும் நெடி ஒன்று வந்தது.

நீண்ட காலம் இந்தப் பையைத் திறக்காமல் வைத்திருந்தேன். அதற்கான அவசியம் இருந்ததில்லை. எனக்காக வீட்டில் சைனு கட்டிக்கொடுத்த ஊறுகாய் பாட்டில் இன்னும் இருந்தது, என்னவென்று கூற முடியாத கருப்பான பொருளாக. முதல் சில நாட்கள் நான் குபூஸுடன் இதை வைத்துச் சாப்பிட்ட பிறகு இன்னும் மீதமிருந்தது. நான் அதைத் தின்று தீர்க்காமல் சைனுவின் வாசமும் சூடும் வேண்டி பத்திரமாக பையின் உள்ளே வைத்திருந்தேன். சைனுவை மீண்டும் பார்ப்பேன் என்ற நம்பிக்கை அசையத் தொடங்கியபோது இந்த ஊறுகாய் குறித்து மறந்துவிட்டிருந்தேன்.

கல்ஃபிற்கு வருவதற்கு முன்னால் ஒரு ஜோடி பேண்டுகளும் சட்டையும் தைத்து எடுத்து வந்திருந்தேன். பாலைவனத்தில் நீண்ட காலம் தாக்குப்பிடிக்கும் என்று சொல்ல முடியாதுதான், ஆனால் என்னுடைய புத்தம் புதிய ஆடைகள் உருக்குலைந்துபோய் பயனற்றதாகியிருந்தது. கடல் உப்பைவிட பாலைவனக் காற்று அதிகம் அரித்தழித்தது. அந்தக் காற்று என்னை எவ்வளவு தூரம் அரித்திருக்கும் என்று நினைத்துப் பார்த்தேன். வீட்டிற்கு எடுத்துச் செல்ல என்னிடம் எதுவுமில்லை. வெறுங்கையாகத் திரும்ப வேண்டும். பையைத் தூக்கியெறிந்தேன்.

நான் போகப்போவதை அறிந்ததுபோல் ஆடுகள் மஸாராவிற்குள் அடங்க மறுத்தன. நான் மஸாராவிற்குள் நுழைந்ததும் அவை என்னைச் சூழ்ந்துகொண்டன. நீ போய்விட்டால் எங்களை வேறு யார் கவனித்துக்கொள்வார்கள் என்று அவை தங்கள் கண்களால் தவிப்புடன் கேட்பதுபோல் இருந்தது. நான் இந்த ஆடுகளை இனி வாழ்நாளில் மீண்டும் பார்க்கப் போவதில்லை. என் அருமைச் சகோதரர்களே, நான் போகிறேன். நான் இன்னும் இங்கு சில காலம் இருந்தாலும் இறந்துவிடுவேன். இங்கிருந்து தப்பித்தாக வேண்டும். உங்களிடமிருந்து நான் போகவில்லை, என் விதியிடமிருந்து விடைபெறுகிறேன். உங்கள் ஒவ்வொருவரையும் எனக்குப் பிடிக்கும். நீங்கள் இல்லையென்றால் நான் என்றோ இறந்திருப்பேன். நீங்களும், நீங்கள் காட்டிய அன்பும்தான் என்னை இத்தனை காலம் உயிருடன் வைத்திருந்தது. நான் உலகின் எந்த மூலைக்குப் போனாலும் என் துயரத்தில் பங்குகொண்ட என் அருமைச் சகோதரர்களாக உங்களை என்றென்றும் நினைத்துக்கொள்வேன். நான் எப்பொழுதும் உங்களை நேசிப்பேன். எனக்கு

விதிக்கப்பட்டதன்படி இந்த மஸாராவிற்கு என்னை அல்லாதான் கொண்டுவந்தது. அவர்தான் இப்பொழுது என்னை விடுவிக்கிறார். இந்தக் கொடுமையிலிருந்து உங்களையும் விடுவிக்கும்படி நான் அல்லாவிடம் பிரார்த்திக்கிறேன். ஆடுகளே, என் நண்பர்களே, என் சகோதரர்களே, என் ரத்தமே, நான் விடைபெறுகிறேன்.

ஆடுகள் ஒவ்வொன்றாக என்னிடம் வந்தன. அராவு ராவுத்தார் முதலில் வந்தான். அவன் கன்னங்களைத் தடவிக்கொடுத்தேன். எனக்குப் பதிலாக என்னிடத்தில் வரவிருப்பவரிடம் (வேறு யாரும் இந்த நரகத்தை ஒருபோதும் அனுபவிக்கக்கூடாது) தன்மையாக நடந்துகொள்ளும்படியும் அவர் கைகளை உடைக்கக்கூடாது என்றும் கூறினேன். அவன் தலையாட்டினான். அடுத்து போச்சக்காரி ரமணி. அவள் அழ நானும் அழுதேன். பிறகு மேரிமைமுனா. நான் அவளை முத்தமிட்டேன். அவள் முத்தத்தைத் திருப்பியளித்தாள். அடுத்து வரவிருப்பவரிடம் அவள் அன்பைப் பகிருமாறு கேட்டுக்கொண்டேன். அவள் சோகமாகத் தலையைத் தாழ்த்திக்கொண்டாள். பின்பு இண்டி பொக்கர், நண்டு ராகவன், பாரிப்பூ விஜயன், சக்கி, அம்மிணி, கௌசு, ரௌஃபத். ஒவ்வொருவரிடமிருந்தும் விடைபெற்றேன்.

குட்டி ஆடுகள் இருந்த மஸாராவை அடைந்தபோது அழ வேண்டும் போல் தோன்றியது. தன் கைகளில் பிறந்த குழந்தைகளைப் பிரியும் மருத்துவச்சியைப் போல் உணர்ந்தேன். அவைகளில் பெரும்பாலானோர் பிறந்தபொழுது நான் அங்கிருந்தேன். அவைகளுக்குப் பால் ஊட்டியிருக்கிறேன். ஒரு நொடி என் நபீலைக் குறித்து நினைத்தேன். அந்த இழப்பை நினைக்க என் மனம் வலித்தது. பிங்கி, அம்மு, ரஸியா, மற்றும் தாஹிராவைத் தூக்கிக் கொஞ்சினேன். எப்பொழுதும் நான் பிடிக்கப்போகும்போதெல்லாம் என் கைகளிலிருந்து குதித்து ஓடுவதுபோல் அவர்கள் அன்று ஓடவில்லை. என் கைகளுள் சுருண்டு மார்பில் புதைந்துகொண்டனர். குழந்தைகளே, நீங்கள் வளரும்பொழுது உங்கள் விதி என்னவென்பது எனக்குத் தெரியும். சந்தைக்கும் இறைச்சிக்கூடத்திற்கும் அனுப்பப்படுவீர்கள். நீங்கள் உங்கள் விதியை வலிமையுடன் எதிர்கொள்ள அல்லாவிடம் உங்களுக்காகப் பிரார்த்திக்கிறேன். இந்தப் பாவப்பட்ட நஜீபால் செய்ய முடிந்தது அவ்வளவுதான். அழுதுகொண்டே நான் மஸாராவிலிருந்து வெளியே வந்தேன்.

ஒட்டகங்கள் இருந்த மஸாராவிற்குள் சென்றேன். நான் விடைபெறுவது குறித்து அவை சோகமாக இருந்தன. ஒட்டகங்கள் இதுவரை எனக்கு எந்தத் தொந்தரவும் அளித்ததில்லை. அவைகளாகவே போய் வந்து கொண்டிருந்தன. அவை வந்தபொழுது சிறிது தண்ணீரும் தீவனமும் தேவை. அது போதும் அவைகளுக்கு. அவைகளின் உடல்மொழியிலிருந்து அவைகள் என்னை நேசித்ததை நான் உணர்ந்தேன். அவற்றின் கண்களிலிருந்து அன்பு பெருகியதை நான் கண்டேன். ஒருவரையொருவர் அணைத்துக்கொண்டு அழுதோம். நான் விடைபெற்றுக்கொள்ள எந்த மனிதனும் இல்லை. எனக்கு இருப்பவை எல்லாம் நீங்கள்தான். என்னை இத்தனை நாட்கள் உயிருடன் வைத்திருந்தது நீங்கள்தான். அல்லாவிற்குக் கடமைப்பட்டிருப்பதுபோல் நான் என்றென்றும் உங்களுக்குக் கடமைப்பட்டிருப்பேன். நான் இன்னும் கொஞ்சம் அழுதேன்.

விடுதலையையே நோக்கிச் சென்றாலும் நமக்குப் பிரியமானவர்களிடமிருந்து விடைபெறுவது கடினமானது. விடுதலைக்கான அந்த மகிழ்ச்சியான தருணத்திலும் நான் மிகவும் துயருற்றேன்.

தூரத்தில் ஹக்கீம் அழைப்பது கேட்டது. மஸாராவிலிருந்து வெளியே வந்தேன். ஆடுகள் ஒன்றாகக் கூடி அழுதன. நான் திரும்பிப் பார்க்கவில்லை. பார்த்திருந்தால் ஒருவேளை இந்த இடத்தைவிட்டுப் போக முடியாமல் இருந்திருப்பேன். ஹக்கீமும் இப்ராஹிம் கதிரியும் எனக்காகக் காத்திருந்தனர். நாங்கள் ஒன்றாகக் கிளம்பினோம். ஒரு புதிய உலகத்திற்கு, ஒரு புதிய வாழ்க்கைக்கு.

விடுதலை

முப்பத்தி ஒன்று

இரவு முழுவதும் வானத்தில் நெருப்புப் பற்றிக்கொண்டது போல் பித்துப் பிடித்து ஓடினோம். மஸாராவிற்கென்று பிரத்யேக வழி இல்லை. அங்கு வந்த வாகனங்கள் தனது தடங்களால் மணலில் வழியை உண்டாக்கியிருந்தன. வழி தவறாமல் இருக்க நாங்கள் அதற்கு அருகிலேயே ஓடினோம். அந்தப் பாதை எங்கு அழைத்துச் சென்றது என்பது தெரியவில்லை. கண்கள் சென்றதுவரை தெரிந்த மணல்மேடுகளில் சுற்றிச் சென்று, தூரத்தில் இருந்த மலைச் சரிவில் முடிந்தது. அதற்கு அப்பால் வாகனங்கள் ஏற்படுத்திய புழுதியைத்தான் பார்க்க முடிந்தது. இருந்தாலும் அந்தப் பாதை ஏதாவதொரு நெடுஞ்சாலைக்கு இட்டுச் செல்லும் என்று நம்பினோம். ஆனால் அதை அடைய எத்தனை காலம் எடுக்கும் என்பது தெரியவில்லை.

நிலா வெளிச்சத்தில் ஓடுவது சிரமமாகவே இல்லை. அல்லாவும் இயற்கையும் எங்களுடனே இருந்ததாக உணர்ந்தோம். வழி நெடுகிலும் பேசிக்கொள்ளவோ ஒருவரையொருவர் பார்த்துக்கொள்ளவோக்கூட இல்லை. வெறும் ஓட்டம்தான். இவ்வளவு ஓடியும் வேண்டிய அளவு தொலைவு வந்திருக்கவில்லை என்ற எண்ணமும் யாரோ எங்களைத் துரத்திக்கொண்டு வருகிறார்கள் என்ற பயமும் விடாமல் எங்களைப் பின்தொடர்ந்தது. ஒவ்வொரு சத்தமும், சுழன்றடித்த காற்றின் ஒலியும் அர்பாபின் வாகனம் என்றே நினைத்து பயந்தோம். ஆகையால் ஒவ்வொரு நொடியும் எங்கள் ஓட்டத்தின் வேகம் கூடியது.

அதுபோல் நீண்ட நேரம் ஓடிய பிறகு நாங்கள் அடைந்த புள்ளியில் மண் சாலை இரண்டு வழிகளில் பிரிந்தது. ஒன்று

இடது பக்கமும், ஒன்று வலது பக்கமும். நெடுஞ்சாலைக்குச் செல்லக்கூடிய வழி எது என்று முடிவெடுப்பதில் மிகப்பெரிய நிச்சயமின்மை இருந்தது. நிறையக் கலந்தாலோசித்து இடது பக்கமாகச் சென்ற வழியைத் தேர்ந்தெடுத்தோம். மீண்டும் ஓடத் தொடங்கினோம்.

இன்னும் கொஞ்ச நேரம் ஓடிய பிறகு தூரத்தில் ஓர் ஒளிக்கற்றை தோன்றியது. அதன் சத்தத்தை உன்னிப்பாகக் கேட்டபோது மெதுவாக ஆடி அசைந்து வந்துகொண்டிருந்த வாகனம் அது என்று தெரிந்தது. நான் நிம்மதியாக உணர்ந்தேன். நெடுஞ்சாலையை அடைந்துவிட்டோம். எங்கள் மீட்பிற்கான கடைசி வழி. திடீரென்று இப்ராஹிம் எங்களை மணல்மேட்டின் பின்னால் இழுத்தான். அந்த வாகனம் எங்கள் திசையில் வந்துகொண்டிருந்தது. எங்களை யாரும் இப்பொழுது பார்ப்பது ஆபத்தாக முடியலாம். அது எங்கள் அர்பாபாக இருக்கலாம். அல்லது வேறு தெரிந்த அரேபியராக இருக்கலாம். எங்களைப் பார்த்துவிட்டால் அர்பாபின் திருமண விருந்து நடைபெறும் இடத்திற்கு நேராக அழைத்துச் செல்லப்படுவோம். வண்டி வரும் வழியிலிருந்து விலகி மணல்மேட்டின் பின்னால் ஒளிந்துகொண்டோம். அந்த வண்டி எங்களைக் கடந்து சென்றது. முழுதாக எங்களைக் கடந்து சென்றவுடன்தான் அது ஒரு சிறிய லாரி என்று தெரிந்தது. அதன் ஓட்டுநர் எங்கள் மஸாராவிற்கு வைக்கோல் கட்டு எடுத்துக்கொண்டு வரும் பதான். ஓ, அவருக்கு என்னைத் தெரியுமே, இப்ராஹிம் நெஞ்சில் அறைந்துகொண்டான். 'அவர் நம்மைக் காப்பாற்றுவார்!' கத்திக்கொண்டே மூவரும் வேகமாக லாரியின் பின்னால் ஓடினோம். ஆனால் சாலைக்கு வருவதற்குள் வாகனம் வெகு தொலைவு சென்றுவிட்டிருந்தது.

எனக்கு ஏற்பட்ட விரக்தியும் துயரமும் இருக்கிறதே! என் விதியையும் கடவுளையும் சபித்தேன். அதிர்ஷ்டம் நம்மைக் கடந்து செல்வதைப் பார்ப்பதைவிடவும் பெரும் துயரம் வேறென்ன? கோபத்தில் என் முடியை இழுத்துக்கொண்டு நெஞ்சில் அறைந்துகொண்டேன்.

'எது போனதோ அது போனதுதான். அத நாம மீட்க முடியாது. அதப் பத்திப் புலம்பி என்ன ஆகப்போகுது? நாம வேறு வழியக் கண்டுபிடிப்போம்,' இப்ராஹிம் கதிரி கூறினான்.

அங்கேயே காத்திருந்து வேறு வண்டி எதுவும் வருகிறதா என்று பார்த்தோம். பாலைவனம் மனித வாடையற்று, வெறுமையாகப் பரந்து விரிந்திருந்தது. நான் உளப்பூர்வமாக வேண்டிக்கொண்டேன், 'அல்லா, எங்களுக்குத் தெரிந்த யாராவது ஒருவர் இந்த வழியில் வரட்டும்.' ஆனால் எந்த வாகனமும் அந்த வழியில் வரவில்லை.

நம் ஒவ்வொரு முடிவும் நம் எதிர்காலத்தை ஏதாவதொரு வழியில் பாதிக்க வல்லது. இப்பொழுது நினைத்துப் பார்த்தால் அன்றிரவு நாங்கள் அங்கேயே காத்திருந்திருக்கலாம் என்று தோன்றுகிறது. ஆனால் அன்றிரவு ஒரு நிமிடம்கூட வீணடிக்கும் நிலையில் நாங்கள் இல்லை. காத்திருப்பது முட்டாள்தனமானது என்று நினைத்தோம். எவ்வளவு தொலைவு முடியுமோ எவ்வளவு விரைவில் முடியுமோ நாங்கள் சென்றாக வேண்டும். விடிந்தால் சூரிய வெளிச்சத்தில் எங்களால் எங்கேயும் பதுங்கக்கூட முடியாது. அர்பாப் மஸாராவிற்குச் சென்று நாங்கள் அங்கே இல்லை என்று தெரிந்ததும் துப்பாக்கியுடனும் தொலைநோக்கியுடனும் எங்களைத் தேடி வருவார். நாங்கள் எங்கே இருந்தாலும் அர்பாபால் கண்டுபிடிக்க இயலும். அந்த பயங்கர உருவத்திற்கு நடந்ததுதான் எங்களுக்கும் நடக்கும். எங்களுக்கு அது நடக்க வேண்டாம். தப்பிக்க வேண்டும் என்று முடிவெடுத்திருந்ததால் எப்படியாவது தப்பித்தே ஆக வேண்டும் என்று நினைத்தோம்.

மீண்டும் ஓடத் துவங்கினோம். இப்பொழுது நான் உங்களுக்கு ஒன்றைச் சொல்கிறேன். நீங்கள் துரதிர்ஷடத்தின் பிடியில் இருந்தால் நீங்கள் என்ன செய்தாலும் அது முட்டாள்தனமாகத்தான் இருக்கும். இதை நான் என் அனுபவத்தில் இருந்து சொல்கிறேன். ஒருவர் தர்க்க ரீதியாக நினைத்தால் நாங்கள் வாகனம் சென்ற திசையில் ஓடியிருக்க வேண்டும். ஆனால் எங்களுக்கிருந்த குழப்ப மனநிலையில் நாங்கள் எதிர் திசையில் ஓடினோம். பயமும் குழப்பமும் எவ்வாறு ஒருவரை சிந்திக்க விடாமல் செய்யக்கூடியது என்பதற்கு அந்தத் தவறே ஒரு சிறந்த உதாரணம். நினைத்துப்பார்த்தால் இதுதான் என் வாழ்க்கையில் நடக்க வேண்டியது என்றும் என் விதிப்படிதான் சென்றேன் என்றும்தான் என்னைச் சமாதானம் செய்துகொள்ள முடிகிறது.

சாலையின் பக்கவாட்டிலேயே எவ்வளவு தொலைவு முடியுமோ அவ்வளவு தொலைவு ஓடினோம். அர்பாபிடம் வண்டி

இருந்தது. நாங்கள் காலால் ஓடினோம். நாங்கள் ஒருமணி நேரம் ஓடிய தூரத்தை அவர் ஐந்து நிமிடத்தில் எத்திவிடுவார். அதனால் இரவு முழுவதும் எவ்வளவு தொலைவு ஓட முடியுமோ ஓடி பாதுகாப்பான இடத்தை அடைய வேண்டும் என்று முடிவெடுத்தோம்.

நாங்கள் ஓட ஓட இன்னொரு விஷயம் எங்களுக்குப் புரிந்தது - நாங்கள் தனியாக இல்லை. பாலைவனம் முழுவதும் வேறு பல மஸாராக்களும் விரவியிருந்தன. அங்கும் எங்களைப் போன்ற துரதிர்ஷ்ட மனிதர்கள் ஆடுகளின் பாதுகாவலுக்கு இருந்தனர். வழியில் இரண்டொரு மஸாராக்களைப் பார்த்தோம். அவை நிச்சயம் தொந்தரவு தரக்கூடியவை, ஏனெனில் எல்லா மஸாராக்களிலிருந்தும் அர்பாப்கள் திருமணத்திற்குச் சென்றிருக்கவில்லை. குருட்டு அர்பாப்கூட நாங்கள் தப்பியோடியவர்கள் என்று கண்டுபிடித்துவிடுவார். எங்கள் தோற்றம் எங்களைக் கைவிட்டது. ஆகையால் வழியிலிருந்து ஒரு குறிப்பிட்ட தூரம் இடைவெளிவிட்டு ஓடினோம். ஆனால் அதில் இன்னொரு பிரச்சனை இருந்தது. ஏற்கெனவே குறிப்பிட்டதுபோல் நிலவொளி நன்றாக வீசியதால் பரந்த வெளியில் ஓடினால் தொலைவிலிருந்து யாரும் எங்களைப் பார்க்க முடியும். எங்கள் மூவரின் அசிங்கமான தோற்றத்தைக் கண்டு ஏதோ மூன்று ஜினிக்கள் என்று யாரும் நம்பப்போவதில்லை. ஆகையால் மணல்மேடுகள் குன்றுகள் என்று எங்களை முடிந்தவரை மறைத்துக்கொண்டு ஓடினோம். ஆனால் அது எங்களுக்கு இன்னும் பிரச்சனைகளைக் கொடுத்தது. நாங்கள் ஏறிய குன்றுகளில் ஒன்று நேராக ஒரு மஸாராவிற்கு இட்டுச் சென்றது. எங்களுக்கு ஒளிந்துகொள்ள நேரம் கிடைக்கவில்லை. யாரோ எங்களைப் பார்த்துவிட்டனர். மேலும், ஓடும்பொழுது ஹக்கீமின் கால் யார் மீதோ பட்டுவிட்டது. அவன் எழுந்து சுற்றிப் பார்த்தபொழுது அவனைக் கடந்து சில உருவங்கள் ஓடியதைப் பார்த்தான். அவன், 'திருடன் திருடன்,' என்று கத்தத் தொடங்கினான். அந்த மஸாராவில் அவன் தனியாக இல்லை. அவன் குரலைக் கேட்டு அங்கிருந்த மற்றவர்கள் விழித்துகொண்டு எங்களைப் பிடிக்கத் துரத்தியபடி ஓடிவந்தார்கள். நாங்கள் அவர்களைக் கடந்து ஒரே பாய்ச்சலாக ஓடினோம்.

அவர்களின் அர்பாப் அதற்குள் கண் விழித்திருக்க வேண்டும். அரேபிய மொழியில் சிலர் கத்தியதைக் கேட்டோம். திடீரென்று

யாரோ என்னைப் பின்னாலிருந்து தள்ளினார்கள். என் முகம் மண்ணில் பட்டுக் கீழே விழுந்தேன். அடுத்த நொடி ஒரு குண்டுச்சத்தம் கேட்டது. நான் கீழே விழுந்திருக்கவில்லை என்றால் என் முதுகை அந்தக் குண்டு துளைத்திருக்கும். 'எழுந்திருக்காதே,' இப்ராஹிம் என்னருகில் கிடந்தவாறு கூறினான். அவர்கள் தேடியபொழுது எங்களைப் பார்க்க முடியவில்லை. அவர்கள் ஸ்தம்பித்ததுபோல் தெரிந்தது. நாங்கள் உண்மையில் ஜினிக்கள்தான் என்று நினைத்திருக்க வேண்டும். நாங்கள் மூவரும் மெதுவாகத் தவழத் தொடங்கினோம். திரும்பிச் செல்வதற்குமுன் அவர்கள் மேலும் பலமுறை இலக்கின்றி சுட்டார்கள். நாங்கள் தவழ்ந்து ஒரு மணல்மேட்டின் பின்னால் ஒளிந்துகொண்டோம். அவர்கள் அனைவரும் திரும்பிச் சென்று விட்டார்கள் என்று உறுதியாகத் தெரிந்தபின்தான் மீண்டும் ஓடத் தொடங்கினோம்.

நாங்கள் ஓடும்பொழுது இப்ராஹிம் நொடிப்பொழுதில் அன்பும் அறிவும் கொண்டு இயங்கி என்னைத் தள்ளிவிட்டதற்கு நன்றி கூறினேன். அவன் ஆச்சரியமடைந்தான். 'நானா? நீங்க என் தொடு தூரத்திலேயே இல்லையே. அப்புறம், துப்பாக்கிச் சூட்ட நானும் எதிர்பாக்கல.'

'ஹக்கீம், நீயா என்னத் தள்ளின?'

'இல்ல, நான் இல்ல,' ஹக்கீம் கூறினான்.

எப்படி நான் கீழே விழுந்தேன் என்று வியப்படைந்தேன். அர்த்தப்பூர்வமாக நாங்கள் ஒருவரையொருவர் பார்த்துக் கொண்டோம். அப்பொழுதுதான் எங்களுக்கு மத்தியில் நான்காமர் ஒருவர் இருந்ததை உணர்ந்தோம். நன்றி நிறைந்த என் கண்களில் நீர் பெருக்கெடுத்து ஓடியது.

முப்பத்தி இரண்டு

கிட்டத்தட்ட விடிகாலைக்குச் சற்று முன்னர்தான் பாலைவனம் ஊடாக எங்கள் ஓட்டத்தை முடித்துக்கொண்டோம் - குன்றுகளையும், மணல்மேடுகளையும், மணற்குழிகளையும் அடிபட்டுக்கொண்டும், இடையில் நிறுத்தியும், விழுந்தும் எழுந்தும் கடந்து ஓடியிருந்தோம். ஏதோ ஒரு பொழுதில் சந்திரன் மறைந்துவிட, பாலைவனம் இருளில் மூழ்கிய குகைபோல் ஆகியிருந்தது. இருந்தும், அந்த அகாந்திர வெளியில் எங்கள் உயிரைக் காப்பாற்றிக்கொள்ள ஓடிக்கொண்டேயிருந்தோம்.

ஹக்கீம்தான் முதலில் நின்றது. 'என்னால முடியாது. எனக்குக் கொஞ்சம் ஓய்வு வேணும்.' மூச்சிரைத்தபடி கீழே விழுந்தான். நாங்கள் நிறைய தொலைவு கடந்து வந்திருந்தோம் என்றும் அவ்வளவு விரைவில் யாரும் எங்களைத் தேடி வர முடியாது என்றும் உறுதியாக நம்பினோம். அந்த நம்பிக்கையில் நானும் அவனருகில் அமர்ந்துவிட்டேன். அமர்ந்தேன் என்பதைவிட அவனருகில் விழுந்துவிட்டேன் எனலாம். என் கால்கள் மோசமாக வலித்தன. நாயைப்போல் மூச்சிரைத்தது. என் தொண்டை காய்ந்திருந்ததில் ஒரு வார்த்தைகூட வெளியே வரவில்லை. இதயம் அத்தனை வேகமாகத் துடித்ததில் என் மார்புக்கூடு உடைந்துவிடுமோ என்று பயந்தேன். என் பார்வை மங்கியது. சிறுது நேரம் உட்கார்ந்த பிறகு படுத்துக்கொள்ள வேண்டும்போல் இருந்தது. கைகளை விரித்து, பாம்புகளுக்கும் பூரான்களுக்கும் கவலைப்படாமல் அப்படியே நிலைகுலைந்து விழுந்தேன். ஆனால் இப்ராஹிமின் முகத்திலோ சோர்வே தெரியவில்லை. ஏதோ லேசான வேலையைச் செய்துவிட்டு குளிர் காற்று வாங்குவதற்காக வந்தவன் போல் அவன்

எங்களருகில் வந்து அமர்ந்துகொண்டான். அவனது அபாரமான பலத்திற்கு முன்னால் நாங்கள் தெரு நாயைப்போல் சுருண்டு கிடந்தோம்.

புதிய சூரியன் காலையில் உதித்தது - விடுதலைக்கான விடியல், புதிய வாழ்விற்கான விடியல். இப்ராஹிம் அழைத்தது காதில் விழ கண்களைக் கசக்கிக்கொண்டே எழுந்தேன். ஏதோ ஒரு பொழுதில் ஆழ்ந்த உறக்கத்தில் விழுந்திருந்தோம். ஒரு நொடி நான் மஸாராவில் இருப்பதுபோலவும் என்னை அழைத்தது அர்பாப்தான் என்றும் நினைத்து பயந்தே போனேன். ஆனால் கண்களைத் திறந்தபோது என் முன்னே மஸாரா இல்லை. ஆடுகள், ஒட்டகங்கள், அர்பாப், கூடாரம், எதுவும் இல்லை. ஹக்கீம் அருகில் சுருண்டு படுத்திருந்தான். திடீரென்று நான் எச்சரிக்கையானேன். இயல்புக்கு மீண்டு, ஹக்கீமைக் குலுக்கினேன். ‘ஹக்கீம், பாக்கறியா, நாம எங்க இருக்கோம்னு. நரக வாழ்க்க முடிஞ்சிடுச்சு. நமக்கு விடுதல கிடைச்சிருச்சு. அல்லாவுக்கு நன்றி. எல்லா உயிருக்குமான கடவுளே உங்க கருணையே கருணை. உங்க அன்பு எல்லை இல்லாதது.’ நான் வானத்தைப் பார்த்து அழுதேன். நான் ஹக்கீமைக் குலுக்கி மீண்டும் எழுப்பினேன். என் கையைத் தட்டிவிட்டபடி அவன் திரும்பிப் படுத்துக்கொண்டான். சுதந்திரத்தின் ஆழ்ந்த உறக்கத்தை அவன் அனுபவித்துக் கொண்டிருந்தான். தேவை என்று தோன்றும்வரை தூங்குவதற்கான சுதந்திரம். நான் அவனைத் தூங்க விட்டேன். என் முதுகை நிமிர்த்தியவாறு சுற்றும்முற்றும் பார்த்தேன். சிறிய மலைகளும் மணற்குன்றுகளும் இருந்தன. என்னால் வெகு தொலைவிற்குப் பார்க்க முடியவில்லை. இப்ராஹிம் கதிரியைத் தேடினேன். ஒரு மணற்குன்றின் மீது ஏறி நின்று தொலைவில் பார்த்துக்கொண்டிருந்தான்.

‘இப்ராஹிம், அங்கிருந்து எதுவும் ரோடு தெரியுதா?’ என்று அவனிடம் கேட்டேன். அவன் பதில் அளிக்காமல் என்னை அவனிடம் வருமாறு சைகை செய்தான். அங்கே எனக்காகக் காத்திருப்பது என்னவென்று அறிய நானும் மணல்மேட்டில் ஏறினேன். பாலைவனம். உண்மையான பாலைவனம். கண்கள் சென்ற திசையில் எல்லாம் விரிந்திருந்த மணல் - முன்னாலும், பின்னாலும், இடதும், வலதும் மணல் மட்டுமே. இந்த அடிவானிலிருந்து அந்த அடிவான் வரை கடலாய்த் திரண்டிருந்த மணல் அலை. என் பார்வையை மறைக்க இடையில் எதுவும்

இல்லை. மரமோ, செடியோ, குன்றோ, எதுவும் இல்லை. எதுவும்.

அப்பொழுதுதான் நான் வந்து சேர்ந்திருந்த இடத்தைக் குறித்து ஓரளவு புரிந்துகொள்ள முடிந்தது. நாங்கள் ஓடிக்கொண்டிருந்தபோது கால்கள் எப்பொழுது இறுகிய மணலிலிருந்து இலகுவான மணலுக்குள் புதைந்தன என்பது தெரியவில்லை. சில்லென்று ஒரு பயம் எனக்குள் வெட்டி இறங்கியது. இப்ராஹிம் கதிரியின் முகத்தைப் பார்த்தேன். அவன் முகத்திலும் கவலை எழுதப்பட்டிருந்தது. ஹக்கீம் மட்டும்தான் இன்னும் இந்த பயங்கரத்தால் பாதிக்கப்படவிலை. அவன் இன்னும் ஆழ்ந்து உறங்கிக்கொண்டிருந்தான்.

இப்ராஹிமும் நானும் ஒருவரையொருவர் பார்த்துக்கொண்டோம். அல்லாவே, நாங்கள் எங்கே வந்திருக்கிறோம்? எங்கிருந்து வந்திருக்கிறோம்? இனி எங்கே செல்ல வேண்டும்? நாங்கள் தேடி வந்த உலகம் எங்கே? கிழக்கா, மேற்கா, வடக்கா, தெற்கா - எந்த திசை சேருமிடத்திற்கு எங்களை அழைத்துச் செல்லும்? யாருக்குத் தெரியும்! சுற்றிலும் வெறும் மணல்தான். குன்றுகளாக மணல். வேறொரு பொழுது என்றால் பரந்து விரிந்திருக்கும் மணற்கடலின் கொள்ளையழகு எனக்குள் காதல் உணர்வை மீட்டிருக்கும். ஆனால் அப்பொழுது அக்கடல் எனக்குள் பயத்தைத்தான் விதைத்தது. ஓடமோ, படகோ இல்லை, கப்பலால் கடக்க வேண்டிய கடல். கடவுளே, எப்படிக் கடக்கப் போகிறோம்? ஒரு துளி நீரோ ஒரு பொட்டு உணவோ இல்லாமல்? சூரியன் இன்னும் உச்சிக்கு வந்தால் அதன் மொத்தச் சூட்டையும் எங்கள் மீதுதான் இறக்குவான். அதற்குமுன் எங்களால் கடக்க முடியுமா? கடவுளே நீயே எங்கள் அடைக்கலம். உன் மீதான எல்லையற்ற நம்பிக்கை எங்களைக் காக்கட்டும்.

'இப்ராஹிம், நினைவிருக்கா? நேத்தெல்லாம் நாம மேற்கு நோக்கி ஓடினோம். அதே திசையில போவோம். நெடுஞ்சாலைய நிச்சயம் அடஞ்சே தீரணும்,' நான் கூறினேன்.

பதிலளிக்காமல் அவன் அப்படியும் இப்படியுமாக படபடப்புடன் நடந்துகொண்டிருந்தான். முடிவில், நிறைய யோசித்து அவன் சொன்னது, 'நகரம் கிழக்கில் இருக்கு. நாம கிழக்கு திசையில போகலாம்.'

நாங்கள் ஹக்கீமை எழுப்பினோம். அவன் எழுந்து மணலைத் தட்டிகொண்டபோது நான் ஒன்றைக் கவனித்தேன். ஹக்கீமிடமிருந்து மிக மோசமான துர்நாற்றம் வீசியது - நான் முதன் முதலில் மஸாரா வந்தபொழுது வீசிய துர்நாற்றம். நான் அந்த நாற்றத்தைக் கவனிப்பதை எப்பொழுதோ விட்டுவிட்டேன். ஆனால் மஸாராவை விட்ட வந்த பிறகு மீண்டும் அந்த நாற்றம் அடிப்பது தெரிகிறது. சொல்லப்போனால் என்னிடமும் அந்த துர்நாற்றம் வீசியது. ஆனால் எனக்கு அதையறிய பல நாட்கள் பிடித்தன.

நாங்கள் நடக்கத் தொடங்கினோம். நாங்கள் கண்ட விடுதலையின் கனவு இறுதியில் நனவாகியது என்பதால் அந்த நொடி எங்கள் கொண்டாட்டத்திற்கானது. ஆனாலும் நாங்கள் கவலைகொண்டோம். அர்பாப்கள் இந்நேரம் திரும்பி வந்து எங்களைத் தேடத் தொடங்கியிருக்கலாம். நாங்கள் மூவருமே தப்பித்து விட்டோம் என்ற செய்தி நிச்சயம் என் அர்பாபைக் கோபப்படுத்தும். அவர் எங்கே தன் வாகனத்தை எடுத்துக்கொண்டு தேடிச் செல்வார்? எதுவானாலும், அர்பாப், நீங்கள் தேடிச்செல்லும் திசையில் நாங்கள் இருக்கப்போவதில்லை. நீங்கள் எங்களை அடையக்கூடிய தூரத்தை எல்லாம் நாங்கள் எப்பொழுதோ கடந்துவிட்டோம்.

ஆனால் இனி பாதுகாப்பாக இருக்குமளவிற்கு நாங்கள் ஓடியிருக்கிறோமா? இன்னும் இந்தப் பாலைவனத்தைக் கடந்து நெடுஞ்சாலையை அடைய வேண்டும். யாராவது ஓட்டுநர் எங்கள் மீது கருணை கொண்டு எங்களை நகரத்தில் சேர்க்க வேண்டும். ஏதாவது அரேபியர் எங்களைப் பார்த்தால் அவ்வளவுதான். எங்கள் உடையையும், நாங்கள் இருந்த நிலைமையையும் பார்த்தாலே நாங்கள் ஏதோவொரு மஸாராவிலிருந்துதான் ஓடிவந்திருக்கிறோம் என்பது தெரிந்துவிடும். என் மனதில் மகிழ்ச்சியைவிடவும் படபடப்பே அதிகமாக இருந்தது. இருந்தும், நம்பிக்கை எங்களைத் துடிப்புடன் வைக்க நாங்கள் நடந்துகொண்டே இருந்தோம். உறக்கம் எங்களுக்கு சக்தியை வழங்கியிருந்தது. முந்தைய இரவைப் போல் நாங்கள் சோர்ந்து போகவில்லை. நாங்கள் அடிமையில்லை, சுதந்திர மனிதர்கள் என்ற நம்பிக்கை எங்களை மகிழ்வுடன் முன்னேற வைத்தது.

எங்கள் முன்பு மிகப் பிரமாண்டமான பாலைவனப் பயணம் ஒன்று இருக்கிறது என்று எனக்குத் தெரியவில்லை.

முப்பத்தி மூன்று

பாலைவனத்தின் வெப்பம் எங்களைத் தொடக்கூட இல்லை. நாங்கள் அதன் வெப்பத்தையும் தாகத்தையும் ஒவ்வொரு நாளும் எதிர்கொண்டிருந்தோம். ஒரு மஸாராவில் பல வருடங்கள் இருக்கும் ஒருவரைப் பாலைவனம் அவ்வளவு சுலபமாகக் கட்டுப்படுத்த முடியாது. மாளிகையில் வாழ்பவர்கள் ஒருவித சாகசத்திற்காகவோ குதூகலத்திற்காகவோ பாலைவனத்திற்கு வந்தால்தான் அதன் வெப்பத்தைத் தாங்க முடியாது. பாலைவனம் ஒத்துழைக்கும் நொடி நாங்கள் எங்கள் சேர்விடத்தை அடைந்துவிடுவோம். எங்களுடன் எங்கள் அல்லா இருக்கிறார். எங்கள் நம்பிக்கையும், தைரியமும்தான் இந்தப் பாலைவனத்தை நம்பிக்கையுடன் கடக்க எங்களுக்கு உதவுகிறது.

நாங்கள் சுற்றுப்புறக் காட்சிகளைப் பார்த்து மகிழ்ந்தோம். ஏதோ ஒரு திருவிழாவிற்குப் போவதுபோல் இருந்தது. ஹக்கீம்தான் அனைவரையும்விட உற்சாகமாக இருந்தான். ஒவ்வொன்றைக் குறித்தும், அது ஏன், எப்படி, எவ்வாறு என்பது அவனுக்குத் தெரிந்தாக வேண்டும். குழந்தையைப்போல் அவன் இப்ராஹிமிடம் கேள்விகள் கேட்டபடி வந்தான். பாலைவனம் குறித்து ஆழ்ந்து அறிந்திருந்த இப்ராஹிம் அவனுக்குப் பொறுமையாகப் பதில் சொல்லியபடி வந்தான்.

பன்னெடுங்காலமாக முடிவுறாது வீசிக்கொண்டிருக்கும் புயலால் அப்பியிருந்த மணலாலான மரங்களைக்கொண்ட பழமையான பள்ளத்தாக்கு ஒன்றைக் கண்டபொழுது நாங்கள் குதூகலித்தோம். நாங்கள் கற்பனை செய்தும் பார்த்திர முடியாத இடம். பெரிய நிலத்தில் பல மணல்மேடுகள் சூழ்ந்து இருந்தன. ஹக்கீம் ஆர்வத்துடன் பள்ளத்தாக்கில்

இறங்கி ஒரு மணற்குன்றைத் தொட, மணல் அதிலிருந்து சரியத் தொடங்கியது. எத்தனை நூறாண்டு காலமாக வீசும் மணற் புயலின் தாக்கம் மரங்களையும் தாவரங்களையும் உருமாற்றியிருக்க வேண்டும் என்று வியந்தேன். பாலைவனம் என்பது அடர் காடுகளைத் தொடர்ந்து வீசும் புழுதிப் புயல் கொஞ்சம் கொஞ்சமாகத் தின்று அழித்ததுதான் என்று பயத்துடன் கற்பனை செய்து பார்த்தேன்.

'நாம இங்க அதிக நேரம் தங்க முடியாது. இது ஆபத்தான இடமா இருக்கலாம். திடீர்னு மணற்புயல் அடிச்சா இங்கிருந்து நாம வெளியேற முடியாது,' என்று இப்ராஹிம் கூறினான்.

ஒரு பத்து அடிகூட எடுத்து வைத்திருக்க மாட்டோம், திடீரென்று எங்கள் முன்பு அசைவு தெரிந்தது. முதலில் அது நீர் என்று நினைத்தோம், கானல் நீரின் கொள்ளைகொள்ளும் மாயத் தோற்றம். பின்பு ஹிஸ் என்ற சத்தம் தெளிவாகக் கேட்டது. இப்ராஹிம் எச்சரித்திருந்த மணற்புயல் இதுதானா என்று யோசித்தோம். கொஞ்சம் உன்னிப்பாகக் கவனித்தபோது எங்கள் முன்பிருந்த பிம்பம் காற்றில் ஆடும் தோட்டத்தைப்போல, அசைந்தபடி நடனமாடியது. தவிரவும், அது முன்னேறி வந்துகொண்டிருந்தது. இப்ராஹிம் பயத்தில் கத்தினான், '*பாம்பு!*' அதற்குப் பிறகுதான் நாங்களும் அதைத் தெளிவாகப் பார்த்தோம். ஒரு பாம்புப்படையே தலையை அசைத்தபடி முன்னேறிக்கொண்டிருந்தது. ஒன்றிரண்டு இல்லை. மொத்தமாக பலநூறு பாம்புகள், அல்லது ஆயிரம் பாம்புகளாகக்கூட இருக்கலாம். எங்கள் கற்பனைக்கு அப்பாற்பட்ட காட்சி. பாலைவனத்தின் புழுதியைக் கிளப்பியபடி ஒரு பெரிய படையைப்போல் எங்களை நோக்கி வந்துகொண்டிருந்தது. படைத்தலைவன் போல் அவற்றின் முன்னால் ஒரு பெரிய நாகம், தலையை உயர்த்தியபடி. அதன் பின்னால் பல படை வீரர்கள்!

'தலைய மண்ணுல புதச்சு அசையாம இருங்க. இப்ப நாம வேறெதுவும் செய்ய முடியாது,' இப்ராஹிம் கூறினான்.

நெருப்புக்கோழிகளைப்போல் தலையை மண்ணில் புதைத்து அசையாது கிடந்தோம். சிறிது நேரத்தில் அவற்றின் ஹிஸ் சத்தம் அருகில் கேட்டது. என் உடல் பயத்தில் நடுங்கியது. அதன் விஷப்பற்களில் ஒன்று என் உடலை மிக லேசாகத் தீண்டினாலே பத்து நொடிகளில் மரணம் உறுதி. அல்லாவின் பெயரை என் மனதிற்குள் சத்தமாக அழைத்தபடி அசையாமல் கிடந்தேன்.

எங்கள் மேல் ஊர்ந்தபடி அவை முன்னேறிச் சென்றன. அவை ஒவ்வொன்றும் என்னைத் தொட்டுச் சென்றதில் சூடான குச்சியை எடுத்து விளாசியதைப்போல் என் தோல் எரிந்தது. அவைகள் பாதுகாப்பான தொலைவில் கடந்துவிட்டன என்று உறுதியான பின் நாங்கள் தலையை மெதுவாகத் தூக்கினோம். உடை மறைக்காமல் இருந்த உடல் பாகங்களிலெல்லாம் சாட்டையால் அடித்ததுபோல் தோல் உரிந்திருந்தது.

பாலைவனம் உங்களுக்குப் பழக்கமில்லையென்றால் இது பாலைவனம்தானா என்ற சந்தேகம் உங்களுக்கு வரக்கூடும். உயிரினங்கள் திரண்டிருப்பதைப் பார்த்தால் இது ஒரு காடுபோல் இருந்தது. பாம்புகள், பூரான்கள், பல்லிகள், சிலந்திகள், பட்டாம்பூச்சிகள், பருந்துகள், ஓநாய்கள், முயல்கள், கீரிப்பிளைகள் போன்ற எண்ணற்ற உயிரினங்கள். ஒவ்வொன்றும் அவற்றிற்கான வழிகளில் அவற்றிற்கான எல்லைகளில் அவற்றிற்கான நியதிகளில் இயங்கிக்கொண்டிருந்தன - மனிதன், அவன் சட்டம், அவன் வாழ்வு - எதற்கும் பொருளில்லை இங்கு. இந்த உயிரினங்கள் மனிதனின் எல்லைகளை மதித்ததில்லை. இக்காடுகளின் வாரிசுகள் அவைகள்தாம். அல்லா இந்த இடத்தை அவைகளுக்காக எழுதி வைத்திருக்கிறார். அவைகள் இங்கு வாழ்வதற்காக படைக்கப்பட்டவை. நான்தான் வழிப்போக்கன். என் உடலின் காயங்கள் அவைகள் தந்த மென்மையான தண்டனை.

பகற்பொழுதில் எங்களுக்குப் பெரிதாகப் பிரச்சனை இல்லை, ஆனால் இரவில் நாங்கள் இன்னும் ஜாக்கிரதையாக இருக்க வேண்டும். சூர்ய அஸ்தமனத்திற்குப் பிறகு, பொந்துகளில் மறைந்திருந்த அந்த உயிரினங்கள் தங்கள் இரையைத் தேடி வெளியே வரும். அந்தப் பாம்புகள் கடும் விஷமுடையவை. ஐம்பது வகைகளுக்கும் மேலான பாம்புகள் அங்கு இருந்தன. நாங்கள் நடந்து வர வர எத்தனை விதமான பாம்புத் தோல்கள் கழட்டிப் போடப்பட்டிருந்ததைப் பார்த்தோம்! இப்ராஹிம் ஒன்றைப் பிடித்துத் தூக்கி அது எந்த வகையான பாம்பிடமிருந்து வந்தது என்றும் அந்தப் பாம்பு கடித்தால் எத்தனை நொடிகளில் மரணம் ஏற்படும் என்றும் விளக்கினான். பாலைவனத்தில் இருந்த சிலந்திகளும் பூரான்களும் கடித்துக்கூட மனிதர்களுக்கு மரணம் ஏற்படலாம்.

பாலைவனத்தில் ஆமைகள் உண்டென்று உங்களுக்குத் தெரியுமா? கடலாமையைப் போல் அத்தனை பெரியது இல்லை என்றாலும் இவைகளும் குறிப்பிடக்கூடிய அளவு

பெரியவைதான். வெப்பம் குறைந்திருந்தால் அவைகள் வெளியே வரும். ஒரு நூறாண்டுகாலம் வாழக்கூடியவைகளின் உடல் நாற்பது சதவீதம் நீரால் நிரம்பியது. பாலைவனத்தின் கப்பல்கள் என்று அழைக்கக்கூடிய ஒட்டகங்கள்கூட மூன்று நாட்களுக்கு ஒருமுறை தண்ணீர் அருந்த வேண்டும். ஆனால் பாலையில் இருக்கும் ஆமைகள் ஆறு மாதங்கள் வரை நீரை சேகரித்து வைத்துக்கொள்ளும்.

இங்கு நான் பார்க்க விரும்பி முடியாமல் போன உயிரினம் ஒன்று உண்டென்றால் அது நெருப்புக்கோழிதான். மணலிற்குள் அது தலையைப் புதைத்துக்கொள்ளும் காட்சி இன்னும் ஒரு கனவாகத்தான் இருக்கிறது. நான் கேள்விப்பட்ட இன்னொரு உயிரினம் ஒட்டகச் சிலந்தி - ஒட்டகத்தின் வயிற்றைப் பிய்த்து எடுத்துக்கொண்டு மணிக்கு இருபத்தைந்து கிலோமீட்டர் தூரம் பக்கவாட்டிலேயே ஓடக்கூடியது, அரேபியர் உணவு உண்ணும் தட்டைவிடப் பெரியது என்றெல்லாம் கேள்விப்பட்டிருக்கிறேன். அதை நான் உண்மையில் பார்த்தபோது நான் அதுவரை கேட்டிருந்தவை எல்லாம் மிகைப்படுத்தல்கள்தான் என்று புரிந்தது. பாலையில் நாங்கள் நடந்துகொண்டிருந்தபொழுது இப்ராஹிம்தான் முதலில் ஒன்றை எனக்குக் காண்பித்தான். நான் அவைகளை மிகப் பெரியதாகக் கற்பனை செய்திருந்ததால் நான் பார்த்தது ஒருவேளை குட்டி சிலந்தியோ என்று தோன்றியது. இப்ராஹிம் புன்னகைத்தான். நான் கேள்விப்பட்டதெல்லாம் இந்தப் பாவப்பட்ட ஜீவனைப் பற்றிய கற்பனைகள்தான். இந்தக் கொடிய பாலைவனத்தில் அது தைரியமாக வாழ்கிறது என்பதைத் தவிர மற்றவை அனைத்தும் மிகைவாதம்தான்.

நான் பார்த்த பாலைவன அதிசயம் ஒன்று பறக்கும் ஓணான்கள். மதிய வெயிலில் பாலையில் நடந்துகொண்டிருந்தபோது தங்கம் மின்னுவதுபோல் என் கண் முன்னால் மின்னி மறைந்தது. அந்த ஓணான்கள், ஆவிகள் அல்லது ஜினிக்களைப்போல், ஒரு நொடிக்கும் குறைவான பொழுதில் மறைந்துவிடும். களைப்பாலும், வெப்பத்தாலும் காய்ந்திருந்த கண்கள் உண்டு செய்த பிரமையோ என்றும் வியந்தேன். திடீரென்று மணலிலிருந்து தோன்றி எங்களைப் பார்த்துக்கொண்டே, பயந்தவைகள்போல் கண்களை இடது வலதாக அடித்துக்கொள்ளும். சில நேரம் அவைகள் ஒரு குறிப்பிட்ட தொலைவு வரை பறந்ததைக்கூட பார்க்க முடிந்தது. திடீரென்று அவை அப்படிப் பறந்ததைப் பார்க்க பின்னாலிருந்து யாரும்

கல் எடுத்து எறிகிறார்களோ என்று தோன்றும். பல தடவைகள் அப்படி யாரும் செய்கிறார்களா என்று நான் திரும்பிப் பார்த்தேன். பின்பு, மீண்டும் ஒன்று மண்ணிலிருந்து எழும்பித் தாவிக் குதித்துப் பறந்துவிடும். நான் அவைகளை ஓணான்கள் என்று நினைத்துக்கூடப் பார்த்ததில்லை.

பின்பு ஒருமுறை ஒரு மணற்குன்றில் ஏறியபோது, அங்கே அவைகள் தங்க நிறமாக மாறி விளையாடிக்கொண்டிருந்தன. அவைகளைப் பார்க்க, மரங்களில் ஏறி இறங்கும் குருவிகள்போல் இருந்தன. ஒரு நூறு ஓணான்கள் மணலாற்றில் மகிழ்ச்சியாக விளையாடிக்கொண்டிருந்தன. அவற்றில் ஒன்றைப்பிடித்து அவைகள் இப்படிப் பறப்பதற்கு எதுவும் இறக்கை இருக்கிறதா அல்லது வெறும் கால்களைக்கொண்டு பறக்கிறதா என்று அறிய விரும்பினேன். ஆனால் அவைகள் மிக வேகமாகப் பறந்து மணலுக்குள் சென்றதால் அவைகளை பிடிப்பதென்ன அருகில் பார்ப்பதுகூட சாத்தியமற்றதாகியது. ‘இந்த ஓணான்களுக்கு தண்ணீரே தேவையில்ல,’ என்று இப்ராஹிம் கூறினான். இந்தப் பாலைவனத்தில் என்னுடைய இந்தக் கொடும் பயணத்தை மகிழ்ச்சியாக்கும் ஓணான்களே, ஓ தங்க ஓணான்களே, இந்த வாழ்க்கை முழுவதும் நீரருந்தாமல் உங்களால் வாழ முடிகிறது என்றால் அந்த குணத்தை எனக்குக் கொஞ்சம் வழங்கி அருள் புரியுங்கள், நான் இந்தப் பயணத்தைக் கடந்து முடிப்பதற்கு.

மதியம்போல் காற்றில் புழுதி கூடி மங்கலாக, எங்களுக்குத் தூக்கம் வந்தது. பத்து அடிகளைக் கடந்து எங்களால் பார்க்க முடியவில்லை. எங்கள் நடையை அது இன்னும் சிரமமாக்கியது. சூரிய ஒளி அல்ல, ஏதோ நெருப்புதான் அந்த நாளை ஏற்றியிருந்ததுபோல் தகித்தது. வெப்பம் அதிகரிக்க, எங்கள் உடல் வாடியது. நாளின் தொடக்கத்தில் நாங்கள் கொண்டிருந்த புத்துணர்ச்சி எல்லாம் கொஞ்சம் கொஞ்சமாகக் கரையத் தொடங்கியது. ஆனால் இப்ராஹிம் தொடர்ந்து எங்களை ஊக்குவித்தபடி இருந்தான். ‘இன்னும் ஒரு மைல்தான், நாம நெடுஞ்சாலைக்குப் போயிடலாம்.’ ஒரு மனிதனை செலுத்துவதே நம்பிக்கைதானே. நாங்கள் நடந்தோம். ஆனால் வெறும் பாலைவனம்தான் எங்கள் கண் முன்னே விரிந்திருந்தது. எங்கும் மணல் மணல் மணல் மட்டுமே.

அந்த மதியமும் கழிந்து மாலை ஆகியது. நாங்கள் தேடிய ஒன்றேயொன்று மட்டும் கிடைக்கவேயில்லை. மேற்கை நோக்கி

எங்கள் தலை மீது தவழ்ந்துகொண்டிருந்த சூரியன் அவாந்தர வெளியில் எங்களை விட்டுவிட்டுத் தான் மட்டும் கீழ்வானில் புகுந்து கொண்டது. நாக்கை ஈரப்படுத்திக்கொள்ளக்கூட ஒரு பொட்டுத் தண்ணீரில்லாமல் கழிந்த பகல் பொழுது முடிந்து இரவு தொடங்கியது. மூச்சிரைத்தபடி களைத்துப்போய் நாங்கள் மணலில் அமர்ந்துகொண்டோம். நான் உடைந்து அழுதேன். நாள் முழுவதும் நடந்தும் எந்த இடத்தையும் அடைய முடியாத வலி என்னைக் கண்ணீரில் ஆழ்த்தியது. ஹக்கீமும் என்னுடன் சேர்ந்து அழுதான்.

இந்த நாட்டிற்கு முதன் முதலாக வந்த பொழுது நான் அடிக்கடி ஓர் அழகான பாலைவனத்தில், கடல்போல் மணல் விரிந்திருந்த பாலைவனத்தில் வாழ்வதாகக் கனவு கண்டேன். ஆனால் நிஜத்தில் ஓர் அழகான பாலைவனத்தில் இருந்தபொழுது அது என்னை பயமுறுத்தியது. பாலைவனத்தைக் கடக்க நேர்ந்த பலரது கதைகளைக் கேட்டிருக்கிறோம். அந்த சாகசப் பயணங்கள் அளித்த சிலிர்ப்பனுபவங்களைக் குறித்து வாசித்திருக்கிறோம். ஆனால் அவர்களது பயணங்களில் நல்ல பலம்கொண்ட ஒட்டகங்களின் உதவியும் இருந்தது. அவர்களுக்கு உதவ தங்கள் உள்ளங்கை ரேகையாய் பாலைவனத்தை அறிந்திருந்த அரேபிய நாடோடிகள் இருந்தனர். பை நிறைய உணவுடனும், தோல்பை நிறைய தண்ணீருடனும் பயணித்தனர். எந்த உதவியும் இல்லாமல், உணவும் நீரும் இல்லாமல் தானாகவே இந்தப் பாலைவனத்தைக் கடக்க முயன்றவர்கள் தங்கள் கதைகளைச் சொல்ல முடியாமல் இந்த மண்ணில் மயங்கி விழுந்து உயிர் விட்டிருக்கலாம். அல்லா, நாங்களும் அதுபோல்தான் ஆகப்போகிறோமா? நாங்கள் பாலைவனத்திற்கு சொகுசுப் பயணத்திற்காக வரவில்லை. சுவாரசியம் கொண்டும் வரவில்லை. வாழ்வதற்காக வந்திருக்கிறோம். உயிருடன் மிஞ்சுவதற்காக. எங்களை விரும்பும் அந்த அழகிய முகங்களை மீண்டும் காண்பதற்காக. எங்களுக்காக அவர்கள் சிந்திய கண்ணீரை அவர்களது கன்னத்திலிருந்து துடைப்பதற்காக. அதை எப்படியாவது செய்துவிடத்தான் நாங்கள் இந்த இடத்தை அடைந்திருக்கிறோம். அல்லா, நீங்கள் மட்டுமே, நீங்கள் தரும் தைரியம் மட்டுமே, நீங்கள் காட்டும் வழி மட்டுமே, நீங்கள் எங்களுக்கு வழங்கும் பாதுகாப்பு மட்டுமே எங்களைக் கரையேற்றும். தயவுசெய்து எங்களை இந்தப் பாலைவனத்தில் வறுபட்டு இறக்க விடாதீர்கள், அல்லாவே.

முப்பத்தி நான்கு

மறுநாள் விடிவதற்கு முன்பாகவே இப்ராஹிம் கதிரி எங்களை எழுப்பினான், 'வெயில் தொடங்கறதுக்கு முன்ன நடக்க ஆரம்பிக்கலாம்.'

நான் எழுந்தபொழுது என்னுடைய கால்கள் யானைக்கால்கள் போன்று வீங்கியிருந்தன. வலியைப் புறக்கணித்து, இலகுவான மணலில் கால்களை இழுத்தவாறு நடக்கத் தொடங்கினோம். சிறிது தொலைவு நடந்தவுடன் சூரியன் கிழக்கின் வளைவில் உதித்தது. அது மணலில் நெருப்பைப் பற்ற வைக்கும் என்று அறிந்திருந்தோம்.

வானத்தைப் பார்க்க நீலமும் சாம்பலும் கொண்ட கூடை ஒன்றை எங்கள் தலைக்கு மேல் கவிழ்த்திருந்ததுபோல் இருந்தது. அதன் ஒருபுறம் பாலைவனத்தின் ஒரு மூலையில் தொடங்கியது. ஒரே சீராகச் சென்ற அதன் வளைவு சரியாக என் தலைமீது உயர்ந்திருக்க, அதன் இன்னொருபுறம் பாலைவனத்தின் மற்றொரு மூலையில் முடிந்தது. அந்தக் கூடையில் மாட்டிக்கொண்ட கோழிகள்போல் நாங்களிருந்தோம். அதை எப்படியாவது தூக்கிவிட்டு நாங்கள் வெளியேற வேண்டும். அப்படிச் செய்யக் குறைந்தது அதன் நுனியையாவது அடைய வேண்டும். இத்தனை மணி நேர நடை நடந்தும் அதை அடைய எங்களால் முடியவில்லை. ஒரு முடிவில்லாத தன்மை எங்களைச் சூழ்ந்துகொண்டது. என் பார்வையில் வானத்தின் வெறும் நீலமும் சுட்டெரிக்கும் சூரியனும் தவிர வேறெதுவும் பதியவில்லை.

'பயப்படாதீங்க,' இப்ராஹிம் எங்களைத் தேற்றினான். 'அடிவானம் இங்கிருந்து வெறும் இரண்டரை மைல் தூரம்தான்.

ஒருவேள அதக் கடந்தால் நாம தேடும் பாதைய அடையலாம். நம்பிக்கையிழக்காம தொடர்ந்து நடப்போம். களைப்பானா மட்டும் அப்படியே இந்த சூரியனுக்குக் கீழ் உட்கார்ந்து இளைப்பாறலாம். கடினமா இருந்தாலும் முடிந்தவரை நடக்கலாம். கூடிய சீக்கிரம் ஒரு பாதுகாப்பான இடத்துக்குப் போவது முக்கியம்.'

சிறிது நேரம் நடந்த பிறகு முன்பு நதியாக ஓடிய நீர், பாலையில் காய்ந்து கிடந்ததன் வழித்தடத்தைப் பார்த்தோம். எனக்கு அதிசயமாக இருந்தது. இத்தனை வெப்பத்திலும் இந்த மணலினூடாக ஒரு நதி ஓடியிருந்ததை நினைக்க ஆச்சரியமாக இருந்தது. ஆனால் அதன் கோடுகள் மிகத் தெளிவாகத் தெரிந்தன. கடந்தகாலத்தில் மனிதர்கள் நதியின் இக்கரையிலிருந்து அக்கரைக்குக் கடக்க முயன்று உயிரிழந்ததாகக் கற்பனை செய்து பார்த்தேன். இதே நதிக்கரையில் நீரில் மூழ்கி இறந்தவர்கள் நின்றிருந்த இடத்தில் என் தொண்டை காய்ந்து ஒரு துளி நீரில்லாமல் நான் இறந்துகொண்டிருந்தேன். என்னுடைய இந்த நிலைமையிலிருந்து எத்தனை காலம் முன்பு அது நடந்திருக்கக்கூடும்? இடையில் என்ன நிகழ்ந்தது. மெதுவாக அந்த நதி வற்றுவதுபோலவும் அதிலிருந்த உயிரினங்கள் ஒன்றன் பின் ஒன்றாக அழிந்தது போலவும் நினைத்துப் பார்த்தேன். அதன் கரையிலிருந்த மரங்களும் செடிகளும் நீரின்றி புலம்பியதைக் கேட்க முடிந்தது. காலமே, எத்தனை விசித்திரமானவன் நீ!

நாக்கில் ஒரு சொட்டு நீரில்லாமல் இரண்டு இரவுகளும் இரண்டரை பகல்களும் அதற்குள் கடந்திருந்தோம். கண்களைத் திறந்து வைக்கக்கூட முடியவில்லை. அரைத் தூக்கத்தில் நடந்தோம். எங்கள் நிலைமையின் பொறுக்கக்கூடிய எல்லையை எட்டியபோது ஹக்கீம் தண்ணீர் வேண்டுமென்று முனகத் தொடங்கினான். பிரச்சனை என்னவென்றால் நாம் தண்ணீரை அதிகமாகப் பயன்படுத்திப் பழகிவிட்டோம். நீரோ, உணவோ இல்லாமல் மனிதன் பதினான்கு நாட்கள் வரை சுலபமாக உயிர் வாழ முடியும். 'அல்லாவை நினைச்சுகிட்டு நடக்கப் பார்,' இப்ராஹிம் அவனை அறிவுறுத்தினான்.

ஆனால் ஹக்கீம் நீர் வேண்டுமென்று கேட்டுக்கொண்டே இருந்தான். வழியெல்லாம் கேட்டபடி வந்தான். கொஞ்ச தூரம் நடந்த பிறகு அவன் என் கைகளைப் பிடித்துக்கொண்டான்,

‘இல்ல இக்கா, என்னால முடியாது. நீங்க போங்க. நான் இங்க கொஞ்சம் படுத்துக்கறேன்.’

நான் அவனைத் திட்டினேன், ‘ஹக்கீம், நம்பிக்கை இழக்காத. கீழே விழாத. நட.’ பின்பு அவனிடம் ஓதினேன், ‘அல்லாஹூ அக்பர், அல்லாஹூ அக்பர்.’ அந்த மந்திரமும் அதன் எதிரொலியும் எங்களுக்குப் புதிதாகப் புத்துணர்ச்சி வழங்கியதுபோல் இருந்தது. அந்தத் தெம்புடன் இன்னும் சிறிது தூரம் நடந்தோம். பின்பு மெதுவாக எங்கள் நடை அதன் வீரியத்தையும் வேகத்தையும் இழந்தது. சோர்ந்திருந்த எங்கள் கால்கள் மேற்கொண்டு எங்களைக் கொண்டு செல்லாது. அடுத்த சில நொடிகளிலேயே இனியும் எங்களால் முடியாது என்று உணர பயமாக இருந்தது.

வலுவிழந்துபோய் ஹக்கீம் நிலத்தில் விழுந்தான். அவன் விழுவதற்காகக் காத்திருந்ததுபோல் அவனுக்கருகில் நானும் உட்கார்ந்து கொண்டேன். இப்ராஹிம் எங்களைத் திட்டினான், ‘எழுந்திருங்க. இந்த ஓய்வு உங்களுக்கு சோர்வைத்தான் தரும். புத்துணர்ச்சி தராது. இந்த சூரியன் உங்க உடல்ல இருக்குற கடைசிப் பொட்டு நீரையும் உறிஞ்சிவிடுவான். இந்த மணல்ல உங்க உடலை வறுத்துக்காதீங்க... இன்னும் கொஞ்ச தூரம் நடங்க. இந்த மணல் குளிர்ச்சியாகும். பாலைவனம் சீக்கிரம் குளிரக்கூடியது. இதுவரைக்கும் நாம வந்துடலயா? இன்னும் கொஞ்ச தூரம் பொறுத்துக்கங்க.’

‘போய்த் தொலை நாயே,’ ஹக்கீம் வேதனையில் அழுதான். ‘எங்கள இங்க கொண்டு வந்தது கொல்றதுக்குத் தானா? இதுதானா நீ எங்களுக்கு சத்தியம் செஞ்சு கொடுத்தது? மஸாராவே பரவாயில்ல. அந்த அர்பாப்களோட துன்புறுத்தல் இந்த அளவுக்கு மோசமா இல்ல. என்னால முடியாது. நான் களைச்சுப் போயிட்டேன். சாகனும்னா செத்துக்கறேன். உனக்குத் தேவைன்னா நீ உன்னைக் காப்பாத்திக்கோ.’

அந்தப் பயணத்தில் முதன்முறை இப்ராஹிம் கதிரியின் கண்கள் பனித்ததைப் பார்த்தேன். ஆற்றாமையுடன் கைகளை வானத்தில் உயர்த்தினான். பின்பு மண்டியிட்டு அமர்ந்து தொழுதான்.

பாலைவனம் கொதித்தது. அல்லாவின் சூடான வானலியில் வறுபட படுத்திருந்ததுபோல் உணர்ந்தேன். ஆனால் நீண்ட நடைக்குப் பிறகான அந்த ஓய்வு வேண்டியிருந்தது. முதலில் அந்தச் சூடு தாங்க முடியாததாக இருந்தது. ஆனால் சிறிது நேரம்

அதேபோல் படுத்திருக்க அந்தச் சூடு பழகிவிட்டது. சூரியனும், பாலைவனமும், நானும் ஒரே போல் சூடாகியிருந்தோம். ஆனால் அடங்காத தாகம் மட்டுமே ஒரே வித்தியாசம். தாகம் தணித்துக்கொள்ள எந்த வழியும் இல்லை. என் வாயிலிருந்த கடைசிச் சொட்டு உமிழ்நீரும் எப்பொழுதோ வறண்டு விட்டிருந்தது. நெஞ்சில் அடித்துக்கொண்டு என் முட்டாள்தனத்தை சபித்துக்கொண்டு அழுதேன். ஓடி வருவதற்கு முன் ஒரு போத்தலிலோ பாத்திரத்திலோ சிறிது நீரையும் கொண்டுவந்திருக்கலாம். எல்லா அறிவும் மழுங்கிவிட்டிருந்த நேரம் நாங்கள் தப்பித்தோம். இப்பொழுது அதன் விளைவுகளை சந்தித்தாக வேண்டும். வேறு என்ன செய்ய?

இப்ராஹிம் கூறியது உண்மைதான் என்று உணர்ந்தோம். அதிக நேரம் ஓய்வெடுக்க எடுக்க எங்கள் உடல் வேகமாகக் களைத்து மீண்டும் உயிர்ப்பிக்க அடம்பிடித்தது. என் கண்களை இருள் சூழ மயக்கம் வந்தது. இரண்டு முறை வாந்தி எடுத்தேன். கொஞ்ச நேரத்தில் ஹக்கீமும் வாந்தி எடுத்தான். இப்ராஹிம் தன் உடைகளைக் கழற்றி அதன் வழி சிறிது நிழலையாவது எங்களுக்குக் கொடுக்க முயன்றான். ஆனால் அது போதவில்லை. எங்களை எழுப்பி உட்கார வைக்கப் பார்த்தான். ஆனால் நாங்கள் சரிந்து விழுந்தோம். நான் ஆழ்ந்த உறக்கத்தில் விழுந்தேன். ஹக்கீமும் நானும் இரண்டு அநாதைப் பிணங்களாகக் கிடந்தோம். இப்ராஹிம் எங்களை விட்டுவிட்டு அவன் மட்டும் தப்பிக்க ஒரு வழியைக் கண்டுபிடித்திருக்கலாம். ஆனால் நாங்கள் கண்களைத் திறக்கும்வரை எங்களைக் கவனித்துக்கொண்டு அங்கேயே அமர்ந்திருந்தான். இரவு ஆகியிருந்தது.

நான் கண் விழித்தபோது என் தொண்டை எரிந்தது. அதைத் தணிக்க நீருக்கு எங்கே போவது? அல்லா, ஊரில் எத்தனைத் தண்ணீரை வீணடித்திருக்கிறேன். இப்பொழுது ஒரு துளிக்குப் பிச்சையெடுக்கிறேன். என் தாய் நிலத்தின் அருமை புரிகிறது. நீரை வீணடித்ததற்கான தண்டனையா இது, அல்லாவே? என்னை மன்னித்து விடு!

நீர். அது எத்தனை மகத்துவமானது என்பதை உணர்ந்தேன்.

முப்பத்தி ஐந்து

ஒவ்வொரு மொழியிலும் ஒவ்வொரு மதத்திலும் எழுத்தாளர்கள் பாலைவனத்தை ஞானத்திற்கான இடமாகவும், ஆன்மிகப் புத்துயிர்ப்பிற்கான இடமாகவும்தான் பார்த்திருக்கிறார்கள். பாலைவனத்தில் உயிர் வாழ்தல் என்பது மூளையில் அதிக ஞானத்தை உண்டுசெய்யும் என்று சொல்லக்கூடிய எழுத்துகள் உண்டு. ஆனால் பாலைவனம் எனக்கு எந்த வகையிலும் உயிர்ப்பளிக்கவில்லை. இங்கே மூன்றாண்டுகளுக்கு மேலாக நான் வாழ்ந்துவிட்டேன். பின்பு அதைக் கடக்க முயன்றேன். இதுவரை இந்தப் பாலைவனம் எனக்கு வலியையும் விரக்தியையும்தான் வழங்கியிருக்கிறது. ஒருவேளை தேடி வந்தவர்களுக்கு இந்தப் பாலை ஞானத்தை வழங்கியிருக்கலாம். நான் எதையும் தேடி வராததால் இங்கே மாட்டிக்கொண்டேன். எனக்கு வழங்க எதுவுமில்லை என்று இது முடிவெடுத்திருக்க வேண்டும்.

எங்கே செல்கிறோம் என்று தெரியாமல் மேலும் இரு தினங்கள் அங்கே அலைந்தோம். எங்கேயும் சேர முடியவில்லை. யாரும் எங்களைக் காப்பாற்ற வரவில்லை. நாங்கள் அதற்குள் சோர்ந்து போயிருந்தோம். வெப்பமான மணலில் நடந்ததால் உண்டான வெடிப்புகள் இன்னும் பிளந்துகொண்டன. வீக்கம் முட்டிவரை பரவியது. தாங்க முடியாத எரிச்சல், வலி. மதியம் வரை அமைதியாக நடந்துகொண்டிருந்த ஹக்கீம் திடீரென்று முன்னால் ஓடியவாறு கத்தினான், 'தண்ணீர், தண்ணீர், அல்லாவே! தண்ணீர்!'

அவன் ஓடிய திசையை பயத்துடன் வெறித்துக்கொண்டிருந்தேன். பாலைவனம் பற்றி நான் அறிந்து வைத்திருந்த இச்சிறிய

அனுபவத்திலேயே அது கானல் நீராகத்தான் இருக்க வேண்டும் என்று எனக்குப் புரிந்தது. நான் அவனைத் திரும்ப அழைத்தேன். ஆனால் என் கதறலுக்குச் செவிசாய்க்காமல் பைத்தியக்காரன் போல் தண்ணீர் தண்ணீர் என்று கத்திக்கொண்டே முன்னோக்கி ஓடினான். இப்ராஹிமும் நானும் அவன் பின்னால் தொடர்ந்து ஓடி அவனைப் பிடித்தோம். அதற்குள் அவன் வாயிலிருந்து நுரை தள்ளியது. அவன் மூக்கிலிருந்து ரத்தம் சிந்தியது. என் உடைகளால் அவன் முகத்தைத் துடைத்துவிட்டு இருவரும் அவனைப் பிடித்து அழுத்தி உட்கார வைத்தோம். மயக்கமாக இருக்கிறது என்று என்னிடம் கூறினான். சிறிது நேரத்தில் ஏதேதோ புரியாமல் சைகை செய்தான். திடீரென்று வெறிபிடித்தவன்போல் எழுந்து அமர்ந்து அங்கிருந்து ஓடிவிட்டான்.

நாங்கள் அவன் பின்னால் ஓடினோம். கொஞ்ச தூரம் ஓடிய பிறகு அவன் களைத்துப்போய் கீழே விழுந்தான். பின்பு குரலெடுத்து அழத்தொடங்கினான். அவனைப் பிடிக்கச் சென்ற எங்களைத் தள்ளிவிட்டுவிட்டு சூடான மணலை எடுத்துத் திங்கத் தொடங்கினான். இப்ராஹிமும் நானும் அவனைத் தடுத்து நிறுத்த முயன்றாலும் ஏதோ ஒரு ராட்சத பலத்தில் எங்களைத் தள்ளிவிட்டு மணலைத் தின்றபடி இருந்தான். பின்பு வாந்தி எடுக்கத் தொடங்கினான். இப்ராஹிமோ நானோ எதுவும் செய்ய முடியவில்லை. செய்வதறியாது நின்றோம். சிறிது நேரம் வாந்தியெடுத்த பிறகு ஹக்கீம் ரத்தம் கக்கத் தொடங்கினான். அடிக்கப்பட்ட பாம்பாக வாடிப்போய் மணலில் சுருண்டு விழுந்தான். அவன் முழிகள் பிதுங்கியது. அவன் மூக்குத் துவாரங்களிலிருந்தும் வாயிலிருந்தும் மேலும் நிறைய ரத்தம் நுரையுடன் வெளியேறியது.

'இப்ராஹிம், ஏதாவது செய்யுங்க. என் ஹக்கீம் இப்போ செத்துடுவான்,' நான் அழுதேன். 'அல்லா, என் கடவுளே, உலகனைத்திற்குமான கடவுளே, எதுவும் நடக்காமல் பார்த்துக்கொள்... எதுவும் ஹக்கீமிற்கு நடக்காமல் பார்த்துக்கொள். தயவுசெய்து அவனைப் பார்த்துக்கொள்,' என் நெஞ்சில் அறைந்துகொண்டு அழுதேன்.

வானத்தைப் பார்த்தேன். எரியும் சூரியக் கதிர்கள் என் கண்களைச் சந்தித்தன.

நான் மீண்டும் இப்ராஹிமிடம் சென்றேன், ‘ஏதாவது செய்ங்க இப்ராஹிம்...’ அவன் அசையாமல் அம்ர்ந்திருக்க, எனக்கிருந்த வேதனையில் அவனை அடித்து, உதைத்து அவன் மீது துப்பினேன்.

‘ஹக்கீம அல்லாவின் கவனிப்புல விடுறதத் தவிர நமக்கு வேறு வழியில்ல,’ இப்ராஹிம் அழுதான். இப்ராஹிமை இத்தனை ஆற்றாமையுடன் நான் பார்த்ததில்லை.

நான் உடைந்து போனேன். கண்களை மூடிக் கீழே விழுந்தேன். ஹக்கீமிற்கு வந்த இழுப்புகளைப் பார்க்க முடியவில்லை. அவனது உறுமல்களும், நடுக்கங்களும் சிறிது நேரம் தொடர்ந்தன. மெதுவாக என் கண்களைத் திறந்து அவனைப் பார்த்தேன். அவன் என்னை வெறித்துப் பார்த்தவாறு கிடந்தான். அவன் ஏதோ கூற முயன்றான். நான் அவனிடம் ஓடினேன். ‘ஹக்கீமே, கவலைப்படாத.’ அவனை என் மடியில் எடுத்துக்கொண்டேன். அவன் கண்கள் ஒருமுறை அசைந்தன. பின்பு மெதுவாக அசைவற்றுப்போயின. என் மூளை முழுவதும் இருள் அக்கிரமித்ததுபோல் ஆகியது. மரண வேதனை என் உடலை ஆட்கொண்டது. நான் மயங்கி விழுந்தேன்.

என் கண்களைத் திறந்தபோது இப்ராஹிம் கதிரியின் தோள்களில் ஒரு பிணம்போல் தொங்கிக்கொண்டிருந்தேன். பாலைவனம் கடுமையான மணல் புயலை வீசிக்கொண்டிருந்தது. ஒவ்வொரு அடியும் கடினமாகியது. இருந்தும் இப்ராஹிம் என்னைத் தோளில் சுமந்துகொண்டு ஓடியவாறு இருந்தான். அவன் ஏன் அப்படி ஓடுகிறான் என்று எனக்குப் புரியவில்லை. ஆனால் களைப்பு என்னைக் கீழே இறங்கவிடாமல் செய்தது.

தொங்கியவாறே சுற்றிப் பார்த்தேன். மணல்மேட்டின் பின்னால் சில அசைவுகள் தெரிந்தன. அது என்னவாக இருக்கும் என்று யோசித்தவாறே உற்றுப் பார்த்தேன். மணற்குன்றின் பின்னால் அசைவு இல்லை, மணற்குன்றுதான் அசைந்தது. கடலின் மூலையிலிருந்து பிறக்கும் அலைகள்போல், பாலைவனத்தில் மணலலைகள் முன்னோக்கி வந்துகொண்டிருந்தன. அதற்குப் பின்னால் இன்னும் பெரிய அலைகள். நாங்கள் நின்றுகொண்டிருந்தது பாலைவனம் அல்ல, கடற்கரை என்று நினைத்தேன். என் கண்முன்னால் நிலப்பரப்பு மாறிக்கொண்டே இருந்தது. மணற்குன்றுகள் எழும்பி, அடங்கி காற்றில் மறைந்தன.

‘கண்களை இறுக்கமா மூடிக்கங்க,’ இப்ராஹிம் கத்தினான். என்னைக் கீழே இறக்கிவிட்டு இறுக்கி அணைத்துக்கொண்டான், ‘அசையாதீங்க.’ நாங்கள் ஒருவரை ஒருவர் அணைத்தவாறு நின்றுகொண்டிருந்தோம். சில நொடிகளில் ஓர் அலையின் விளிம்பு எங்களை லேசாகத் தொட்டது. என் முகத்தையும், உடலையும், கைகளையும் பொசுக்கிய மணலை என்னால் உணர முடிந்தது. எத்தனை நேரம் அந்த மணற் குழியில் நின்றிருக்க வேண்டியிருந்தது என்று தெரியவில்லை. காற்று நின்றுவிட்டது என்று உறுதியாகத் தெரிந்த பின்னர் மெதுவாகக் கண்களைத் திறந்துப் பார்த்தேன். என்னைக் கட்டிக்கொண்டிருந்த உருவமும் மணலாகத்தான் இருந்தது. காற்றில் வெறும் புழுதி மட்டும்தான். பார்வைக்கு எதுவும் தெரியவில்லை. எங்கும் மணல். கிட்டதட்ட எங்கள் இடுப்புவரை மணலில்தான் நின்றிருந்தோம். அதைவிட அதிசயம் என்னவென்றால் என் முன்னால் இருந்த மணல் மலை நகர்ந்திருந்தது, நிலப்படம் ஒன்று எங்கள் கண் முன்னே மீண்டும் வரையப்பட்டதுபோல். அதைப் போன்ற மலையொன்று என் ஹக்கீமை என்றென்றைக்குமாகப் புதைத்துவிட்டிருந்தது.

முப்பத்தி ஆறு

எப்படியோ ஒருவழியாக இப்ராஹிம் அந்தக் குழியிலிருந்து வெளியேறி என்னையும் வெளியே இழுத்தான். அவன் தன் தோள்களில் என்னைச் சுமந்துகொண்டு நடக்க முற்பட்டபோது நான் என்னை அவன் பிடியிலிருந்து விடுவித்துக்கொண்டு கூறினேன், ‘இப்ராஹிம், என்ன இங்கயே விட்டுட்டு உன்னக் காப்பாத்திக்கோ. ஹக்கீம் இல்லாம நான் எங்கயும் போக விரும்பல. நான் தப்பிக்க விரும்பல. நாங்க ஒன்னாத்தான் வந்தோம். அவன விட்டுட்டுத் தனியா நான் போக முடியாது. அவன் உம்மாவோட கேள்வியையோ அவன் சகோதரியோட கண்களையோ என்னால எதிர்கொள்ள முடியாது. என்ன விடு. நான் அவன் கிட்ட போறேன். நான் அவன் கிட்ட போகனும்.’

ஹக்கீமின் உடலைப் புதைத்த மணல் நோக்கி ஓட முயன்றேன். ஆனால் இப்ராஹிம் என்னைப் பிடித்து இழுத்து தோள்களில் ஏற்ற முயன்றான். ‘உன்ன இப்படி நிராதரவா விட்டுட்டுப் போறதுக்காக அல்லா என்ன அந்த மஸாராக்கு அனுப்பல. ஹக்கீமதான் என்னால காப்பாத்த முடியல. ஆனா நான் இறந்தாதான் உன்ன இறக்க அனுமதிப்பேன்.’

அவனை எதிர்க்க என்னிடம் சக்தியில்லை. வாடி வதங்கிய கொடிபோல் அவன் தோள்களில் தொங்கிக்கொண்டு சென்றேன். ஒரு சிறு குழந்தையைப் போல் அழுதேன். என்னைச் சுமந்துகொண்டு அவன் அந்த மணல் வெளியில் நடந்தான். தாகம், பயம், பசி அனைத்தும் எங்களைப் பிடித்து ஆட்டியது. என் இதயத் துடிப்பு எனக்குக் கேட்டது. ஒவ்வொரு நொடிக்கும் அதன் துடிப்பு பலவீனமாகியது. என் மூச்சும் பலவீனமாகியது. என் நாக்கு தடித்துப்போய் இனிமேல்

அதை நான் அசைக்கவே முடியாதோ என்று தோன்றியது. உலகமே இருண்டு என்னைச் சுற்றத் தொடங்கியது. என் கபாலத்திலிருந்து புகை வந்தது. என் ஐம்புலன்களையும் நான் இழக்கத் தொடங்கினேன். ஹக்கீம் இறுதி நொடிகளில் இருந்தது போல் நானும் ஆகிக்கொண்டிருக்கிறேன் என்பதை உணர்ந்தேன். இன்னும் இந்த உலகத்தில் எனக்கு நிறைய நேரம் இல்லை. நான் விடைபெறும் நேரம் நெருங்கிவிட்டது. நான் விரும்பியவர்களையும் என்னை விரும்பியவர்களையும் நினைவுகூர முயன்றேன். நிறைய முகங்கள் நினைவிற்கு வரவில்லை. உம்மா, சைனு, ஹக்கீம்... ஆனால் மஸாராவில் இருந்த ஆடுகள் ஒன்றன் பின் ஒன்றாக நினைவிற்கு வந்தன. நபீல், அராவு ராவுத்தர், போச்சக்காரி ரமணி, மேரிமைமுனா, இண்டி பொக்கர், நண்டு ராகவன், பாரிப்பூ விஜயன், சக்கி, அம்மிணி, கௌசு, ரௌஃபத். ஒருவேளை மனிதர்கள் என்னை நேசித்ததைவிடவும் அவைகள் என்னை அதிகம் நேசித்திருக்கலாம். அவையனைத்தும் எனக்குப் பிரியாவிடை அளித்தன.

மாலை வந்தது. இரவு வந்தது. மீண்டும் மணலில் கிடந்தோம். ஓரிரவு முழுதும் கிடந்தும் ஒருவருக்கொருவர் ஒரு வார்த்தையும் பேசிக்கொள்ளவில்லை. அந்த இரவைக் கடக்கும் சக்தி எனக்கிருந்தது என்று நான் நினைக்கவில்லை. ஆனால் கடந்தேன். மறுநாள் காலை உயிருடன்தான் இருந்தேன்.

முப்பத்தி ஏழு

காற்று குறைந்திருந்தது, அன்று புலர்ந்த காலையும் வழக்கத்திற்கு மாறாக மிக அழகாக இருந்தது. இருவரும் மெதுவாக எழுந்துகொண்டோம். ஒரு வார்த்தையும் பேசிக்கொள்ளவில்லை. நம்பிக்கைகளும் எதிர்பார்ப்புகளும் முடிவுக்கு வந்திருந்தன. ஏதாவதொரு இடத்திற்குச் சென்று சேர வேண்டும். எனக்கு எங்கேயும் சென்றுசேர வேண்டும் என்றுகூடத் தோன்றவில்லை. முடிந்தவரை விரைவாக இறந்துவிட வேண்டும். இந்த வெப்பத்தையும் தாகத்தையும் என்னால் இனியும் தாங்க முடியாது. ஹக்கீமை இந்த நரகத்திலிருந்து காத்ததுபோல், அல்லாவே எங்களையும் காப்பாற்று.

நாங்கள் நடக்கத் துவங்க, மணலில் என் பாதங்கள் பதியாமல்தான் நடக்க முடிந்தது. பாதி உயிர் பிரிந்தவன் மாதிரிதான் நடந்தேன். இப்ராஹிம் என்னைத் தன் தோளில் தூக்கிச் செல்லப் பலமுறை கேட்டான். நான் அனுமதிக்கவில்லை. நான் அன்று இறந்துவிடுவேன் என்று எனக்குத் தெரிந்தது. என் உடலில் அவ்வளவுதான் உயிர் இருந்தது. நடந்தால் என் உயிர் விரைவில் பிரிந்துவிடலாம் என்றெண்ணி நடக்கத் தொடங்கினேன்.

சிறிது தூரம் நடந்த பிறகு மணலில் ஏதோ ஓர் விலங்கின் காலடித் தடத்தைப் பார்த்தோம். கள்ளத்தனமாக வந்ததன் மெல்லிய தடம். இப்ராஹிம் அவற்றைத் தொடர்ந்து சென்று அவை எங்கே செல்கிறது என்று பார்த்தான். அவை நீண்டுகொண்டே சென்று எங்கோ அந்தகாரத்தில் முடிந்தது. அதுதான் பாலைவனத்தின் நடுப் பிரதேசம் என்று

உறுதிப்படுத்திக்கொண்டு என்னை வேறு திசையில் அழைத்துச் சென்றான். மதியம் வரை நடந்திருப்போம், திடீரென்று மணலில் ஒரு பெரிய பல்லியைப் பார்த்தோம்.

‘பல்லி!’ என்று கத்திகொண்டே இப்ராஹிம் அதன் பின்னே ஓடினான். அவனது மகிழ்ச்சியை என்னால் புரிந்துகொள்ள முடியவில்லை. நான் ஏற்கெனவே அரைத் தூக்கத்தில் தள்ளாடியபடி இருந்தேன். எந்த நொடியும் விழுந்துவிடுவேன் என்ற எதிர்பார்ப்புடன்.

‘நஜீப், அதப் பாத்தியா? அது ஒரு பல்லி,’ இப்ராஹிம் மகிழ்ச்சியில் கத்தினான்.

‘அதனால என்ன?’ நான் முறைத்தேன்.

‘பாலைவனத்துல பல்லி இருக்குன்னா என்ன அர்த்தம் தெரியுமா, இங்க எங்கயோ தண்ணி பக்கத்துலதான் இருக்குனு அர்த்தம்,’ அவன் மகிழ்ச்சியுடன் கூறினான்.

‘அப்டியா?’ திடீரென்று நம்பிக்கையுடன் கேட்டேன்.

அவன் ஆம் என்று தலையசைத்தான். ‘இப்பதான் நாம ஒவ்வொரு அடியையும் யோசிச்சு எடுத்து வெக்கனும். திரும்பவும் பாலைவனத்துக்குள்ள போயிடக்கூடாது. இதுதான் நம்ம கடைசி சந்தர்ப்பம்,’ இப்ராஹிம் எச்சரித்தான்.

ஆகையால் நாங்கள் நிதானமாக நடந்தோம். ஒவ்வொரு அடியிலும் மேலும் பல்லிகளைத் தேடினோம். அவைகள் ஊர்ந்து சென்ற திசையில் நாங்களும் பின் தொடர்ந்தோம். மணல்மேட்டில் ஏறி வந்த பிறகுதான் தெளிவாகப் பார்த்தேன். தூரத்தில் பச்சை. பேரிச்சை மரங்கள், சிறிய புதர்கள். நீர் அருகில்தான் இருக்க வேண்டும். அதற்குப் பிறகு நான் ஓடினேனா பறந்தேனா என்று நினைவில்லை. எல்லாக் களைப்பையும் மறந்து அங்கே ஓடினேன்.

என் கால்கள் யானையின் கால்களைப்போல் தடித்திருந்தாலும் அவற்றை இழுத்துக்கொண்டு ஓடினேன். கால்கள் வெட்டுப்பட்டு ரத்தம் ஒழுகிக்கொண்டிருந்தாலும் கற்களை மிதித்தபடி ஓடினேன். இப்ராஹிம் கதிரி என் பின்னால் வந்துகொண்டிருந்தான். இறப்பதற்காக ஏங்கினாலும் வாழ்வதற்கான ஆசை என்னுள் ஆழமாக இருந்திருக்கிறது.

ஒருவேளை அந்த ஆசையே என்னை இறுதிவரை வாழ்க்கையைப் பற்றிக்கொள்ள வைத்திருக்கலாம்.

தண்ணீர் இருக்கிறது என்று உறுதியாகத் தெரிந்ததால் அடர்த்தியான புதர்களின் ஊடாக நான் வேகமாக ஓடினேன். என் தலைக்குள் ஆயிரம் தேனீக்கள் ரீங்காரமிட்டுக்கொண்டிருந்தன. என் கண்கள் முன்பு ஆயிரம் வெண் வட்டங்கள் சுற்றின. ஹக்கீமின் கடைசிப் பொழுதுகளில் அவன் நடந்துகொண்ட பைத்தியக்காரத்தனத்துடன் என்னால் இதைத் தொடர்புப்படுத்த முடிந்தது. தாகத்துடன் கூடிய பைத்தியமானேன். இங்கும் அங்குமாக எல்லாத் திசைகளிலும் அலைந்துகொண்டிருந்தேன். ஆனால் இப்ராஹிம் அமைதியாக ஓர் ஒழுங்குடன் நீரைத் தேடிக்கொண்டிருந்தான். அதிகப் பச்சையாக இருந்த இடங்களைத் தேடினான். மணல் ஈரமாக இருந்த இடங்கள். இறுதியில் புதர்களுக்கு இடையில் ஒரு சிறு குட்டையைக் கண்டுபிடித்தான். கைகளை மேலே தூக்கி சத்தமாகக் கத்தினான், '*அல்லாஹூ அக்பர்! நீர்! நீர்! அல்லாஹூ அக்பர்!*'

அந்தச் சத்தம் என் காதில் விழுந்தவுடன் என் தலை வெடித்துவிடும்போல் இருந்தது. நான் அவனை நோக்கிப் பைத்தியக்காரனாய் ஓடினேன். அங்கு பார்த்ததும் என் கண்கள் ஆச்சரியத்தில் விரிந்தன. ஒரு சிறு குட்டை நீர் - புதர்களுக்கு இடையில். எவ்வளவு நீர்! தாகத்தில் இறந்துகொண்டிருப்பவனாய் நான் அதை நோக்கி ஓடினேன். திடீரென்று இப்ராஹிம் என்னைப் பிடித்து இழுத்து நிறுத்தினான். '*அதக் குடிக்காத!*' அவன் கத்தினான். என் கண்களில் கோபம் வெடித்தது. என் ரத்தம் கொதித்தது. என் அனைத்து சக்தியையும் திரட்டி அவன் கழுத்தில் ஓங்கிக் குத்தினேன். அந்த எதிர்பாராத தாக்குதலில் அவன் நிலைகுலைந்து போனான்.

மீண்டும் நான் நீரை நோக்கிப் போனேன். இப்ராஹிம் என் கால்களைப் பிடித்துத்தள்ளி அங்கிருந்து இழுத்தான். 'என்ன விடு நாயே, எனக்கு தாகமா இருக்கு. எனக்கு தண்ணி வேணும்,' நான் கத்தினேன்.

ஆனால் அவன் என்னை விடவில்லை. நான் என் மார்பில் அடித்துக்கொண்டு அழுதேன். 'என் அல்லாவே, நான் ஏங்குறத எனக்குத் தர ஏன் என்ன இத்தனப் போராட வைக்கிற? இந்த வில்லன மின்னலால் தாக்கு. நான் இவன்கூட இத்தன

நாள் நடந்திருக்கேன். இவன்தான் ஹக்கீமைக் கொன்னான். இப்போ இவன் என்னையும் கொல்ல சதி செய்யறான். அந்தக் குட்டையில இருக்குற நீர் எல்லாத்தையும் அவனே குடிக்கப் பாக்கறான். என் நாக்கக்கூட நனைச்சுக்க முடியாது போலிருக்கு. நான் சாகறதுக்கு முன்னாடி கொஞ்சமாவது தண்ணியக் குடிக்கனும். எனக்கு அதோட சுவை தெரியனும்,' நான் கத்திக்கொண்டே திமிறினேன்.

என்னைக் குட்டையிலிருந்து தொலைவில் அவன் இழுத்துப் போட்டிருந்ததால் என்னால் மீண்டும் எழுந்து குட்டைக்குச் செல்ல முடியவில்லை. அவன் அந்தக் குட்டைக்குச் சென்றான். அவனே அந்த நீர் அனைத்தையும் குடித்து முடிப்பதைப் பார்க்க சக்தியில்லாமல் என் கண்களை மூடிக்கொண்டேன்.

திடீரென்று என் நாவில் ஈரம் பட்டதை உணர்ந்தேன். கண்களைத் திறந்தேன். இப்ராஹிம் என் அருகில் அமர்ந்திருந்தான். அவன் கையில் ஈரத்துணி ஒன்று இருந்தது. என் உதடுகளை அதனால் ஈரப்படுத்தினான். பேராசையுடன் நான் வாயைத் திறந்தேன். அதிலிருந்து ஒரு சொட்டு நீர் என் வாயில் விழவும் அமிலம் விழுந்ததுபோல் துள்ளி எழுந்தேன். மீண்டும் அவன் என் வாயில் அதைக் கொண்டு ஈர ஒத்தடம் கொடுத்தான். ஒவ்வொரு துளி அமில நீரும் என் நாக்கில் சொட்டியது.

மீண்டும் இப்ராஹிம் துணியை நனைத்துக்கொண்டு வந்தான். நீர் என் நாவிலிருந்து தொண்டைக்கு வலுக்கட்டாயமாக இறங்கியது. அந்த ஈரம் வயிற்றில் புண் வந்திருந்த இடத்தை எல்லாம் எரித்தது. என் வாய் முழுவதுமாக நனைந்தவுடன்தான் எரிச்சல் அடங்கி எனக்கு தாகம் எடுத்தது. இப்ராஹிம் அந்தக் குட்டைக்கு என்னை நடத்திச் சென்றான். நீரைக் கைகளில் குவித்து மெதுவாக என் வாயில் ஊற்றினான். திருப்தியடையும்வரை முழுதாகக் குடித்துத் தீர்த்தேன். அந்த ஈரம் என் உடலின் ஒவ்வொரு செல்லிலும் கடத்தப்படுவதை மகிழ்ச்சியுடன் உணர்ந்தேன். இறுதியில் தேவையான அளவு குடித்து முடித்தபின் களைத்துப்போய் நிலத்தில் விழுந்தேன். அதற்குப் பிறகுதான் இப்ராஹிம் கதிரி முதன் முறையாக அந்தத் துணியால் தன் நாவை ஈரப்படுத்திக்கொண்டான்.

என் சிறுதனத்தை நினைத்து கனத்துடன் அழுதேன்.

முப்பத்தி எட்டு

அந்த நீர் ஊற்றினருகில் நாங்கள் மேலும் மூன்று தினங்கள் தங்கினோம். தேவையான நீரைக் குடித்து மரத்திலிருந்து பேரீச்சம் பறித்துத் தின்றோம். போதிய அளவு தூங்கி, எங்கள் உடலிலிருந்த நாட்பட்ட களைப்புகளையெல்லாம் அகற்றினோம். ஆனால் வலியும், வீங்கிய கால்களும், எரிந்த பாதங்களும் அப்படியே இருந்தன. ஒவ்வொரு காலையும் இப்ராஹிம் அந்த இடத்தைச் சுற்றிப் பார்த்து புலங்காண முயன்றுவிட்டு, மாலையில் திரும்புவான். அவனுடைய நோக்கம் மனிதத் தடம் கண்டுபிடிப்பது, அப்பொழுதுதான் மேலும் தகவல்களை அறிந்துகொள்ள முடியும்... நாங்கள் இங்கிருந்து எப்படித் தப்பிப்பது? எங்கிருக்கிறோம்? போன்ற தகவல்கள்.

முதல் நாளே நானும் அவனுடன் வருகிறேன் என்றபோது மறுத்துவிட்டான். 'பாலைவனத்துல நீங்க வேகமாக உதிரும் பூ மாதிரி இருக்கீங்க. சரியான வழித்தடம் என்னனு கண்டுபிடிச்சப் பிறகுதான் உங்களோட அடுத்த பயணம் தொடரும்.' அவன் அப்படி அலையும்பொழுது வழி தவறிச் சென்றுவிட்டால் மீண்டும் எனக்காக இங்கே வர முடியாதே என்று பயந்தேன். அவனுடைய துணை எனக்குத் தேவையாக இருந்தது. நான் இந்த உலகில் தனியாக இருக்க விரும்பவில்லை. அவன் திரும்பி வரத் தாமதமானபோது என்னைக் கவலை பீடித்தது. தனியாக இருப்பதை நினைத்தும் பார்க்க முடியவில்லை. தூரத்தில் ஏதாவது மணல்மேட்டில் அவன் உருவம் தெரிவதைப் பார்த்த பின்புதான் எனக்கு நிம்மதியாக இருக்கும்.

இப்ராஹிம் கிளம்பிச் சென்ற பிறகு நான் அந்தப் பசுந்திடலைச் சுற்றி நடப்பேன். பொதுவாக, இத்தகைய பசுந்திடல்கள் பல ஏக்கர்களுக்குப் பரந்து இருக்கும். அரேபியர்களும் பயணியர்களும் இத்தகைய இடங்களுக்கு வருவார்கள். ஆனால் இதைப் பார்த்தால் அப்படி இல்லை. இதுதான் உலகிலேயே மிகவும் சிறிய பசுந்திடலாக இருக்க வேண்டும். அவ்வளவு சிறியதாக இருந்தது. அதில் ஒரு குட்டை, சில பேரீச்சை மரங்கள், பெயர் தெரியாத கள்ளிச் செடிகள், சில சிறிய செடிகள். இந்த சிறிய பச்சை நிலத்தைச் சுற்றிலும் முடிவில்லாத மணற்பரப்புதான். ஒரு சிறிய பசுந்திடல். கடவுளின் சொந்த ஈடன் தோட்டம். கடவுள் ஒருவேளை இந்தப் பசுந்திடலை எங்களுக்காகத்தான் உண்டாக்கினாரோ என்று அடிக்கடி வியந்திருக்கிறேன்.

மூன்றாவது நாள் மதியம் இப்ராஹிம் மகிழ்ச்சியுடன் திரும்பி வந்தான். அப்படியென்றால் நம்பிக்கையளிக்கக் கூடிய ஏதோ ஒன்றைப் பார்த்திருக்கிறான் என்று அர்த்தம். என்னை இழுத்துக்கொண்டே அவனை நோக்கிச் சென்றேன். 'என்ன இப்ராஹிம், ஏதாவது சாலையைப் பாத்தியா?'

'நாம வாழ்க்கையில இருந்து ரொம்ப தூரத்துல இல்ல, நஜீப்,' அவன் கூறினான். 'இன்னிக்கு மூனு கற்களைக் கண்டுபிடிச்சேன். மூனும் மனிதர்கள் பயன்படுத்தியிருக்காங்க. சிலர் அந்த வழி வந்திருக்காங்க. கல்லுல அடுப்பு எழுப்பி அதுல உணவு சமைக்க நெருப்பு மூட்டியிருக்காங்க. இது நல்ல அறிகுறி.'

அடுத்த நாள் நாங்கள் அந்த திசையில் நடக்கத் தொடங்கினோம். அந்தப் பசுந்திடலில் மேலும் இருப்பது அர்த்தமில்லாததாகத் தோன்றியது. தண்ணீர் அளித்தப் பாதுகாப்பிலிருந்து விடைபெற்றுக்கொண்டு அல்லா எங்களுக்குக் காட்டிய வழியில் நடக்கத் தொடங்கினோம். இப்ராஹிம் பார்த்து மகிழ்ச்சியடைந்த கற்களை நானும் பார்த்தேன். அந்தத் திறந்த வெளியில் மணல் தளர்ந்து இருக்கவில்லை. அதைச் சுற்றி சோதனை செய்தவாறு நடந்தபோது, ஒரு வழி மெதுவாகப் புலப்பட்டது. அடிக்கடி வாகனங்கள் வந்து சென்ற வழித்தடம். மனிதர்கள் இருப்பதற்கான மற்றுமோர் ஆதாரம். நகரவாசிகள் களிப்பிற்காக அடிக்கடி வந்து சென்ற இடமாக அது இருக்கலாம். அப்படியென்றால் நிச்சயம் இந்தப் பாதை ஒரு பாதுகாப்பான இடத்திற்கு அழைத்துச் செல்லும். நாங்கள் உயிர் பிழைப்போம் என்ற நம்பிக்கை மீண்டும் வலுத்தது. அந்த நம்பிக்கையுடன்

அந்தப் பாதையில் வேகமாக நடந்தோம். ஒவ்வொரு குன்றின் திருப்பத்திலும் மனிதர்களின் நடமாட்டத்தை எதிர்பார்த்தோம். ஆனால் அந்தப் பாதை எங்களை யாரும் வாழாத, மலட்டு நிலத்திற்கு அழைத்துச் சென்றது. பின்பு நாங்கள் அதைப் பார்த்தோம். ஒரு நீண்ட வரி, அணிலின் முதுகில் இருப்பதைப்போல் மணல்மேட்டின் நடுவில் சென்றது. என்னுடைய பசிகொண்ட கண்கள் அவற்றைத் தூரத்திலிருந்து அடையாளம் கண்டுகொண்டது. வேகமாக அதை நோக்கி ஓடினேன்.

என் சந்தேகம் சரியாய்ப் போனது. அது சக்கரத்தின் சுவடுகள்தான். என் கடவுளே, ரப் அல் அலாமீன், இந்தச் சுவடு பல விஷயங்களை உறுதிப்படுத்துகிறது. மனிதர்கள் இங்கே இருந்திருக்கிறார்கள். அருகில் இன்னும் மனிதர்கள் வாழ்கிறார்கள். அருகில்தான் சாலை ஒன்று இருக்கிறது. அருகில்தான் மக்கள் வாழும் குடியிருப்பு இருக்கிறது. அந்தப் பெரிய இருள் உலகில் நம்பிக்கையின் சிறு விளக்கு வெளிச்சத்தை ஏற்றியது.

நாங்கள் அந்தத் தடத்தைத் தொடர முடிவெடுத்தோம். நிச்சயமாக இத்தடம் பாதுகாப்பான இடத்திற்கு இட்டுச் செல்லும் என்று நம்பினோம். அந்த சக்கரத் தடங்கள் மனிதன் ஓட்டும் வாகனத்தினுடையவை அல்ல. அல்லாவின் வாகனம் ஏற்படுத்திய தடங்கள் அவை. தப்பிப்பதற்கான வழி. நன்றி அல்லாவே. ஆயிரம் நன்றிகள். ஆயிரம் கோடி நன்றிகள்.

இருந்தும் எங்களுக்குக் கவலையாக இருந்தது. ஒரு சிறு காற்றும் இந்த நம்பிக்கை ஒளியை அணைத்துவிடலாம். காற்று திசை மாறினால் இந்தத் தடங்கள் இருந்த இடம் தெரியாமல் மறைந்துவிடும். ஆனால் அன்று அல்லா எங்களுடன் இருந்தார். அவர் காற்றை அசையக்கூட விடவில்லை. எங்கள் அசௌகரியங்களையெல்லாம் மறந்து ஓடினோம். என் கால்களில் இருந்த வேதனை, இழுப்புகள், வீக்கம், வலி, எரிச்சல், வெட்டுகள் அனைத்தையும் மறந்து ஓடினேன். காற்று கலைப்பதற்கு முன்னதாக அத்தடத்தை அடைந்தோம். சுற்றியும் திரும்பியும் நாங்கள் ஓட ஓட சென்றுகொண்டேயிருந்தது. எங்கள் கனவுகளும் நனவாயின.

நம்பிக்கை ஒளியைப் பற்றிக்கொண்டு எத்தனை தொலைவு ஓடியிருந்தோம் என்று தெரியவில்லை. சேருமிடத்தைக்

கிட்டத்தட்ட நெருங்கிவிட்டோம் என்று நினைத்தபோது இருளத் தொடங்கியிருந்தது. துரதிர்ஷ்டவசமாக நாளெல்லாம் அமைதியாக இருந்த காற்று திடீரென்றுத் தோன்றி வழித்தடத்தைத் தன் சிறகில் எடுத்துக்கொண்டு பறந்தது.

நாங்கள் அதிர்ச்சியில் நின்றுவிட்டோம். சூறாவளி நின்றபோது எங்கள் முன்பு முடிவில்லாத வெறுமை விரிந்தது. நம்பிக்கையிழந்து நான் அழத் தொடங்கினேன். சொர்க்கத்தை நோக்கிப் பார்த்தேன். 'போதும் கடவுளே, போதும். இனியும் என்னோட விளையாடாதீங்க. நீங்க என்ன கேலிக்குள்ளாக்குறத இனியும் என்னால தாங்க முடியாது.' மேற்கொண்டு போகலாம் என்ற இப்ராஹிமின் தொந்தரவுகளை உதாசீனப்படுத்தி உடைந்த கப்பலின் எச்சங்களைப்போல் நான் மணலில் விழுந்தேன். மேலும் ஒரு மாலை கண்ணீரில் கழிந்தது.

முப்பத்தி ஒன்பது

இன்னும் விடியவில்லை. திடீரென்று பழக்கமில்லாத சத்தம் கேட்டு திடுக்கிட்டு விழித்தேன். கனவாக இருந்திருக்க வேண்டும். கண்களை மூடினேன். மீண்டும் அதே சத்தம். விழித்துப்பார்த்தால் பாலைவனம் தன் ஆக்ரோஷத்தையெல்லாம் ஒதுக்கிவிட்டு அழகாக உறங்கிக்கொண்டிருந்தது. தொலை தூரத்தில் எழுந்த சத்தத்தையும் ஒருவரால் கேட்க முடிந்தது. மீண்டும் அதே சத்தம். கவனமாக அது என்னவென்று உற்றுக்கேட்டேன். முழு லோடு ஏற்றிச் செல்லும் லாரிகளின் டயர்கள் சாலையில் ஒரு வித்தியாசமான சத்தத்தை எழுப்பும். மஸாராவில் அமைதியான இரவுகளில் எத்தனை முறை நான் இந்தச் சத்தத்தைக் கேட்டிருக்கிறேன். நிச்சயமாக இதுவும் எங்கோ தூரத்தில் ஒரு வாகனம் ஏற்படுத்தும் ஒலிதான். விட்டுவிட்டு வாகனங்களின் சத்தத்தைக் கேட்க முடிந்தது.

என் முன்னால் ஓரளவு பெரிய மலை ஒன்று இருந்தது. மலைக்கு அந்தப் பக்கம் நிச்சயம் நெடுஞ்சாலை இருக்க வேண்டும். ஒருவேளை அந்தச் சத்தத்தை என் களைத்த மனது தானாகக் கற்பனை செய்துகொண்டிருந்தாலோ அல்லது என் புலன்கள் என்னை மொத்தமாகக் கைவிட்டிருந்தாலோ ஒழிய அந்த நெடுஞ்சாலையில் வாகனங்கள் கடந்தன. நான் தூக்கத்திலிருந்து துள்ளி எழுந்தபடி 'இப்ராஹிம்,' என்று கத்தினேன். 'நாம வந்துட்டோம். நாம வந்துட்டோம்.' என் மனது மகிழ்ச்சியில் அடித்துக்கொண்டது. இப்ராஹிம் தூங்கும் இடத்திற்குச் சென்றேன். ஆனால் அவன் அங்கே இல்லை. நான் எல்லா இடத்திலும் சுற்றிப் பார்த்தேன். அவன் எங்குமே இல்லை.

'இப்ராஹிம், இப்ராஹிம்,' கத்திக்கொண்டே நாலாப்பக்கமும் ஓடினேன். எங்கிருந்தும் பதிலில்லை. எங்கே போய்விட்டான்? என்னுடன்தான் தூங்கச் சென்றான். 'இப்ராஹிம், இப்ராஹிம்!' மீண்டும் கத்தினேன். என் கத்தல்கள் எல்லாம் பதிலைப் பெறாமல் பாலைவனத்தின் முடிவிலியில் இணைந்தன.

பாலையின் முதல் வெளிச்சம் கிழக்கு மூலையில் உதித்தது. இருள்திரை விலகியது. என் கண் முன்னால் மணலும் குன்றும் பார்வைக்கு வந்தன. வெளிச்சத்தின் உதவியோடு நீண்ட நேரம் சுற்றிப் பார்த்தேன். இப்ராஹிம் கதிரி எங்குமே இல்லை. ஒரு மணல்மேட்டில் ஏறி நின்றுகொண்டு சுற்றிலும் பார்த்தேன். அவன் எங்கும் இல்லை. நிறைய நேரம் தேடிய பிறகு நான் உண்மையை ஏற்றுகொள்ள வேண்டியதாகியது. என் வழிகாட்டியும், என் காப்பாளனுமானவன் என் வாழ்விலிருந்து என்றென்றைக்குமாக மறைந்துவிட்டான். வந்த சுவடு இல்லாமல்.

உலகின் கடைசி மனிதன் நான்தான் என்பதுபோல் என்னைத் தனிமையும் சோகமும் சூழ்ந்துகொண்டது. மணலில் அமர்ந்து அழுதேன். இப்ராஹிம் என்னை இப்படி விட்டுச் சென்றாயே, நான் எங்கு செல்வேன்? இத்தனை நாள் ஒன்றாகத்தானே இருந்தோம்? கஷ்டத்திலும் துக்கத்திலும்? இதோ இப்பொழுது பாதுகாப்பான இடத்திற்கு வந்துவிட்டோம். நெடுஞ்சாலைக்கு இன்னும் ஒரு மணி நேரம் நடந்தால் போதும். ஆனால் நீ எங்கே? நேற்றிரவு எங்கு சென்று மறைந்தாய்? என்னிடம் சொல்லியிருக்கலாம். என்னிடம் கடைசியாக ஒருமுறை விடைபெற்றிருக்கலாம்.

அன்றைய தினம் வெப்பம் வரத்தொடங்கியவுடன்தான் எழுந்து நடக்க ஆரம்பித்தேன். இத்தனை நாட்கள் இப்ராஹிமுடன் இத்தனை தூரம் நடந்ததைவிடவும் நூறு மடங்கு கடினமாக இருந்தது அந்த நடை. பின்னால் செல்வதுபோல் உணர்ந்தேன். அந்தத் தனிமை என்னை எத்தனை வருத்தியது! இறுதியில் மாலை நேரம் நான் சாலையை அடைந்தேன். அது நிறைய வாகனங்கள் கடக்கும் நெடுஞ்சாலை அல்ல. எப்பொழுதோ ஒரு வாகனம் கடந்து சென்றது. பெரும்பாலும் அவை பெரிய லோடுகளை ஏற்றிச் செல்லும் இழுவை வண்டிகள். சில சமயம் கார்களும் கிறீச்சிட்டுக் கடந்தன. களைப்புடன் என்னைக் கடந்த ஒவ்வொரு வண்டியையும் நிறுத்துவதற்காகக் கைகாட்டினேன். ஆனால் எல்லா வண்டிகளும் என்னைக் கண்டுகொள்ளாமல்

அதனதன் வழிகளில் சென்றது எனக்கு விரக்தியளித்தது. ஒவ்வொரு வண்டியும் நிற்காமல் கடந்தபோது அடுத்து வரும் வண்டி நிச்சயம் நின்று என்னை ஏற்றிக்கொண்டு செல்லும் என்று நம்பினேன். ஆனால் எனக்கு அதிர்ஷ்டமில்லை. ஓட்டுநர்கள் யாரும் என் மீது இரக்கம் காட்டவில்லை. அல்லது, அல்லா எந்த ஓட்டுநருக்கும் அவ்வாறு கட்டளையிடவில்லை. இவ்வாறாக மற்றொரு இரவும் அல்லாவால் கைவிடப்பட்டு அநாதையாகக் கழித்தேன்.

நாற்பது

விடிந்தது. பின்னிரவில் கிட்டத்தட்ட நின்றிருந்த வாகனங்கள் மீண்டும் ஓடத் தொடங்கின. கிட்டத்தட்ட அனைத்து வாகனங்களும் பளுவை ஏற்றிச் செல்பவைதான். நடு சாலையில் நின்றுகொண்டு ஒவ்வொரு வாகனத்திற்கும் கை அசைத்தேன். அந்த நாளும் அனைத்து வாகனங்களும் என்னை உதாசீனப்படுத்திக் கடந்து சென்றன. எனக்கது ஆச்சரியமளிக்கவில்லை. மூன்று வருடங்கள் மஸாராவில் கழித்தபிறகு என்னுடைய தோற்றத்தைப் பார்த்தவர்கள் என்னைத் தன்னுடன் அழைத்துச் செல்ல விரும்பாததில் வியப்பில்லை. மேலும் பல நாட்கள் பாலைவனத்தில் திரிந்ததில் ஒரு மனிதனின் தோற்றம் எந்த வகையிலும் என்னிடம் பிரதிபலிக்கவில்லை.

எனக்குப் பசியும் தாகமும் அதிகரித்தது. பசுந்திடலைவிட்டு வந்து ஏற்கெனவே மூன்று தினங்கள் ஆகிவிட்டிருந்தன. விடுதலைக்கு இத்தனை அருகில் வந்த பிறகு உயிர் விடுவதை என்னால் நினைத்துக்கூடப் பார்க்க முடியவில்லை. அல்லாவும் எனக்குப் பாராமுகம் காட்டியதால் நான் என்னையே வெறுத்தேன். இத்தனை அனுபவிக்க நான் அப்படி என்ன பாவம் செய்துவிட்டேன்? என் நெஞ்சில் அறைந்துகொண்டு என்னிடமே கேட்டுக்கொண்டேன். அல்லாவே, பாலைவனத்தில் என் இரு நண்பர்களையும் இழக்க வைத்துவிட்டாய். பாலைவனம் ஹக்கீமை தாகத்தால் கொன்றது, இப்ராஹிமை மறையச் செய்துவிட்டது. என்னை இதுவரை எடுத்து வந்திருக்கிறாய். எதற்காக? இதுவரை அதற்கான பதில் என்னிடம் இல்லை.

மதிய வெயில் விரைவில் தகிக்கத் தொடங்கியது. நிறைய வாகனங்கள் என்னைக் கடந்து சென்றன. ஓர் உயர்தரக் கார் தொலைவில் வந்துகொண்டிருப்பதைப் பார்த்தேன். அதைக் கை காண்பிப்பதில் பயனில்லை என்று நினைத்தேன். இழுவை வண்டிகளின் ஓட்டுநர்களே என்னைக் கவனிக்காததுபோல் சென்றபிறகு இத்தகைய சொகுசு வாகனத்தின் ஓட்டுநர் என்னை எப்படி அதற்குள் அனுமதிப்பார்? இருந்தும் அது அருகில் வந்தபொழுது ஏதோவொன்று எனக்குள்ளிருந்து கைகாட்ட உந்தியது. சொல்லத் தேவையில்லாமல் அதுவும் நிற்காமல் கடந்து சென்றது. ஆனால், என்னைக் கடந்த சிறிது தூரத்திலேயே கிறீச்சிட்டு நின்றது. நான் வியந்தேன். நான் கை காண்பித்ததால் நின்றதா? அதனருகே ஓடிச் சென்றேன். உள்ளே அழகான, பணக்கார உடை அணிந்திருந்த அரேபியர் ஒருவர், கண்ணாடியைக் கீழே இறக்கிவிட்டு என்னிடம் எதுவோ கேட்டார். எனக்கு என்ன பதில் சொல்வது என்று தெரியவில்லை. மரியாதைக்குரிய அரேபியரே, நேற்றிலிருந்து எத்தனை வாகனங்கள் என்னைக் கடந்து போயின. எனக்காக யாரும் நிறுத்தவில்லை. நீங்கள் என்னிடம் எனக்கு என்ன வேண்டும், நான் ஏன் இங்கு இருக்கிறேன், இங்கு எப்படி வந்தேன் என்று எதுவும் கேட்கவில்லை. எனக்காக உங்கள் வாகனத்தின் தடுப்புக்கருவியின் மீது காலை வைத்தீர்கள். போதும். அது போதும் எனக்கு. என்னையறியாமல் என் கண்களில் கண்ணீர் வழிந்தது.

அந்த அரேபியர் அதற்குப் பிறகு எதுவும் கேட்கவில்லை. அவரது காரின் பின்பக்கக் கதவை எனக்காகத் திறந்துவிட்டார். என்னை உள்ளே ஏறுமாறு சைகை செய்தார். பின்பு சாலையில் என்னை அழைத்துக்கொண்டு காரை ஓட்டிச் சென்றார்.

பொட்டு அழுக்கில்லாமல் இருந்த அந்த அற்புதமான வண்டியில் நான் நேராக உட்காரக்கூடக் கூசினேன். இருந்தும் உட்கார்ந்திருந்தேன். நான் ஏறிய சிறிது நேரத்திற்குப் பிறகு அவர் ஏசியை அணைத்துவிட்டு ஜன்னல் கதவுகளைக் கீழிறக்கினார். மூக்கைப் பொத்திக் கொண்டார். அது என் மீதிருந்து வீசிய நாற்றத்தினால்தான் என்று எனக்குத் தெரிந்தது. அவரால் என்னை காரிலிருந்து வெளியே தள்ளியிருக்க முடியும். ஆனால் எந்த அசௌகரியத்தையும் காண்பித்துக்கொள்ளவில்லை. நான் அவரிடம் கொஞ்சம் தண்ணீர் கேட்டேன். அவர் என்னிடம் ஒரு போத்தல் தண்ணீரைக் கொடுத்தார். ஒரே மடக்கில்

குடித்து முடித்தேன். இன்னொரு பாட்டில் வேண்டுமா என்று கேட்டார். நான் ஆம் என்று தலையசைத்தேன். இன்னொன்றைக் கொடுத்தார். நான் அதையும் குடித்தேன் ஆனாலும் தாகம் அடங்கவில்லை. இன்னுமொரு பாட்டிலையும் கேட்டால் சரியாக இருக்காது என்று அமைதி காத்தேன்.

மெதுவாக சீட்டில் சாய்ந்துகொண்டேன். மிகுந்த அயர்ச்சியில் விரைவில் உறங்கிவிட்டேன். எவ்வளவு தூரம் பயணித்திருந்தேன் எனத் தெரியவில்லை. நகர்ப்புறத்தின் ஓர் இடத்தில் கார் நிற்கவும் என் தூக்கம் கலைந்தது. கிட்டத்தட்ட மாலை ஆகியிருந்தது. சுற்றிமுற்றி நடுக்கத்துடன் பார்த்தேன். பெரிய பெரிய கட்டடங்கள். நிறைய மனிதர்கள். இரைச்சலுடன், மோசமான வாகன நெரிசல். இன்னும் கொஞ்ச தூரம் பயணம் செய்தபின் அந்த அரேபியர் வாகனத்தை ஓர் ஓரமாக நிறுத்தி என்னைத் திரும்பிப் பார்த்தார். நான் இறங்க வேண்டும் என்பதைப் புரிந்துகொண்டேன். இவ்வளவு தூரம் என்னை சகித்துக்கொண்டு வந்த அந்த மனிதருக்கு நான் எப்படி என் நன்றிக்கடனைத் திருப்பிச் செலுத்துவது? அவருடைய நல்லெண்ணத்திற்கு விலையாக என் கண்ணீரைத் தான் திரும்பித் தர முடிந்தது. அவர் வேறெதுவும் கேட்கவில்லை. ஒரு வார்த்தையும் கூறவும் இல்லை.

நான் இறங்கிக்கொண்டு கார் கதவை மூடினேன். என்னை நகரின் மத்தியில் தனியாக விட்டுவிட்டு அந்த அரேபியர் சென்றுவிட்டார்.

நான் அழுதேன். அல்லா சமயங்களில் இதுபோன்ற சொகுசு கார்களில்கூட பயணம் செய்யக்கூடும் என்றுணர்ந்தேன்.

நாற்பத்தி ஒன்று

கண்களை அகலத் திறந்தபடி அந்த இடத்தில் நான் சிறிது நேரம் நின்றிருந்தேன். என்னைக் கடந்து சென்றவர்கள் அனைவரும் என்னை ஏதோ விசித்திர உயிரினம் போல் பார்த்தது புரிந்தது. சாலையின் பக்கமாகவே மேற்கொண்டு மெல்ல நடந்தேன். அது நீளமாகச் சென்றுமுடிந்த சாலையில் ஒரு சந்தை இருந்தது. சுற்றிலும் மலை மலையாகக் காய்கறிகளும் கனிகளும்தான். அதன் மெல்லிய நறுமணம் காற்றில் மிதந்தது. கூட்டம் கூட்டமாக அரேபியர்கள் நதிபோல் சென்றுகொண்டிருந்தனர். கருப்பு அங்கியில் கண்கள் மட்டும் தெரிய பெண்கள் போய்வந்து கொண்டிருந்தனர். நிறைய இந்திய விற்பனையாளர்களைப் பார்க்க முடிந்தது. விற்பனையின் சத்தம். அத்தனைக்கும் மத்தியில் நான் ஏதோ கற்கால மனிதனைப்போல் நின்றுகொண்டிருந்தேன். ஒவ்வொருவரும் என்னை வெறித்துப் பார்த்துவிட்டு என்மீது பட்டுவிடாமல் சுற்றியும் விலகியும் சென்றனர். எனக்கு வலிக்கவில்லை. என்னாலேயே என் துர்நாற்றத்தை உணர முடிந்தது.

எனக்கு மிகவும் பசித்தது. ஆனால் உணவு வாங்க என்னிடம் பணம் இல்லை. வளைகுடா வந்த பிறகு பணத்தின் தேவையை உணர்ந்தது அதுதான் முதன்முறை. மஸாராவில் இருந்திருந்தால் அர்பாபின் குபூஸையாவது உண்டிருக்கலாம். அதற்கு எனக்குப் பணம் தேவைப்பட்டதில்லை. ஆடுகளுக்காக வைக்கப்பட்ட கோதுமையை உண்டிருக்க முடியும். அதற்கும் பணம் தேவைப்பட்டதில்லை. ஆனால் நகரத்தில் எதுவொன்றையும் உண்ண பணம் வேண்டியிருந்தது. பணம் இல்லாமல் யார் எனக்கு உணவளிப்பார்கள்? ஒன்றிரண்டு கடைகளுக்குள் செல்லப் பார்த்தேன். பிச்சைகூட எடுத்தேன். ஆனால் அந்த

முதலாளிகள் என்னைத் தெரு நாயாக நினைத்து விரட்டி அடித்தார்கள்.

நெஞ்சில் பிறந்த புது நம்பிக்கையுடன் அந்த சந்தை ஊடாக நடந்தேன். சிறிது நேரத்திலேயே தலை சுற்றியது. இன்னும் கொஞ்ச தூரம்தான் நடந்திருப்பேன் அதற்குள் 'மலபார் உணவகம்' என்ற போர்டு கண்ணில் பட்டது. பெரிய நிம்மதி! என் மொழி தெரிந்த யாரோ ஒருவர் அங்கிருக்கிறார் என்ற நிச்சயம். நான் சொன்னதைப் புரிந்துகொள்ளக்கூடிய ஒருவர். தெம்புடன் அந்த உணவகத்தை நோக்கி நடந்தேன்.

அந்த இடத்தை அடைந்தபிறகு என்ன நடந்தது என்று என் நினைவிலில்லை. பின்புதான் நான் படிகளிலேயே மயங்கி விழுந்துவிட்டேன் என்று அறிந்தேன்.

அடைக்கலம்

O

நாற்பத்தி இரண்டு

ஒவ்வொரு அரேபிய நகரிலும் அன்பான, நிழல்தரும் ஆலமரம் ஒன்று உண்டு. அங்கு அது மலையாளிகளின் அடைக்கலமான பத்தா சந்தையில் நான் மயங்கி விழுந்த குஞ்சிக்கா உணவகத்தின் முன்பு இருந்தது. அல்லாவின் கருணைகொண்ட வழிமுறைகளை கவனியுங்கள். அந்த சந்தைக்கு முற்றிலும் அந்நியனான நான் வேறு வழியில் அலைந்து வேறு இடத்தில் மயங்கி விழுந்திருக்கலாம். யாரும் என்னைப் பற்றிக் கவலை கொண்டிருக்கப் போவதில்லை. ஆனால் நான் குஞ்சிக்காவை அடைய வேண்டும் என்பது அல்லாவின் தீர்மானம். ஆகையால் நான் அந்த வழியில் நடந்து மலபார் உணவகத்தின் வாசற் படிக்கட்டுகளை அடைந்து மயங்கி விழுந்திருக்கிறேன். மேற்கொண்டு பார்த்துக்கொள்ள குஞ்சிக்காவின் நல் இதயத்தை அவர் நம்பினார்.

நகரத்தை அடைந்த மூன்று நாட்களுக்குப் பிறகு நான் என் கண்களைத் திறந்தபோது குஞ்சிக்காவின் அறையில் இருந்தேன். நினைவு திரும்பிய பின்னர் என் கை கால்களில் தாங்க முடியாத வலி ஏற்பட்டது. என் கையில் ஊசி குத்தியிருக்க, எனக்கு சொட்டு மருந்து ஏற்றப்பட்டுக்கொண்டிருந்தது. மருத்துவமனையில் இருக்கிறேனோ என்று வியந்தேன். இருந்தும் என்னைச் சுற்றி மலையாளிகளைப் பார்க்க எனக்கு அழுகை வந்தது. என் கையை தன் கையில் எடுத்துக்கொண்டு குஞ்சிக்கா எனக்கு ஆறுதலளித்தார். பத்தாவில் இருந்த மலையாளிகளுக்கு நான்தான் பேச்சுப்பொருளானேன். எனக்கு நினைவு திரும்பியதை அறிந்த பிறகு நிறையப் பேர் என் அறைக்கு ஓடி வந்து பார்த்தனர். ஆப்பிள்கள், ஆரஞ்சுகள், திராட்சைகள், மற்றும் வாழைப்பழங்களை பரிசாக வாங்கி

வந்திருந்தனர். ஒவ்வொருவருக்கும் என் கதை அறிய ஆவல். நான் எப்படி இப்படி ஆனேன், எவ்வாறு அங்கு வந்தேன் என்று பல கேள்விகள் அவர்கள் முகத்தில் ஆர்வமாய்த் தோன்றின. ஆனால் யாரும் என்னிடம் எதுவும் கேட்கவில்லை. மேலும் இரண்டு நாள் சென்ற பிறகு மருத்துவர் வந்து என்னைப் பரிசோதித்துவிட்டு சொட்டு மருந்து ஏற்றும் ஊசியை நீக்கிய பின்னர்தான் குஞ்சிக்கா என் கதையைக் குறித்துத் தன்மையாகக் கேட்டார்.

'எனக்கு ஒரு கண்ணாடி வேண்டும்,' என்றேன்.

'ஏன் கண்ணாடி?' அருகில் அமர்ந்திருந்த குஞ்சிக்கா கேட்டார்.

அங்கிருந்த மற்றவர்கள் ஒருவரையொருவர் பார்த்துக் கொண்டனர்.

மற்றவர்கள் பார்த்து பரிதாபம் கொண்ட என்னை நானே பார்த்துக்கொள்ள வேண்டும் என்று விரும்பினேன்.

ஒருவர் ஒரு சிறு கண்ணாடியைக் கொண்டு வந்தார். நான் என்னை அதில் பார்த்தேன். நீண்ட நேரம் வெறித்துப் பார்த்தேன். என்னால் என்னையே அடையாளம் காண முடியவில்லை. நான் அதில் பார்த்தவன் யாரோ ஒருவன். தலைமுடி சிறியதாக வெட்டப்பட்டு தாடி மீசை மழிக்கப்பட்டிருந்தது. கண்ணாடியில் தெரிந்த மனிதன் ஊரிலிருந்து கிளம்பி இங்கு வந்து சேர்ந்த மனிதன் இல்லை. நான் முற்றிலும் வேறொருவனாக இருந்தேன். கருத்த, பலவீனமான, எலும்பும் தோலும் கொண்ட, பற்கள் துருத்திக்கொண்டிருந்த உருவம்தான் தெரிந்தது. வேறு எந்த சந்தர்ப்பத்திலும் அந்தக் கண்ணாடியில் தெரிந்த உருவம் நான்தான் என்று யாராவது சொல்லியிருந்தால் நான் நிச்சயம் நம்பியிருக்க மாட்டேன்.

குஞ்சிக்கா என்னிடம் அவரும் அவரது வேலையாட்களும் நான் படிக்கட்டில் மயங்கி விழுந்தபோது என்னை உள்ளே தூக்கிச் சென்று உணவும் நீரும் கொடுத்தது பற்றி, அவரது அறைக்கு அழைத்துச் சென்றது பற்றி, அன்றும், மறுநாளும் அதற்கடுத்த நாளும் என்னைக் குளிப்பாட்டிவிட்டது பற்றி, முடிதிருத்துபவரை அழைத்து முடியையும் தாடியையும் வெட்டிவிட்டது பற்றி, மருத்துவர் ஒருவரை அழைத்து வந்து என்னைப் பரிசோதித்து சிகிச்சை வழங்கச் சொன்னது பற்றி

என்று ஒவ்வொன்றாகக் கூறினார். ஆனால் உணர்விழந்திருந்த என்னில் இவையெதுவும் பதிவாகவில்லை.

என் கண்ணீரைத் தவிர அவர்களிடம் தர என்னிடம் ஒன்றுமில்லை. பதிலுக்குத் திரும்பிச் செலுத்த என்னிடம் அன்புகூட இல்லை. என் முடியையும் தாடியையும் வெட்டுவதற்கு முன் அவர்கள் என்னைப் புகைப்படம் எடுக்காதது குறித்து ஒரு குறை இருந்தது. கற்கால மனிதனாக மாறியிருந்த என்னை என்னால் பார்க்க முடியவில்லை. இன்று உங்களிடம் நான் வாழ்ந்த அந்த வாழ்க்கையின் ஆதாரமாகக் காண்பிக்க என்னிடம் எதுவும் இல்லை. என்னுடைய நினைவுகளையும் அனுபவங்களையும் தவிர. நான் அந்த தேசத்திற்குச் சென்றிருந்ததற்கான ஆதாரமாக இருந்த கடவுச் சீட்டுக்கூட அந்த அரேபியரிடம்தான் இருந்தது.

அங்குக் கூடியிருந்தவர்களிடம், 'இன்று என்ன தேதி?' என்று கேட்டேன்.

'பதிமூன்றாம் தேதி.'

'எந்த மாதம்?'

முகத்தைச் சுளித்து, 'ஆகஸ்டு,' என்றனர்.

'எந்த வருடம்?'

அவர்களுக்குப் பதட்டமாகியது. '1995.'

'கடவுளே, ரப் அல் அல் அமீன்...' என் கைகளை இதயத்தில் வைத்துக்கொண்டேன். கடந்திருந்த காலத்தைக் கணக்குப் போட்டேன்.

'மூன்று வருடங்கள், நான்கு மாதங்கள், ஒன்பது நாட்கள்.'

நான் பேசுவதைக் கேட்டவர்கள் வாயடைத்துப் போயினர்.

மேலும் இரண்டு நாட்களுக்குப் பின்னர் என்னால் கொஞ்சம் நடக்க முடிந்தபோது குஞ்சிக்கா என்னை அந்த அறையிலிருந்து அடுத்த அறைக்கு அழைத்துச் சென்றார். அங்கேயொரு தொலைபேசி இருந்தது. குஞ்சிக்கா என்னை அதன் முன்னால் அமர வைத்தார்.

'வீட்டிற்கு அழைத்துப் பேச வேண்டாமா? உம்மா மற்றும் மனைவியின் குரலைக் கேட்க வேண்டாமா?'

நான் அழுதேன். என் வீட்டில் தொலைபேசி இல்லை. அவரிடம் அடுத்தவீட்டு மாப்பிள்ளாவின் தொலைபேசி எண்ணைக் கொடுத்தேன். இத்தனை நாள் பயன்படுத்தாமல் இருந்தும் அந்த எண் எப்படி என் நினைவில் இருந்தது என்று தெரியவில்லை. அந்த எண்ணிற்கு பம்பாயிலிருந்துதான் கடைசியாக அழைத்திருந்தேன்.

குஞ்சிக்கா அந்தத் தொலைபேசியின் முன்பு வெகு நேரம் அமர்ந்திருந்தார். இணைப்பு கிடைக்கவில்லை.

இறுதியாக எதிர் முனையில் ரிங் போயிற்று. என்னிடம் ரிசீவரைத் தந்தார். என் அண்டை வீட்டாரை என்னை அடையாளம் கண்டுகொள்ளவைக்கக் கடினமாக இருந்தது. இறுதியில் நான் யார் என்று புரிந்துகொண்டபோது ஒரு சின்ன அமைதி. பின்பு கேட்டார், 'இத்தன நாள் எங்க போயிருந்த, நஜீப்?'

என்னிடம் பதிலில்லை. அங்கு என்னைக் குறித்துப் பரவியிருக்கக்கூடிய கதைகளைப் பற்றி என்னால் யூகிக்க முடிந்தது.

'கால் மணி நேரம் கழிச்சு திரும்பவும் கால் பண்ணு. நான் உன் மனைவியக் கூட்டிட்டு வரேன்,' என்றார்.

நான் மஸாராவில் கழித்த மூன்று வருடங்களைவிட அந்தப் பதினைந்து நிமிடங்கள் நீளமாகத் தெரிந்தன. குஞ்சிக்கா மீண்டும் அந்த எண்ணை அழைத்தார்.

இந்த முறை சுலபமாகக் கிட்டியது. குஞ்சிக்கா என்னிடம் ரிசீவரைக் கொடுத்தார். நான் ஹலோ என்று மட்டும்தான் சொன்னேன். மறுபக்கம் சைனு பெருங்குரலெடுத்து அழுவது கேட்டது. வெகு நேரம் நானும் அவளும் அழுதுகொண்டு இருந்தோம். அவள் எதுவும் கேட்கவில்லை. எங்கே இருந்தாய்? ஏன் இத்தனை நாள் என்னை அழைக்கவில்லை? அங்கேயிருந்து அவள் என் மனதைப் புரிந்துகொண்டிருக்க வேண்டும்.

சிறிது நேரம் அழுத பிறகு அவள் கூறினாள், 'நம்ம மகன் நபீல் இந்த வருசம் ப்ளே ஸ்கூலுக்குப் போக ஆரம்பிச்சுட்டான். அவன பாக்க வேணாமா? இக்கா எப்போ வீட்டுக்கு வரீங்க? இக்கா, உம்மா உயிரோட இல்ல. போன வருசம். உங்ககிட்டருந்து எந்தத் தகவலும் வராம மன வேதனைல போய்ச் சேர்ந்துட்டாங்க...'

என்னால் மேற்கொண்டு எதுவும் கேட்க முடியவில்லை. போனை வைத்துவிட்டேன். என் மனம் முள் குத்தியதுபோல் வலித்தது. முகத்தை மூடிக்கொண்டு அழுதேன். குஞ்சிக்கா சமாதானம் செய்தார்.

குஞ்சிக்காவின் கருணையால் நான் அங்கு மேலும் மூன்று மாதங்கள் தங்கினேன். அவர் வழங்கிய அடைக்கலத்தில் என் காயங்கள் ஆறின. என் கால்களின் வீக்கம் குறைந்தது. என் உடலில் தெம்பு திரும்பியது. வெவ்வேறு பொழுதுகளில் நான் என் கதையை குஞ்சிக்காவிடமும் அவர் நண்பர்களிடமும் நினைவுகூர்ந்தேன். அதில் பலர் என் கதையை நம்பவில்லை. ஒருசிலரே நம்பினார்கள். நம்பியவர்களும்கூட இப்ராஹிம் கதிரி திடீரென்று மறைந்ததை நம்பவில்லை. அவர்கள் சந்தேகம் நியாயமானதுதான். அவர்களுக்குக் கொடுக்க என்னிடம் போதுமான விளக்கங்கள் இல்லை.

இப்ராஹிம் கதிரி. என் காப்பாளன். பாலைவனத்திலிருந்து என்னை விடுவித்தவன். என் நபி மோஸஸ். என்னைப் பாதுகாப்பான இடத்திற்கு அழைத்து வந்து விட்ட பிறகு எங்கே மறைந்து போனான்? உங்களைப்போல் எனக்கும் தெரியாது.

நான் தேறிக்கொண்டு வந்தபொழுதுதான் ஹமீது, குஞ்சிக்காவின் அறையில் அடைக்கலம் தேடி வந்தான். ஓர் அரேபியரின் தோட்டத்தில் கூலியாளாக இருந்திருக்கிறான். நள்ளிரவு வரை வேலைபார்த்தும், மோசமாகத் தாக்கப்பட்டும் சரியான கூலி இல்லாமல் வேலை செய்திருக்கிறான். இனி பொறுத்துக்கொள்ள முடியாது என்றவுடன் அங்கிருந்துத் தப்பிவிட்டான். அவனும் என்னுடன் துணைக்கு இருந்தது ஆறுதலாக இருந்தது. குஞ்சிக்காவும் அவர் நண்பர்களும் வேலைக்குக் கிளம்பிச் சென்றவுடன் எனக்கு அறையில் தனியாக இருப்பது பயங்கரமாக இருந்தது. அவன் வருகை என் வாழ்க்கையை இனிமையாக்கியது.

பின்பு பல நாட்கள் திட்டமிட்டு, பலரிடமிருந்து ஆலோசனைகளும் வழிகாட்டுதல்களும் பெற்று இறுதியில் இனியும் தாமதிக்காமல் காவலர்களிடம் சரணடைந்து எப்படியாவது ஜெயிலிற்குச் சென்றுவிட வேண்டும் என்று முடிவெடுத்தோம்.

நாற்பத்தி மூன்று

ஒவ்வொருவரையும் ஆழ்ந்து நோக்கிவிட்டு வரிசையைக் கடந்து சென்றார் அர்பாப். அவருடைய ஒவ்வொரு அடியிலும் என் இதயம் வேகமாகத் துடித்தது. என்னால் மீண்டும் மஸாராவிற்குச் செல்வதை நினைத்துப் பார்க்க முடியவில்லை. அல்லாவே, மீண்டுமா? என்னால் முடியாது. என் மீது கொஞ்சம் கருணை காட்டு. என் இதயம் எரிந்தது. அழுதேன். ஆனால் ஹமீதைப்போல் கத்தி அழவில்லை. ஒரு துணிச்சலுடன் நின்றுகொண்டிருந்தேன். காத்திருப்பு முடிவில்லாமல் சென்றுகொண்டிருந்தது. முடிவாக, அந்த அர்பாப் என் முன் வந்து நின்றார். என்னை உற்றுப் பார்த்தார். மணல்மேடுகள் அலையாய் அசைந்துகொண்டிருந்ததை அவர் கண்களில் பார்த்தேன். அதன் உக்கிரம் என்னை பயமுறுத்தியது. ஆனால் நான் அசையவில்லை. வரிசையிலிருந்து பிடித்து இழுத்துச் செல்லப்படும் நொடிக்காகக் காத்திருந்தேன். என் முன் நீண்ட நேரம் நின்றுவிட்டு பின்பு என் தோள்களில் ஒருமுறை தட்டினார். என்னை அறிமுகமில்லாததுபோல் அடுத்து வரிசையில் நின்றிருந்தவரிடம் சென்றுவிட்டார். என்னைப் பிடித்து இழுத்துக் கொண்டு செல்வதற்காக வந்திருந்த அர்பாபின் மனதை எது மாற்றியது என்று தெரியவில்லை. அது ஓர் அதிசயம், மிகப்பெரிய அதிசயம். வேறு எப்படி இதை நான் விவரிக்க? ஆனால் என் மனதில் சந்தேகம் என்னும் எரிதழலை எரியவிட்டுச் சென்றுவிட்டார் அர்பாப்.

அன்றைய அணிவகுப்பு முடிந்தபின் அங்கு நட்பாக இருந்த ஒரு போலீஸிடம் அன்று வந்த அர்பாப்களில் என்னுடைய அர்பாபும் இருந்ததாகவும் அல்லாவின் கருணையால்தான் அவர் என்னைத் தன்னுடன் கூட்டிச் செல்லாமல் விட்டுவிட்டார்

என்றும் கூறினேன். அந்த போலீஸ் என்னிடம் அர்பாப் அவரிடம் கூறியதாக இவ்வாறு கூறினார், 'அவன் என்னுடைய விசாவின் கீழ் இல்லை. இருந்திருந்தால் அவனை மஸாராவிற்கு இழுத்துச் சென்றிருப்பேன்.' நான் அதிர்ந்தேன். ஒன்று அந்த அர்பாப் என் மீது காட்டிய கருணையை மறைக்க அவ்வாறு பொய் கூறியிருக்க வேண்டும் அல்லது ஒரு பயங்கர உண்மையைக் கூறியிருக்க வேண்டும். அவர் என்னுடைய உபயதாரர் இல்லையா? அவர் என்னைச் சட்டத்திற்குப் புறம்பாகத்தான் அடிமை வேலைக்கு வைத்திருந்தாரா? அன்று விமான நிலையத்தில் என்னை அவர் கடத்திக்கொண்டு போயிருந்தாரா? வேறு ஒருவரின் விசாவில்தான் நான் அழைத்துவரப்பட்டிருந்தேனா? அப்படியானால் அல்லாவே... யாருடைய விதியையோ என்னை அனுபவிக்க வைத்தாயா?

கருவட்டாவின் மைத்துனன் எனக்கு ஆட்டுக்காரனின் விசாவை ஏற்பாடு செய்திருக்கவில்லை என்று பின்பு சத்தியம் செய்தான். ஒரு கட்டடக் கம்பெனியின் உதவியாள் வேலைக்கான விசா என்று கூறினான். கடவுளுக்குத்தான் தெரியும் யார் உண்மையைப் பேசுகிறார் என்று. அதை நினைத்து நினைத்து நான் என் தூக்கத்தைத் தொலைக்கப் போவதில்லை. அந்த வாழ்க்கை வாழ வேண்டும் என்பது என் தலைவிதி. நான் அதைக் கடந்துவிட்டேன். இனியும் இதுகுறித்து எதுவும் தீவிரமாக யோசிக்கப்போவதில்லை. செய்தால், நான் பைத்தியமாவது நிச்சயம்.

மூன்று வாரங்கள் கழிந்தன. ஒவ்வொரு நாளும் அந்த அர்பாப் போலி ஆவணங்களைத் தயார் செய்து என்னை வந்து இழுத்துச் சென்றுவிடுவார் என்றே பயந்துகொண்டிருந்தேன். ஆனால் அவர் வரவில்லை. அவருக்கு வேறு யாராவது சிக்கியிருக்கலாம். அல்லாவின் கருணை அந்த அதிர்ஷ்டமற்ற மனிதனுக்கு என்றும் துணையிருக்கட்டும்.

அரேபியரின் அணிவகுப்பு முடிந்த மறுநாள் எப்பொழுதும்போல் தூதரக அலுவலர்கள் வந்தனர். நாங்கள் வரிசையாக நின்றுகொண்டோம். ஒவ்வொரு பேராக அழைத்தனர். எந்த நம்பிக்கையும் இல்லாமல் நான் நின்றுகொண்டிருந்தேன். திடீரென்று என் பேர் அழைக்கப்பட்டதுபோல் தோன்றியது. நான் ஒரு நிமிடம் தாமதித்தேன். அவர்கள் கூப்பிட்டது என் பெயர்தானா? அல்லது அது என் கற்பனையா? அவர்கள் மீண்டும் அழைத்தனர். 'நஜீப் மொஹம்மத்.' இந்த முறை தெளிவாகக் கேட்டது. என் பெயர்தான். துடிக்கும் இதயத்துடன்

முன்னகர்ந்தேன். என் பெயரைக் கேட்டவுடன் என்னுடன் அங்கு நின்றிருந்தவர்கள் அனைவரும் ஆனந்தக் கண்ணீர் வடித்தனர். அவர்கள் அனைவரையும்விட சிறையில் அதிக நாட்கள் இருந்த வகையில் நான்தான் மூத்தவன்.

அன்று எங்களில் எட்டுப் பேருக்கு இந்தியா செல்வதற்கான ‘இலவச வெளியேற்றம்’, கிடைத்தது. அனுமதியில்லாமல் அங்கு வாழ்ந்து வருபவர்களை அவர்களது சொந்த நாட்டிற்குத் திருப்பி அனுப்பும் அரசாங்கத் திட்டம் அது. ஆகையால் குஞ்சிக்கா என்னுடைய பயணச் சீட்டிற்காகப் பணம் திரட்டத் தேவையிருக்கவில்லை. தேவையென்றால் அவர் அதையும் செய்திருப்பார் என்பது எனக்குத் தெரியும். குஞ்சிக்கா அப்படிப்பட்டவர்.

தூதரக அலுவலர்கள் என் ஆவணங்களைத் தயாரித்தபொழுது நான் அனைவரிடமும் விடைபெற்றுக்கொண்டேன். அனைவருக்கும் ஆறுதல் வழங்கினேன். போலீசாரைச் சந்தித்து விடைபெற்றுகொண்டேன்.

வார்டனது அலுவலகத்தில் நாங்கள் சில ஆவணங்களில் கையொப்பமிட வேண்டியிருந்தது. பின்பு கைகளில் விலங்கு பூட்டப்பட்டோம். பின்பு மூலையில் ஒரு வரிசையில் நிற்கவைக்கப்பட்டோம். மதியம்போல் ஒரு பேருந்து வந்தது. அந்தப் பேருந்து நேராக விமான நிலையம் சென்றது. விமானத்திற்குள் தனிவழியொன்றில் நடத்தப்பட்டோம். குஞ்சிக்காவிற்கு அழைத்து நான் விடுதலையான விஷயத்தைச் சொல்லக்கூட முடியவில்லை. வேறு யாரிடமிருந்தாவது அவர் தெரிந்துகொண்டிருக்கலாம். அவரிடமிருந்து விடைபெற முடியாமல் போனதை நினைத்து இன்றும் வருந்துகிறேன். நீங்கள் எங்கிருந்தாவது இந்தக் கதையை வாசிக்க நேர்ந்தால் நான் அப்படிச் செய்யாமல் போனதற்காக என்னை மன்னிப்பீர்கள் என்று நம்புகிறேன்.

எங்கள் விமானம் இரவு கிளம்ப வேண்டியிருந்தது. தூதரக அலுவலர்கள் இருக்கைச் சீட்டை எங்களிடம் வழங்கினார்கள். ஒன்றாக நாங்கள் விமானம் நோக்கி நடக்கப் பணிக்கப்பட்டோம். மஸாராவில் ஆடுகளை ஓட்டிச் சென்று அடைத்த காட்சியை என்னால் நினைத்துப் பார்க்காமல் இருக்க முடியவில்லை. நானும் அந்த ஆடுகளில் ஒருவன். என்னுடையது ஓர் ஆட்டின் வாழ்வு.

ஆசிரியர் குறிப்பு

ஒருநாள் என் நண்பர் சுனில் என்னிடம் நஜீப் என்ற மனிதரின் கதையைக் கூறினார். கல்ஃபிலிருந்து வந்த எத்தனையோ சோகக் கதைகளில் ஒன்றாகத்தான் இதையும் நினைத்தேன். நான் உண்மையில் இதை முக்கியமாக எடுத்துக்கொள்ளவில்லை. ஆனால் சுனில், நஜீபைச் சென்று சந்திக்குமாறு என்னை வற்புறுத்தினார். நான் அவருடன் பேச வேண்டும் என்று வலியுறுத்தினார். அவர் கூறுவதைக் கேட்கவேண்டும் என்றார். முடிந்தால் அதைக் குறித்து எழுத வேண்டும் என்றார். நஜீபின் கதை வாழ்க்கையில் ஏற்படும் சிறு தோல்விக்கும் துவண்டு விழுபவர்களுக்கான ஒரு படிப்பினை என்று சுனில் கூறினார். ஆகையால் நான் நஜீப் என்ற எளிய மனிதரைச் சென்று சந்தித்தேன்.

நஜீப் முதலில் தனது அனுபவங்கள் குறித்துப் பேசத் தயங்கினார். ‘அவைகள் எப்பொழுதோ நடந்தவை. அதையெல்லாம் நான் ஏற்கெனவே மறந்துவிட்டேன்,’ என்றார். ஆனால் அவர் தன் கதையைக் கூற வேண்டும் என்று நான் வலியுறுத்தியபோது கொஞ்சம் கொஞ்சமாக அவருடைய அந்த வாழ்வைக் குறித்து அவர் நினைவுகூர்ந்தார். மறக்கப்பட்டதாக நினைத்த சம்பவங்கள் ஒவ்வொன்றும் அவர் முன் தெளிவாகத் தோன்றத் தொடங்கின. அவரது தீவிரமான விவரணை என்னை ஆச்சரியப்படுத்தியது.

அதற்குப் பிறகு நான் நஜீபை பலமுறை சந்தித்து மணிக்கணக்கில் பேசியிருக்கிறேன். அவரைப் பல கேள்விகள் கேட்டு அவரது வளைகுடா வாழ்க்கையின் நுண்ணிய விவரணைகளை அறிய முயன்றிருக்கிறேன். இதற்கு முன்பு நான் அறிந்திருந்த கதையெல்லாம் அத்தனை மேலோட்டமாக,

நம்பமுடியாமல், நிஜத்திலிருந்து வெகுதூரம் விலகியிருந்தது என்பதை உணர்ந்தேன்.

நஜீபை முதன் முதலில் சென்று சந்தித்தபொழுது அவர் கதையை ஒரு நாவலாக எழுத வேண்டும் என்று நான் நினைத்திருக்கவில்லை. வாழ்க்கையில் இத்தனைத் துன்பங்களை அனுபவித்திருந்த ஒரு மனிதனின் அனுபவத்தைக் கேட்க மட்டுமே சுவாரசியம் கொண்டேன். ஆனால் அவர் அனுபவங்களைக் குறித்து அறிய அறிய அதை எழுத வேண்டும் என்ற என் ஆவலை அடக்குவது கடினமாக இருந்தது. எத்தனை லட்சம் மலையாளிகள் கல்ஃபில் வாழ்கிறார்கள்? எத்தனை லட்சம் பேர் வாழ்ந்து, தங்கள் தாய்நாட்டிற்குத் திரும்பியிருக்கிறார்கள்? அவர்களில் எத்தனை பேர் பாலைவனத்தின் தீவிரத்தை முழுமையாக அனுபவித்திருக்கிறார்கள்? வாசகர்களை மகிழ்விக்க நான் நஜீபின் கதையைத் தேன் தடவியோ ஊதிப் பெரிதாக்கியோ எழுதவில்லை. இவையில்லாமலே நஜீபின் கதை அறியப்படவேண்டியது. இது நஜீபின் கதை மட்டுமல்ல. இதுதான் நிஜமான வாழ்க்கை. ஓர் ஆட்டின் வாழ்க்கை.